बदलू जीवनशैली आरोग्यासाठी

डॉ. अविनाश भोंडवे

सकाळ प्रकाशन

सकाळ प्रकाशन

Badlu Jiwanshaili Arogyasathi
© Dr. Avinash Bhondwe

बदलू जीवनशैली आरोग्यासाठी
© डॉ. अविनाश भोंडवे

प्रथम आवृत्ती	:	जानेवारी, २०२३
प्रकाशक	:	सकाळ मीडिया प्रा. लि. ५९५, बुधवार पेठ, पुणे ४११ ००२
मुखपृष्ठ	:	प्रदिप खेतमर
मांडणी	:	अनुज आर्ट्स
मुद्रणस्थळ	:	विकास प्रिंटिंग ॲण्ड कॅरिअर्स प्रा. लि. प्लॉट नं. ३२, एमआयडीसी, सातपूर, नाशिक ४२२००७
ISBN	:	978-93-95139-14-4
संपर्क	:	०२०-२४४० ५६७८ / ८८८८८ ४९०५० sakalprakashan@esakal.com

नव्या जीवनशैलीतील बदलांकडे
माझे लक्ष वेधणाऱ्या
आश्लेषा, विशाखा, अनिरुद्ध
या माझ्या तिन्ही मुलांना...
सप्रेम...

मनोगत

इ .स. १७६० ते १८२०च्या दरम्यान युरोपात औद्योगिक क्रांतीला सुरुवात झाली आणि बघता बघता युगानुयुगे हातापायांनी काम करणाऱ्या मानवाची जीवनशैली बदलायला सुरुवात झाली. केवळ कामातलाच नव्हे तर जीवनातला वेगही वाढतच गेला.

विसाव्या शतकाच्या उत्तरार्धात झालेल्या संगणक क्रांतीमुळे जीवनाचा हा वेग अकल्पनीयरित्या तर वाढलाच, पण दैनंदिन जीवनातील मानवी हालचालही कमी झाली. १९८०नंतर उत्तरोत्तर प्रगत होत जाणाऱ्या संगणकाने जीवनाच्या प्रत्येक क्षेत्रात प्रवेश केला. शारीरिक कष्ट कमी झाले आणि रोजच्या गरजा पूर्ण करताना करावी लागणारी शारीरिक धावपळ कमी झाली, पण व्यवसाय, नोकरी आणि धंद्यासाठी केले जाणारे प्रवास ऐषोरामात होऊ लागले, आणि त्यासाठी दिला जाणारा वेळ वाढत गेला. व्यावसायिक, कौटुंबिक, आर्थिक, मानसिक तणाव वाढत गेले. परिणामतः अनेक आजार निर्माण होत गेले. सर्वसामान्यांना बदलत्या जीवनशैलीचा प्रसाद म्हणून मिळालेल्या आजारांचे ज्ञान आजही खूप तोटके आहे. व्यसने, जागरणे, कामाचे वाढलेले तास, कामावर जाण्यासाठी लागणारा दीर्घ प्रवास यात सर्वसामान्य माणूस खूप भरडला जातोय आणि जीवनशैलीतून उद्भवणाऱ्या असंख्य आजारांनी पिचून जातोय.

या मानसिक, शारीरिक आजारांबाबत उपाय म्हणजे जीवनशैली बदलणे हाच असतो. या सर्व गोष्टींबाबत प्रबोधन म्हणून केलेला लेखन प्रपंच या पुस्तकातून साकार होतोय.

हे सारे लेख गेल्या काही काळात 'सकाळ साप्ताहिक' या मराठीतील दर्जेदार नियतकालिकातून प्रकाशित झालेले आहेत. सर्वदूर वाचकांनी याला भरघोस प्रतिसाद दिला आहे. या लेखनाची पुनर्निर्मिती करण्यास परवानगी दिल्याबद्दल 'सकाळ साप्ताहिक'च्या संपादक मंडळाचा मी आभारी आहे. या लेखसंग्रहाच्या रचनेचे नियोजन, तर्कदृष्ट्या विभागवार विघटन, विषयांप्रमाणे आलेखन आणि मुद्रितशोधन करण्यात पुढाकार घेणाऱ्या सकाळ पुस्तक प्रकाशन विभागातील सचिन वाघमारे यांना मी विशेष धन्यवाद देईन.

मुळातच प्रगतशील विचार असलेल्या सुशिक्षित मराठी जनांसाठी बदलत्या आरोग्यशैलीतील दोष आणि त्यामधून उद्भवणारे आजार याबद्दल सजग करण्यासाठी टाकलेले हे पाऊल वाचकांच्या सेवेसाठी सादर करताना विशेष आनंद होतो आहे.

– डॉ. अविनाश भोंडवे

avinash.bhondwe@gmail.com

अनुक्रमणिका

विभाग पहिला

बदलती जीवनशैली बदलते आजार

विभाग दुसरा

नवी आरोग्य आव्हाने

विभाग तिसरा

व्यायाम

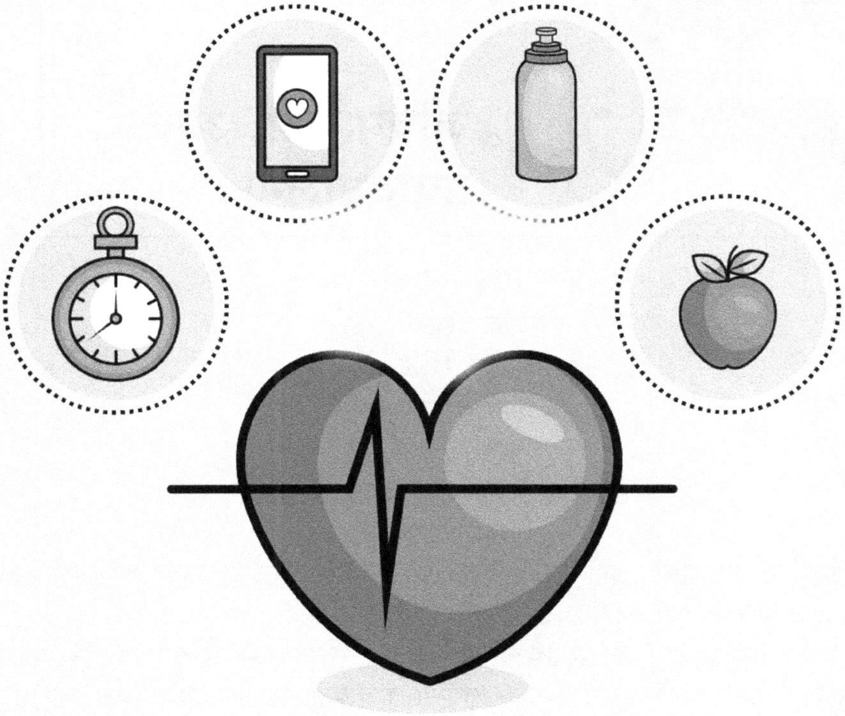

विभाग पहिला

बदलती जीवनशैली बदलते आजार

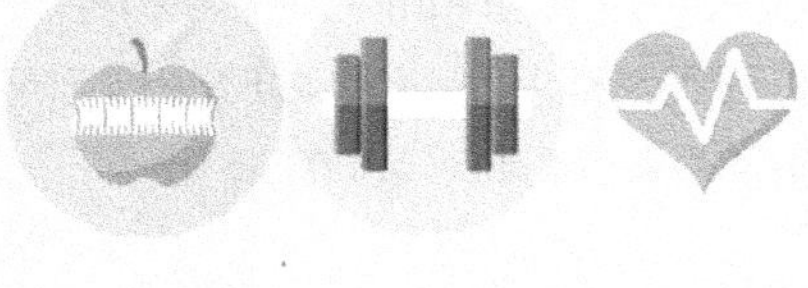

जीवनशैली, आजार, उपाययोजना

आता संस्कृती म्हणजे
लाल रंगलेले ओठ
आता संस्कृती म्हणजे
प्रचार नि जाहिरात
आता सारे बदलले
अहो जग पुढे गेले

असे काही वर्षांपूर्वी कविवर्य मंगेश पाडगावकरांनी म्हटले होते. पण तेव्हापासून आजपर्यंत जग वेगाने प्रगती करीत पुढे चालले आहे. गेल्या वीस वर्षांत तर हा वेग जरा जास्तीच वाढलेला आहे.

जीवनाचा प्रत्येक पैलू आज कमालीचा बदलतो आहे. प्रत्येक क्षेत्रात शास्त्र आणि संगणकाने आक्रमण केल्याने सर्वांचीच जीवनशैली कमालीची बदलून गेली आहे. आरोग्याच्या बाबतीत म्हणाल, तर पोलिओ, कॉलरा, टायफॉईड, मलेरिया असे साथीचे आणि संसर्गजन्य आजार आधुनिक औषधांमुळे आटोक्यात येत चाललेले आहेत. मात्र अशा वेळेस संसर्गाशिवाय होणाऱ्या नव्या आजारांची एक वेगळी जमात वेगाने उदयाला आली आहे. मधुमेह, उच्च रक्तदाब, हृदयविकाराचा झटका आणि काही विशिष्ट प्रकारचे कर्करोग या आजारांचा समावेश असलेल्या या आजारांच्या गटाला 'लाईफस्टाईल डिसिजेस' किंवा 'बदलत्या जीवनशैलीचे आजार' या नावाने ओळखले जात आहे.

सुस्त आणि मस्त जीवनशैलीतून उद्भवणाऱ्या या आजारांनी श्रीमंत व्यक्ती आणि अतिश्रीमंत देशच फक्त त्रस्त नाहीत, तर जगभरातली गरीब आणि मध्यमवर्गीय जनता आणि आफ्रिकेतली कमालीची गरीब राष्ट्रेदेखील या आजारांचा प्रभाव टाळू शकलेली नाहीत. दरवर्षी ६० टक्के लोक या जीवनशैली संबंधित आजारांनी जगभरात पीडित होतात आणि दीड कोटी लोक मृत्युमुखी पडतात. आपण फक्त भारतातील आकडेवारी पाहिली तरी या प्रश्नाचे गांभीर्य आपल्या लक्षात येईल.

- भारतात आज पाच कोटी रुग्ण हृदयविकाराने ग्रस्त आहेत. हृदयविकाराने पीडित रुग्णांच्या संख्येत भारताचा जगात पहिला क्रमांक आहे. ज्या प्रमाणात आपल्या देशात या आजाराचे प्रमाण वाढत चालले आहे, त्यावरून नजीकच्या भविष्यकाळात जगात सर्वात जास्त हृदयरोगाने ग्रस्त रुग्णांची संख्या भारतात असेल हे नक्कीच.
- आजमितीला २० टक्के भारतीय हृदयविकाराने दगावतात, पण २०२० पर्यंत हे प्रमाण ३३ टक्क्यांपर्यंत जाईल.
- हृदयविकार आणि मधुमेह होण्याच्या सर्वसाधारण वयाचा विचार केला, तर पाश्चिमात्य देशांपेक्षा भारतीयांना तो १०-१५ वर्षे आधी होतो. म्हणजे भारतीय तरुणात या आजारांचे प्रमाण खूपच वाढत चालले आहे. सुपरफास्ट लाइफस्टाइलच्या मोहजालात आणि संगणकाच्या मायाजालात गुंतलेल्या तरुणाईचा विचार केला तर भविष्यात हा आकडा वाढत जाईल हे निश्चितच.

- भारताला आज जगातल्या मधुमेही रुग्णांची राजधानी मानले जाते. इंटरनॅशनल डायबेटीस फेडरेशनच्या आकडेवारीनुसार, जगातील सर्वात जास्त म्हणजे तब्बल सव्वा पाच कोटी मधुमेही रुग्ण हे भारतात आहेत.
- मधुमेह, हृदयविकार, उच्च रक्तदाब हे आता फक्त शहरी लोकांचे आजार राहिलेले नाहीत. ग्रामीण भागातील जीवनशैलीदेखील आज वेगाने बदलत चालली असल्यामुळे, रुग्णांप्रमाणे ग्रामीण भागातील रुग्णांची संख्याही तितक्याच प्रमाणात वाढत चालली आहे.
- जागतिक आरोग्य संघटना आणि जागतिक आर्थिक मंच (वर्ल्ड इकॉनॉमिक फोरम) यांच्या अनुमानानुसार या रुग्णांच्या आजारपणामुळे २०१५ मध्ये भारताच्या आर्थिक व्यवहारात २३६.६ अब्ज डॉलर्सची खोट आली.

जीवनशैलीतील दोष

शास्त्राच्या प्रगतीमुळे आज अनेक गोष्टी सुखकर झाल्या आहेत. स्वयंचलित वाहने, सर्वच गोष्टीमधील संगणकीकरण, प्रत्येक गोष्टीत शारीरिक कष्ट कमी कसे होतील याकडे लक्ष देऊन निर्मिली गेलेली साधने यामुळे जीवन सोयीचे झाले. या सर्व भौतिक सुधारणांचा परिणाम म्हणून तयार झालेल्या आजच्या जीवनशैलीतील चांगल्या गोष्टींबाबत सातत्याने सर्वत्र बोलले आणि लिहिले जाते. पण त्यातील काही दोषांमुळे आरोग्यावर मात्र दुष्परिणाम होत गेले आहेत.

- **आहार :** स्निग्ध पदार्थ आणि तेले यांचा अवाजवी वापर करून तयार होणारी फास्टफूड्स, अती शर्करायुक्त शीत पेये, अतिरिक्त कॅफीनयुक्त कॉफी, चहा, कोला पेये, नैसर्गिक फळांचा स्वाद देणारी पण रसायनांनी भरपूर असलेली कृत्रिम डबाबंद खाद्ये आणि पेये अशा अनेक गोष्टी आरोग्याला अनेक प्रकारे घातक ठरत आहेत.
- **व्यसने :** तंबाखू, धूम्रपान, गुटखा, हुक्का यांचे वाढते प्रमाण आणि मद्यपानाला मिळालेला मानाचा दर्जा हे या जीवनशैलीचे एक वैशिष्ट्ये मानले जाते आहे. साहजिकच यांचा आरोग्यावर होणारा विघातक परिणाम मोठ्या प्रमाणात जीवनशैलीतील दोषांना कारणीभूत ठरतो.
- **सूर्यप्रकाशाचा अभाव :** शहरात आणि मध्यम वस्तींच्या गावात, सर्वत्र वाढणाऱ्या इमारतींच्या मजल्यांची संख्या जसजशी वाढत गेली, तसतसा घरात येणारा सूर्यप्रकाश कमी होत गेला. त्यात पुन्हा घरांच्या खिडक्या बंद ठेवणे आणि विनाखिडकीची एसी ऑफिसेस वापरणे हे उच्चभ्रू जीवनाचे मानक समजले जात असल्याने सूर्यप्रकाशाचा स्पर्श मनुष्यांच्या शरीराला क्वचितच होऊ लागला आहे. शिवाय कामाला जाता-येताना बंद खिडक्यांच्या गाड्या वापरणाऱ्यांना मोकळ्या रस्त्यावरील सूर्यप्रकाशही मिळणे दुर्लभ होत आहे. अशा वेळेस 'ड' जीवनसत्त्वाचा अभाव आणि त्यातून निर्माण होणारी हाडांची दुखणी वाढत चालली तर आश्चर्य मानायचे कारण नाही.
- **बैठे जीवन :** आज बहुसंख्य लोक कामाच्या एका जागी तासन् तास बसून असतात. त्यांचा घरून येण्याजाण्याचा किंवा कामानिमित्त होणारा प्रवास हा दुचाकी-तिचाकी किंवा चारचाकीमधून होतो. घरगुती गोष्टींची खरेदी करायला, रोजचा बाजारहाट करायला वाहनेच वापरली जातात. घरी, ऑफिसात वरचे मजले चढाउतरायला लिफ्ट असते. घरकामासाठी व्हॅक्युम क्लीनर, वॉशिंग मशीन अशी यंत्रे आणि रोजच्या स्वयंपाकासाठी तयार गोष्टी वापरल्या जातात. घरी गेल्यावरही टीव्हीसमोर दोन-चार तास घालवल्याशिवाय रोजच्या कामाचा शीण जाताच नाही. या बैठ्या जीवनशैलीमुळे शरीराची हालचाल आणि नैसर्गिक कष्ट मर्यादित झाले आणि या आजारांना मोकळे रानच मिळाले.
- **बसण्याच्या पद्धती :** आजच्या जीवनात टेबलखुर्चीवर बसता शरीराची ढब नीट सांभाळली जात नाही. कामाला बसताना लोक वेडेवाकडे बसतात, विद्यार्थी शाळेत किंवा घरात बसताना अयोग्य पवित्र्यात बसतात. मान मोडून वारेमाप काम किंवा खूप अंतराचे ड्रायव्हिंग अनेकांना करावे लागते. त्यामुळे मानेचे, कमरेचे आणि सांध्यांचे अनेक विकार वाढीला लागले आहेत.

- **अनियमितपणा :** सकाळी उठणे, रात्री झोपणे याच्या वेळा खूपच बदलत चालल्या आहेत. शिवाय वेळ न मिळाल्यामुळे सकाळची न्याहारी न करणे, दुपारचे जेवण खूप उशिरा करणे, रात्री अतिप्रमाणात खाणे अशा गोष्टी सर्रास होत असतात. आज माणसांच्या जीवनाच्या घड्याळाचे काटे कुठलीच शिस्त पाळत नाहीत, मग आरोग्य तरी ती शिस्त का सांभाळेल?
- **व्यावसायिक धोके :** अनेक कारखान्यातील उष्णता, ऑफिसेसमधील अतिशीत वातानुकूलित यंत्रे, रस्त्यावरील वाहनांचा, लोकांचा, यंत्रांचा सार्वजनिक कार्यक्रमांचा गोंगाट, धुराने होणारे वायुप्रदूषण, वाढता केरकचरा या साऱ्या गोष्टी आरोग्यावर दीर्घकालीन विपरीत परिणाम घडवून आणत आहेत.

जीवनशैलीचे आजार

आजच्या रंगरंगील्या जीवनशैलीमुळे निर्माण होणाऱ्या आजारांमध्ये काही मुख्य आजारांचा परामर्श घेणे आवश्यक आहे.

- **स्थूलत्व :** आधुनिक पद्धतीचा आहार, त्याचा प्रमाणबाह्य अतिरेक आणि वयाच्या सर्व टप्प्यात आढळून येणारा शारीरिक व्यायामाचा अभाव याची परिणती अखेर बेसुमार वजनवाढीत होते आहे. आज भारताच्या 'नॅशनल फॅमिली हेल्थ सर्वे' किंवा राष्ट्रीय कौटुंबिक आरोग्य सर्वेक्षणाच्या आकडेवारीनुसार आज भारतात १५.५ कोटी स्थूल व्यक्ती असून, अशा जाडजूड व्यक्तींच्या एकूण संख्येबाबत भारताचा जगात दुसरा क्रमांक लागतो. त्यात दुर्दैवाची बाब अशी की दरवर्षी यात ३३ टक्क्यांनी वाढ होत आहे.स्थूलपणा हा मधुमेह, उच्च रक्तदाब, हृदयविकार, श्वसनविकार या दुर्धर आजारांचा पाया आहे हे लक्षात घ्यायला हवे.
- **टाईप २ मधुमेह :** आपल्या प्रत्येकाच्या शरीरात इन्सुलिन हे नैसर्गिक संप्रेरक स्वादुपिंडामधून स्त्रवत असते. शरीरातील अतिरिक्त शर्करेचे नियंत्रण करणे हे त्याचे कार्य असते. अन्नपचनानंतर रक्तातील साखरेचे प्रमाण वाढले की इन्सुलिन त्याचे रूपांतर ग्लायकोजेनमध्ये करून ते यकृतात साठवून ठेवते. बेसुमार वजनवाढीमुळे या इन्सुलिनला प्रतिरोध निर्माण होतो आणि त्याचे कार्य मंदावते. साहजिकच त्यामुळे रक्तातील साखरेचे प्रमाण वाढू लागते. याला 'टाईप २ मधुमेह' म्हणतात.

  जागतिक मधुमेह संघातर्फे (इंटरनॅशनल डायबेटीस फेडरेशन) जाहीर झालेल्या आकडेवारीनुसार भारतात

सुमारे ४ कोटी मधुमेही रुग्ण आहेत आणि त्यांच्या संख्येत वर्षागणिक वाढच होते आहे.

- **आर्टिरिओस्क्लेरोसिस :** रक्तातील चरबीचे प्रमाण वाढून रक्तवाहिन्यांच्या अंतर्गत भागात ते जमा होत जाते. हळूहळू रक्तवाहिन्या कडक होतात आणि त्यांचा अंतर्गत व्यास छोटा होत जातो. त्यामुळे उच्च रक्तदाब, रक्ताभिसरणाचे दोष, हृदयाला रक्तपुरवठा कमी होऊन छातीत सतत दुखणे (अंजायना), हृदयविकाराचा झटका येणे असे आजार निर्माण होतात. आज भारतात ३४ ते ६४ वयोगटातील ३५ ते ४० टक्के मृत्यू या कारणामुळे होतात.
- **उच्च रक्तदाब :** स्थूलत्व, आहारात आणि फास्टफूडमध्ये असलेले मिठाचे अतिरिक्त प्रमाण, आधुनिक जीवनशैलीतील कमालीचे ताणतणाव, व्यायामाचा अभाव यामुळे भारतात उच्च रक्तदाबाने पीडित असलेले १० कोटी रुग्ण आहेत. याबाबतीत अनुवंशिकता हासुद्धा एक महत्वाचा मुद्दा आहे.
- **पक्षाघात :** रक्तातील कोलेस्टेरॉलचे प्रमाण वाढल्याने, उच्च रक्तदाब झाल्याने मेंदूचा रक्त पुरवठा कमी होऊन किंवा रक्तवाहिनीला इजा होते आणि मेंदूत रक्तस्राव होऊन पक्षाघाताचा झटका येतो. आजमितीला वयाची चाळिशी पूर्ण होण्याआधी पक्षाघाताचा झटका येऊन अर्धांगवायू होणारे १० ते १५ टक्के रुग्ण भारतामध्ये आहेत.
- **लिव्हर सिऱ्हॉसिस :** या आजारात यकृताचे कार्य कमी होत जाते, कावीळ होते, रक्ताच्या उलट्या होतात, पोटात पाणी होऊन पोट कमालीचे फुगते. अतिरिक्त मद्यपान, हिपॅटायटीस बी यामुळे होणाऱ्या या आजाराने दरवर्षी जगभरात ३,३६,००० रुग्ण दगावतात.

हृदयविकार

चुकीचा आहार आणि व्यसने या जीवनशैलीतील दोषांमुळे अनेक प्रकारचे हृदयाचे विकार आज मोठ्या प्रमाणात दृष्टोत्पत्तीस पडतात. हृदयाला कमी रक्तपुरवठा होणे (इस्किमिया), हृदयाचे कार्य कमी होणे (हार्ट फेल्युअर), हृदयाचे ठोके अनियमित पडणे (अरिद्मिया), हृदयाच्या रक्तवाहिन्यांत गुठळ्या निर्माण होणे, हृदयाच्या स्नायूंच्या कार्यात दोष निर्माण होणे वगैरे दोष निर्माण होतात. भारतात सुमारे ५ कोटी रुग्ण हृदयविकारग्रस्त आहेत.

कर्णदोष

कधी मोबाईलवर बोलण्यासाठी तर कधी त्यावरील संगीत ऐकण्यासाठी घरात असो किंवा रस्त्यावर, कानात इअर फोन घालून हिंडणारे तरुण-तरुणी आज मोठ्या प्रमाणावर आढळतात. या वेळी हे संगीत उच्च पट्टीत ऐकणे हीदेखील एक अत्यावश्यक गोष्ट समजली जाते. कानातला इअरफोन हे आजच्या तरुणांच्या जीवनशैलीचे एक अविभाज्य अंग होऊन बसले आहे. या सवयीमुळे कानाचा बाह्य भाग, बाह्य कानाचा बोगदा आणि कानाचा पडदा यांना सूज येते. कानांना जंतुसंसर्ग होतो आणि बहिरेपणासुद्धा निर्माण होतो. एका भारतीय सर्वेक्षणानुसार साडे बारा टक्के तरुणांच्या श्रवणक्षमतेत यामुळे कायमचा दोष उत्पन्न झालेला आहे. कानात इअरप्लग न घालता सतत पोहणाऱ्या व्यक्तीला जसा त्रास होतो, तशाच प्रकारचा हा विकार असल्यामुळे याला 'स्विमर्स इअर' म्हणतात.

कर्करोग

वाढता तणाव, स्थूलत्व, अनियमित विश्रांती आणि व्यसने या जीवनशैलीतील घटकांमुळे रोगप्रतिकारक शक्ती कमी होऊ लागली आहे. याचा परिणाम म्हणून कर्करोगाचे प्रमाण वाढू लागले आहे.

स्थूलपणा आणि कर्करोग याची सांगड निश्चित मानली जाते. जगभरात झालेल्या अनेक सर्वेक्षणातून आणि

जीवनशैलीतील प्रमुख दोष

मलेरिया, व्हायरल फीवर, टायफॉईड असे आजार जंतुसंसर्गातून होतात, त्यामुळे यांना संसर्गजन्य आजार (कम्युनिकेबल डिसीजेस) म्हणतात. मात्र जीवनशैलीचे आजार एका व्यक्तीपासून दुसऱ्या व्यक्तीला कुठल्याही संपर्काशिवाय होतात. त्यामुळे त्यांना असंसर्गजन्य आजार (नॉन-कम्युनिकेबल डिसीजेस) म्हणतात.

मधुमेह, उच्च रक्तदाब, स्थूलत्व, हृदयविकाराचा झटका, पक्षाघात, हाडांचा ठिसूळपणा आणि काही कर्करोग असे अनेक आजार आजमितीला चुकीच्या जीवनशैलीतून निर्माण होणारे असंसर्गजन्य आजार म्हणून गणले जातात. जागतिक आकडेवारीनुसार, दरवर्षी ३० ते ६९ वर्षे वयाच्या व्यक्तींमध्ये सुमारे १ अब्ज ४५ कोटी लोक जीवनशैलीच्या आजारांनी अकाली मृत्युमुखी पडतात.

हे आजार निर्माण व्हायला आजच्या जीवनशैलीतील काही प्रमुख दोष कारणीभूत आहेत.

- ✓ व्यायामाचा पूर्ण अभाव. शारीरिक कष्टांचा आणि साध्या सोप्या दैनंदिन हालचालींचा अभाव
- ✓ दिवसाचा जास्तीत जास्त वेळ बैठ्या कामात व्यतीत करणे
- ✓ आहारातील असमतोल-चरबीयुक्त पदार्थ तसेच शर्करा यांचे अतिरेकी प्रमाण असलेल्या गोष्टींनी युक्त आहार. उदा. फास्टफूड, जंकफूड, शीतपेये, केक्स, चॉकोलेट, मांसाहार यांचे प्रमाण भरपूर असणे.
- ✓ फळे, भाजीपाला यांचा अत्यल्प वापर
- ✓ प्रीझर्व्हेटिव्हयुक्त अन्न आणि पेये यांचे नित्य सेवन
- ✓ अतिरिक्त मद्यपान
- ✓ योग्य वेळी योग्य प्रमाणात झोप आणि विश्रांती टाळणे. रात्रीची जागरणे
- ✓ अतिरिक्त प्रमाणात वाढलेला व्यावसायिक, आर्थिक, प्रापंचिक ताणतणाव

या दोषांमुळे जीवनशैलीतून निर्माण होणारे प्रमुख आजार आणि त्यांच्याबद्दल थोडीफार जाणीव आज सर्वांना असायलाच पाहिजे.

त्यामधून झालेल्या विश्लेषणात्मक संशोधनातून याबाबतचे पुरावे स्पष्ट झाले आहेत. मात्र लठ्ठ व्यक्तींमध्ये असलेले इतर दोषसुद्धा या कर्करोगाना कारणीभूत असू शकतात. स्थूलत्वामुळे ज्या कर्करोगांना आमंत्रण मिळते, त्यात प्रामुख्याने...

- **एंडोमेट्रियल कर्करोग** : गर्भाशयाच्या आतील बाजूस जे अस्तर असते, त्याला एंडोमेट्रियम म्हणतात. सर्वसामान्यपणे नॉर्मल वजन असलेल्या महिलांपेक्षा वाढीव वजन तसेच स्थूलत्व असलेल्या स्त्रियात हा कर्करोग दुप्पट किंवा चौपटीने जास्त आढळतो. अतिस्थूल स्त्रियात हा सातपटीने अधिक सापडतो. ज्या स्त्रियात वाढत्या वयासोबत, जीवनशैलीतील दोषांमुळे शारीरिक वजन जास्त प्रमाणात वाढत जाते, त्यांना हा जास्त करून होतो असेही आढळून आले आहे.
- **अन्ननलिकेचा कर्करोग** : वाढीव वजन किंवा स्थूल व्यक्तींमध्ये तुलनात्मकदृष्ट्या हा कर्करोग दुपटीने जास्त प्रमाणात तर अतिस्थूल व्यक्तींमध्ये चौपट प्रमाणात दिसून येतो.
- **जठराच्या तोंडाचा कर्करोग** : अन्ननलिका आणि जठर जेथे मिळतात, त्या भागाचा कर्करोग स्थूल व्यक्तींमध्ये दुपटीने जास्त असतो.
- **यकृताचा कर्करोग** : स्थूल व्यक्तींमध्ये तर जास्त असतोच, पण स्थूल पुरुषांना स्त्रियांपेक्षा अधिक

प्रमाणात होतो.

- **मूत्रपिंडे :** मूत्रपिंडांच्या पेशींचा कर्करोग स्थूल व्यक्तींमध्ये जास्त असतोच. पण एरवी उच्च रक्तदाब असलेल्या व्यक्तींना हा कर्करोग मोठ्या प्रमाणात झालेला आढळतो. मात्र स्थूल व्यक्तींमध्ये रक्तदाब नॉर्मल असला तरी कर्करोग होऊ शकतो.
- **मल्टिपल मायलोमा:** स्थूल व्यक्तींना हा आजार होण्याची शक्यता १० ते २० टक्के जास्त असते.
- **मेनिन्जिओमा :** मेंदूच्या भोवताली जी तीन आवरणे असतात, त्यांना होणारा कर्करोग म्हणजे मेनिन्जिओमा. वाढीव वजन असल्यास याचे प्रमाण २० टक्के असते, तर स्थूल व्यक्तींमध्ये ५० टक्क्यांनी याचे प्रमाण जास्त आढळते.
- **स्वादुपिंडाचा कर्करोग :** ज्यांचा बीएमआय २५ पेक्षा कमी असतो, अशा व्यक्तींपेक्षा स्थूल व्यक्तींमध्ये याचे प्रमाण दीडपट अधिक असते.
- **आतड्यांचा आणि गुदद्वाराचा कर्करोग :** डेन्मार्कमधील 'इन्स्टिटयूट ऑफ कॅन्सर एपिडिमिऑलॉजी'मधील डॉ. ॲन जॉनलँड यांच्या वैद्यकीय संशोधनातून असे सिद्ध करण्यात आले आहे की, गुदाशयाचा कर्करोग हा जीवनशैलीतील दोषांमधून निर्माण होणाऱ्या स्थूलत्वामुळे होतो.
- **पित्ताशयाच्या पिशवीचा (गॉलब्लॅडर) कर्करोग :** हा आजार स्त्रियांमध्ये पुरुषांपेक्षा जास्त आढळतो. वाढीव वजनाच्या स्त्रियात २० टक्क्यांनी तर स्थूलत्व असलेल्यात ६० टक्क्यांनी याचे प्रमाण जास्त असते.
- **स्तनांचा कर्करोग :** रजोनिवृत्ती झालेल्या स्त्रियात २५ पेक्षा कमी बीएमआय असलेल्या म्हणजे नॉर्मल वजनाच्या स्त्रियांच्या तुलनेत बीएमआय २५ ते ३० असल्यास १२ टक्के, तो ३० ते ४० असल्यास २० टक्के आणि ४० च्या पुढे असल्यास ४० टक्क्यांनी जास्त आढळते. ज्या स्त्रियांनी पाळी गेल्यानंतर संप्रेरकांची (हार्मोन्स) औषधे घेतली नसली, तरी त्यांच्यात हे प्रमाण जास्त आढळते.
    - मात्र आश्चर्याची गोष्ट अशी की पाळी न गेलेल्या तरुण स्त्रियांमध्ये, वजन जास्त असल्यास, स्तनातील कर्करोगाचे प्रमाण २० टक्क्यांनी कमी आढळते.
    - स्थूल आणि अतिस्थूल पुरुषांमध्येदेखील स्तनाच्या कर्करोगाचे प्रमाण नॉर्मल वजनाच्या पुरुषांपेक्षा जास्त असते.
- **बीजांडकोषाचा कर्करोग :** स्थूल स्त्रियांमध्ये २५च्या पुढे असलेल्या बीएमआयनुसार दर ५ आकड्यांमागे बीजांडकोषाचा कर्करोग होण्याची शक्यता १० टक्क्यांनी वाढते. पाळी नियमित येण्यासाठी हार्मोन्सचे उपचार न घेतलेल्या स्त्रियांमध्येसुद्धा याचे प्रमाण तितकेच जास्त राहते.

जीवनशैलीतील आवश्यक पाच बदल

अनेक संशोधनामध्ये असे दाखवून देण्यात आले आहे की वाढती वजनवाढ रोखली आणि स्थूलत्व टाळले तर जीवनशैलीमुळे निर्माण होणाऱ्या बहुसंख्य आजारांना नियंत्रित करता येते. जीवनशैलीचे हे गंभीर आजार टाळायचे असतील, तर आपल्या रोजच्या जीवनशैलीत खालील पाच बदल अवश्य आणावेत.

१. **स्थूलत्व टाळणे :** आपले वजन आणि उंची यांनुसार आदर्श वजन राखून, आपल्या शरीराची मापे म्हणजे, पोट आणि कंबर यांच्यातले तुलनात्मक प्रमाण योग्य राखावे.

२. **नियमित शारीरिक व्यायाम :** बैठी जीवनशैली टाळणे. उदा. छोट्या मोठ्या कामांसाठी शरीराची हालचाल करणे. म्हणजे जवळच्या अंतरावर वाहनाने जाण्याऐवजी चालत जाणे, लिफ्टऐवजी जिना वापरणे इत्यादी.

३. **आहारातील बदल :** 'रेड मीट' म्हणजे प्राण्यांचे मांस आणि त्यापासून बनणारे पदार्थ. तसेच कोंबडीच्या तंगडीचे मांस या पदार्थांचे सेवन टाळणे.

४. **धूम्रपान :** धूम्रपानामुळे फुफ्फुसाचा कर्करोग होतो, हे सर्वश्रुत आहेच. ते टाळल्याने गुदाशयाचा कर्करोगसुद्धा होण्याची शक्यता कमी होते.

५. **मद्यपान :** मद्यपानाचे प्रमाण कमी करणे. पाश्चात्त्य देशात, मद्यपान विशेषतः वाईन घेणे रूढीपरंपरागत असते. मद्यार्क असलेल्या पेयांचे सेवन दैनंदिन जीवनात खूप मर्यादित ठेवल्यास कर्करोग होण्याची शक्यता कमी असते.

- **थायरॉईडचा कर्करोग :** शरीराच्या वजनाच्या प्रमाणात या कर्करोगाची शक्यतादेखील जास्त आढळते. याशिवाय धूम्रपानाने होणारा फुफ्फुसाचा आणि घशाचा कर्करोग, तंबाखू आणि गुटख्याने होणारा तोंडाचा कर्करोग यांच्याकडेही दुर्लक्ष करून चालणार नाही.

स्त्री-पुरुषांमधील बदलत्या लैंगिक संबंधांमुळे एचपीव्ही विषाणूचा संसर्ग होण्याचे प्रमाण वाढते आहे. त्यामुळे स्त्रियात गर्भाशयाच्या मुखाचा आणि पुरुषात गुदद्वाराचा कर्करोग होण्याचे प्रमाण वाढते आहे.

- **सीओपीडी :** वाढते प्रदूषण, धूम्रपान, व्यायामाचा अभाव, नव्या जीवनशैलीतील इमारतीत हवा खेळती नसणे या कारणांमुळे सतत खोकला येणे आणि फुफ्फुसाची क्षमता नष्ट होणे हे प्रकार घडतात. या आजाराला सीओपीडी (क्रॉनिक ऑबस्ट्रक्टिव्ह पल्मनरी डिसीज) म्हणतात. अशा व्यक्तीमध्ये सतत जंतुसंसर्ग होऊन खूप दम लागणे, श्वासातून पुरेसा प्राणवायू न मिळणे, सतत खोकला येऊन जास्त प्रमाणात कफ पडणे हे त्रास दिसतात. भारतात साधारणपणे दरवर्षी ४५ लक्ष रुग्ण या आजाराने पीडित होत आहेत. या व्यक्तींना वरचेवर इस्पितळात भरती व्हावे लागते.
- **मूत्रपिंडाचे आजार :** उच्च रक्तदाब आणि मधुमेह या आजारांचे प्रमाण भारतात कमालीचे वाढत आहेत. हे आजार पूर्णपणे आणि सातत्याने नियंत्रित ठेवण्याच्या दृष्टीने मात्र अजूनही रुग्णांची हेळसांड होत आहे. या आजारांकडे दुर्लक्ष केल्यामुळे आज मूत्रपिंडे अकार्यक्षम होण्याचे (किडनी फेल्युअर) प्रमाण खूपच वाढलेले आढळते. या रुग्णांना लागणारी डायलिसिसची यंत्रे आज तुटपुंजी पडू लागली आहेत.
- **वंध्यत्व :** आजच्या जीवनशैलीत मुलामुलींच्या आयुष्यातील अनेक वर्षे शिक्षणात आणि त्यानंतर व्यवसाय-नोकरीत स्थिरता मिळवण्यात जातात. त्यामुळे लग्नाचे वय वाढले आहे. मुलींच्या बाबतीत उशिरा होणारी लग्ने

आणि स्थूलत्व यांमुळे येणाऱ्या वंध्यत्वाचे प्रमाण अपरिमित वाढले आहे. मुलींमध्ये पीसीओडी या विकाराचे प्रमाण जास्त दिसून येऊ लागले आहे.

जेंव्हा मूत्रपिंडे पूर्ण निकामी होतात, तेंव्हा त्यांचे प्रत्यारोपण करणे गरजेचे असते. काही गुन्हेगारी घटना घडल्यामुळे याविषयी कडक कायदे केले गेले. त्यामुळे मूत्रपिंडांच्या अवयवदानाबाबत एके काळी खूप बंधने आली होती. मात्र आजही जिवंत किंवा मृत व्यक्तीचे मूत्रपिंडारोपण करावयाचे झाल्यास दात्या व्यक्तींची चणचण भासते.

‘मेटाबोलिक सिंड्रोम’

एकविसाव्या शतकाच्या पूर्वार्धात जागतिक महासत्ता होण्याच्या दृष्टीने आपल्या देशाची वाटचाल सुरू आहे. अधिकाधिक आधुनिक आणि ‘स्मार्ट जीवनशैली’ अंगीकारून आपल्या देशाला जगात एका उच्च स्थानावर नेण्याची भारतीय नेतृत्त्वाची जिद्द आहे. पण या स्थानावर पोहोचताना आरोग्याबाबत पीछेहाट होते आहे. या आधुनिक जीवनशैलीतून निर्माण झालेला ‘मेटाबोलिक सिंड्रोम’ ही भारतीयांची सर्वात मोठी आरोग्यसमस्या होऊन बसली आहे.

आज भारतातील कुठल्याही डॉक्टरांच्या दवाखान्यात येणाऱ्या रुग्णांमध्ये येणाऱ्या ३५ टक्के रुग्णांचे आजार हे जीवनशैलीशी निगडित असलेल्या याच मेटाबोलिक सिंड्रोममधून उद्भवलेले असतात. इस्पितळात दाखल होऊन उपचार घेणाऱ्या रुग्णात तर हे प्रमाण ४० टक्क्यांहून जास्त भरू लागले आहे.

मेटाबोलिक सिंड्रोम म्हणजे काय?

आधुनिक जीवनशैलीत आरोग्याची मूलतत्त्वे पाळायला आज कुणालाही वेळ नाही. पण त्यातून अनेक शारीरिक दोष निर्माण होतात. यामध्ये काही दोष बहुसंख्य लोकांमध्ये आढळतात. मोठ्या प्रमाणात आढळणाऱ्या या दोषांच्या समुच्चयाला ‘मेटाबोलिक सिंड्रोम’ किंवा ‘सिंड्रोम एक्स’ म्हणतात. या दोषात...

१. **उच्च रक्तदाब :** या व्यक्तींमध्ये रक्तदाबाची पातळी १३५/९० मि.मी. किंवा त्यापेक्षा जास्त असते.

२. **उच्च रक्तशर्करा :** रक्तातील साखरेची पातळी उपाशीपोटी १०० मिलिग्रॅमपेक्षा जास्त असते.

३. **अधिक ट्रायग्लिसेराईड :** रक्तातील ट्रायग्लिसेराईड या मेदाची पातळी १५० मिलिग्रॅमपेक्षा जास्त असते.

४. **कमी एच.डी.एल. :** ‘गुड कोलेस्टेरॉल’ म्हणून ओळखल्या जाणाऱ्या हाय डेन्सिटी लिपीड्सची पातळी पुरुषांमध्ये ४० मिलिग्रॅम किंवा त्यापेक्षा कमी आणि स्त्रियांमध्ये ४५ मिलिग्रॅम किंवा त्यापेक्षा कमी असते.

५. **कंबरेचा घेर :** पुरुषांमध्ये ९० सेंमी आणि स्त्रियांत ८० सेंमी किंवा त्यापेक्षा जास्त असतो. या व्यक्तींमध्ये कंबरेच्या घेरापेक्षा बेंबीपाशी मोजलेला पोटाचा घेर जास्त भरतो. स्त्रियांमध्ये नितंबांचा घेर कंबरेपेक्षा अधिक भरतो.

६. **वजन :** वजनाचा मुद्दा बी.एम.आय.मापून ठरवला जातो. बी.एम.आय. म्हणजे किलोग्रॅममधील वजनाच्या आकौंला मीटरमधील उंचीच्या आकौंचा वर्ग करून भागले की जो भागाकार येतो ती संख्या.

बी.एम.आय.= वजन (किलोग्रॅम) / उंचीचा वर्ग (मीटर)

या फॉर्म्युल्यानुसार बी.एम.आय. जर २५ असेल तर निरोगी, पण २५ ते ३० साधारण वजनवाढ समजली जाते. मात्र बीएमआय ३० पेक्षा जास्त असेल तर ते मेटाबोलिक सिंड्रोमचे एक लक्षण समजले जाते.

मेटाबोलिक सिंड्रोमची कारणे

मेटाबोलिक सिंड्रोमचे मूलभूत कारण म्हणजे आजची स्वैर जीवनशैली. यामध्ये-

- **आहार :** आजच्या जीवनशैलीत खाण्यापिण्यात येणारी अतिरिक्त साखर आणि तैलयुक्त पदार्थांची रेलचेल

यामुळे वजनवाढ होते. नियमितपणे घेतली जाणारी कोला ड्रिंक्स, शीतपेये, मिठाई, केक्स, बिस्किटे, प्रक्रिया केलेले फळांचे रस यात साखरेचे प्रमाण भरपूर असते. पिझ्झा, बर्गर, वडे, सामोसे, चिवडा, फरसाण, चिप्स, वेफर्स आणि अनेक शाकाहारी आणि मांसाहारी खाद्यपदार्थांमध्ये स्निग्ध पदार्थांचे प्रमाण कमालीचे जास्त असते.

यामुळे कंबरेभोवती आणि पोटावर चरबीचे थर निर्माण होतात. वजन खूप वाढते. त्यामुळे शरीरातील इन्सुलिनला प्रतिरोध निर्माण होऊन रक्तातील शर्करा वाढते. त्याचबरोबर ट्राय-ग्लिसेराईड वाढतात.

धावपळीच्या जीवनात जेवणाच्या वेळा पाळल्या जात नाहीत. त्यामुळे सकाळी नाश्ता न करता, फक्त चहा-बिस्किटे घेतली जातात. दुपारी वेळेवर जेवण होत नाही आणि रात्री मात्र पोटाला तडस लागेपर्यंत मनसोक्त तेलयुक्त आणि गोडाचे जेवण केले जाते. यामुळे पुन्हा पोटावरची चरबी आणि वजन वाढून रक्तशर्करा आणि ट्राय-ग्लिसेराईड वाढत जातात.

- **बैठी जीवनशैली :** सर्व कामे दिवसभर खुर्चीवर बसून करायची, जिन्यांऐवजी लिफ्ट, यायला जायला दुचाकी किंवा चारचाकी गाड्या यामुळे शरीराची हालचाल एकंदरीत कमी होऊन मेद वाढू लागतो.
- **व्यायाम :** सकाळपासून रात्रीपर्यंत काम करणाऱ्या आजच्या पिढीला नियमितपणे कुठलाही व्यायाम करण्याची सवय उरलेली नाही. त्यामुळे पोट सुटणे, वजन वाढणे आणि इतर दोष निर्माण होतात. याच कारणामुळे एच.डी. एल. कमी राहते आणि मेटाबोलिक सिंड्रोमची लक्षणे निर्माण होतात.
- **व्यसने :** धूम्रपान, तंबाखुजन्य पदार्थांचे सेवन, अतिरिक्त मद्यपान यामुळे एच.डी.एल. कमी राहते.

आरोग्याबाबत धोके

मेटाबोलिक सिंड्रोमची लक्षणे असलेल्या व्यक्तींमध्ये आरोग्याबाबत अत्यंत गंभीर आणि चिंताजनक धोके उद्भवतात. यामध्ये :

- उच्च रक्तदाब होणे.
- रक्तवाहिन्यांमध्ये कोलेस्टेरॉलचे थर निर्माण होणे.
- रक्तातील साखर वाढत जाऊन टाईप-२ चा मधुमेह होणे.
- हृदयविकाराचा झटका येणे
- लकवा किंवा अर्धांगवायू होणे
- सततचा खोकला किंवा सीओपीडी सारखे फुफ्फुसाचे आजार होणे
- मूत्रपिंडे निकामी होणे
- नॉन अल्कोहोलिक फॅटी लिव्हर हा यकृताचा गंभीर आजार
- स्त्रियांमध्ये पी.सी.ओ.डी. सारखे आजार होऊन पाळी नियमित न येणे, वंध्यत्व निर्माण होणे
- स्त्रियांमध्ये स्तनाचा तर पुरुषांमध्ये मोठ्या आतडयाचा कर्करोग होणे; तसेच मुखाचा किंवा जिभेचा कर्करोग उद्भवणे
- गर्भवती स्त्रियांना मधुमेह किंवा उच्च रक्तदाब उद्भवणे हे त्रास होतात. या आजारांमुळे जंतुसंसर्ग होण्याची शक्यता वाढते आणि गर्भवती मातेचे मृत्यू आणि नवजात अर्भकांचे गंभीर आजार उद्भवतात.
- पुरुषांमध्ये लैंगिक उद्दीपन नष्ट होण्याचा विकार उद्भवतो.
- नैराश्य, चिंता, कामात लक्ष न लागणे, अस्वस्थ वाटत राहणे, सतत थकवा जाणवणे अशासारखे मानसिक

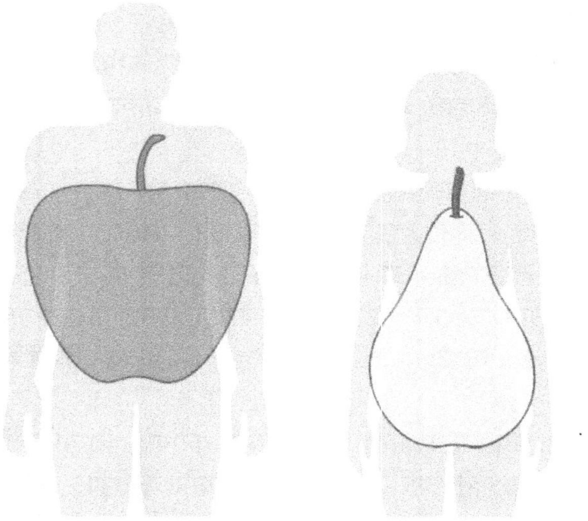

आणि मनोशारीरिक व्याधी उत्पन्न होतात.

गांभीर्य

मेटाबोलिक सिंड्रोममधून उद्भवणाऱ्या आजारांमुळे आज जगातल्या एकूण मृत्यूंपैकी ६३ टक्के मृत्यू होतात. हा भारतीय वंशामध्ये जगात सर्वात जास्त प्रमाणात आढळतो.आजमितीला भारतामध्ये संसर्गजन्य आजारांच्या साथींमध्ये दगावणाऱ्या रुग्णांपेक्षा या असंसर्गजन्य आजारांनी जास्त रुग्ण मृत्युमुखी पडतात. हे प्रमाण आज ५३ टक्क्यांच्या वर गेले आहे.

भारतात एकुणात होणाऱ्या दरवर्षीच्या मृत्यूंमध्ये हृदयविकारानी २४ टक्के, फुफ्फुसाच्या आणि श्वसनाच्या आजारांनी ११ टक्के, कर्करोगाने ८ टक्के आणि मधुमेहाच्या गुंतागुंतीमुळे ४ टक्क्यांपेक्षा जास्त व्यक्ती दगावतात. भारतीयांच्या जीवनशैलीतील प्रगती आणि आरोग्य सतर्कतेमधील अधोगती पाहता, हे प्रमाण दरवर्षी भौमितीय श्रेणीच्या गतीने विस्तारत जाणार यात शंकाच नाही.

निदान

मेटाबोलिक सिंड्रोमच्या निदानासाठी रुग्णाचे वजन, रक्तदाब, कमरेचा घेर, उपाशीपोटी रक्तातील कोलेस्टेरॉल आणि साखरेचे प्रमाण या तपासण्या कराव्या लागतात. यापैकी तीन तपासण्यांमध्ये जर दोष आढळला, तर मेटाबोलिक सिंड्रोमचे निदान केले जाते.

प्रतिबंधात्मक उपाय

'मेटाबोलिक सिंड्रोम'ची लक्षणे निर्माण झाल्यावर त्यातून निष्पन्न होणारे मधुमेह, रक्तदाब, हृदयविकार नियंत्रित ठेवण्यासाठी कायमस्वरूपी आणि आयुष्यभर औषधे घ्यावीच लागतात. पण त्यापासून आपले आरोग्य सांभाळण्यासाठी, मुळात आपण या सिंड्रोमपासून दूर कसे राहता येईल याबाबत दक्षता घेणे गरजेचे आहे. या उपायांमध्ये जीवनशैलीत आमूलाग्र बदल करावेच लागतात.

- **वजन कमी करणे :** याकरिता रोज तीस ते पंचेचाळीस मिनिटे एरोबिक व्यायाम आठवड्यातून निदान

पाच ते सात वेळा करायला हवा. यात सपाटीवर भरभर चालणे, जॉगिंग, धावणे, पोहणे, सायकल चालवणे, ट्रेडमिलवर पळणे असे व्यायाम येतात. वयाच्या विशीपासूनच कमरेचा आणि पोटाचा घेर योग्य राखावा.

- **आहार :** पिष्टमय पदार्थ आणि स्निग्ध पदार्थ मर्यादित स्वरूपात असलेला, पण प्रथिनांचे प्रमाण जास्त असलेला चौरस आहार घ्यावा. आहारात पालेभाज्या, मोड आलेली धान्ये किंवा स्प्राऊट्स, कडधान्ये यांचे प्रमाण यथोचित असावे. आहारामध्ये भाकरी, पोळी, भात जास्त खाण्याऐवजी पालेभाज्या, फळे, प्रथिने याचा जास्त समावेश करावा.
- जाहिराती करून सांगितले जाणारे, ऐकीव माहितीवरून समजलेले 'फॅड डाएट', वजन कमी करण्याची औषधे, टाळावीत.
- फास्ट फूड, चमचमीत पदार्थ, अतिगोड पदार्थ, वडे-भजी, सामोसे असे तळलेले पदार्थ टाळावेत. कोला ड्रिंक्स, शीतपेये, गोड सरबते, बिस्किट्स, केक्स, आईस्क्रीम खाणे टाळावे.
- सकाळी उत्तम न्याहारी करावी, दुपारी मोजकेच खावे, मात्र रात्री अगदी कमी जेवावे.
- स्त्रियांमध्ये प्रसूतिपश्चात वजनवाढ हमखास होते. त्यासाठी प्रसूतिपश्चात सहा आठवडे आवश्यक तेवढेच पौष्टिक अन्न घ्यावे. सारखे झोपून राहणे टाळून दीड महिन्यानंतर व्यायाम सुरू करावेत.
- धूम्रपान, तंबाखूजन्य पदार्थ वर्ज्य करावे.
- अतिरक्तदाब असल्यास वैद्यकीय सल्ल्यानुसार योग्य तो औषधोपचार करावा.
- रक्तातील साखर जास्त असल्यास मधुमेहासाठी आहार-विहार नियंत्रण, व्यायाम आणि औषधोपचार करावे.
- रक्तातील कोलेस्टेरॉल कमी करायला तेल कमी असलेला आहार, व्यायाम याबरोबरच डॉक्टरांच्या सल्ल्याने स्टॅटिन प्रकारची औषधे घ्यावीत. वर्षातून किमान दोनवेळा लिपिड प्रोफाईल ही तपासणी करून रक्तातील कोलेस्टेरॉल, एचडीएल, ट्राय-ग्लिसेराईड्स नियंत्रित आहेत ना, याची खातरजमा करत राहावी.
- रक्तदाब वर्ष-सहा महिन्यांनी तपासून त्यावर नियंत्रण ठेवावे.
- दरवर्षी किमान एकदा सर्वसाधारण तपासणी करून घ्यावी. यात रक्तशर्करा, कोलेस्टेरॉल, इसीजी, छातीचा एक्सरे, यकृताच्या आणि मूत्रपिंडाच्या तपासण्या या समवेत वयाच्या चाळिशीनंतर कर्करोगाच्या तपासण्या करणे गरजेचे आहे. स्त्रियांमध्ये गर्भाशयाच्या मुखाची, स्तनांची तपासणी, तर पुरुषांमध्ये प्रोस्टेट, आतडयाचा कर्करोगांच्या तपासणीकडे लक्ष द्यावे. या तपासण्यात एखादा विकार आढळल्यास त्याकरता डॉक्टरांचा सल्ला घेऊन त्यानुसार तपासण्या आणि इलाज करावेत.

आधुनिक जीवनशैलीतून उत्पन्न होणाऱ्या समस्या जगभरात वाढत आहेत. त्यात लहान मुलांमध्येदेखील लठ्ठपणाचे प्रमाण हाताबाहेर जाताना दिसत आहे. अवेळी जेवण, अयोग्य आहार, शरीराला योग्य प्रमाणात आवश्यक त्या प्रथिनांचा आणि जीवनसत्त्वांचा पुरवठा न होणे, खाण्यात सतत जंकफूड्स येणे, व्यायामाचा पूर्ण अभाव असणे, सातत्याने एकाजागी बसून टीव्ही पाहणे. संगणक आणि मोबाईलवर खेळ खेळणे. मैदानी खेळांकडे दुर्लक्ष करणे, या गोष्टींमुळे मेटाबोलिक सिंड्रोम मोठ्या प्रमाणावर वाढत चालला आहे. लहानपणी अधिक वजन वाढल्यास मोठेपणी टाईप-२ प्रकारचा मधुमेह होण्याचा धोका वाढतो आहे. यासाठी लहान मुले, त्यांचे पालक, तसेच समाजातील सर्व घटकांमधील आरोग्य साक्षरता आणि सजगता वाढवणे नितांत आवश्यक होऊन बसले आहे.

मला काही तरी होतेय, पण का ?

'मला काही तरी होतेय' अशी भावना होणे, सतत गळून गेल्यासारखे वाटणे, वरचेवर सर्दी-खोकला, पोट बिघडणे, आम्लपित्त होणे या तक्रारी आज मोठ्या प्रमाणात उद्भवताना दिसून येतात.

हे त्रास सर्व वयोगटात आढळून येत आहेत. बालवयातील, किशोरावस्थेतील, युवावर्गातील, प्रौढावस्थेतील किंवा वृध्दावस्थेतील स्त्री-पुरुषांना अशी अप्रसन्न आजारपणाची भावना वरचेवर जाणवते. या साऱ्यांना या लक्षणांचा कमालीचा त्रास होतो. काही जणांना हे त्रास पाच-सात दिवस होतात, काहींना तीन-चार आठवडे, तर काही जण महिनोंमहिने अशी लक्षणे त्रस्त करत असतात. पण विशेष म्हणजे यातील बहुतांशी व्यक्तींच्या शारीरिक तपासणीत, ना कुठलाही दोष आढळतो ना त्यांच्या रक्त-लघवीच्या तपासणीत, एक्सरे- सिटीस्कॅनच्या चाचणीत काही संशयास्पद गोष्ट आढळते.

कुठलाही आजार नसताना असे त्रास होण्याचे मुख्य कारण म्हणजे आजची जीवनशैली. आजच्या दैनंदिन आयुष्यात सतत होणारी धावपळ, प्रत्येक कामात आड येणारा कमालीचा ताणतणाव ही आजच्या जीवनपद्धतीची न टाळता येणारी वैशिष्ट्ये आहेत. आणि 'मला कसंतरी होतेय' ही भावना त्यातून निर्माण होते. 'सेंटर ऑफ डिसीजेस' या अमेरिकन आरोग्यखात्याच्या अंतर्गत असलेल्या संस्थेच्या मते, आधुनिक जीवनशैली अनुसरणाऱ्या निम्म्याहून अधिक व्यक्तींना असा कुठला ना कुठला तरी दीर्घकालीन त्रास जाणवत असतोच.

जीवनशैलीतून निर्माण होणाऱ्या या पोकळ आजारांना बरेच कंगोरे आहेत, अनेक विशेष कारणे आहेत.त्यातील प्रमुख कारणे म्हणजे...

- चिंता
- दीर्घकालीन ताणतणाव
- अयोग्य आहार आणि पाणी कमी पिणे
- व्यसने
- व्यायामाचा अभाव

चिंता

चिंता म्हणजे सर्वसामान्य लोकांच्या भाषेत 'टेन्शन.' असे म्हणतात की 'चिता मेलेल्या माणसांना जाळते आणि चिंता जिवंत माणसांना.' कुठलीही चिंता जेंव्हा सतत सतावू लागते, तेंव्हा ती मनाप्रमाणे शरीरालाही व्यापून टाकते.

तसे पाहिले तर, चिंता वाटणे ही सर्वसामान्य गोष्ट असते आणि प्रत्येकालाच रोज एखाददुसऱ्या गोष्टीत ती जाणवतेच. पण जेंव्हा एखाद्या व्यक्तीला चिंता वाटण्याचे प्रमाण खूप वाढते, क्षुल्लक गोष्टींवरून तो चिंताग्रस्त होऊ

लागतो त्याच्या दैनंदिन जीवनावर त्याचा विपरित परिणाम होऊ लागतो, तेंव्हा ती चिंता हे एका आजाराचे स्वरूप धारण करू लागते. अतिप्रमाणात चिंताग्रस्त झाल्याने शरीराची प्रतिकारशक्ती कमकुवत होते आणि सतत आपल्याला काही तरी होतेय, अशी भावना होऊ लागते. त्यांना मळमळते, हात पाय सतत दुखतात, सर्वांगात शक्ती नसल्यागत वाटू लागते. छातीत धडधडू लागते, अकारण घाम येतो, चक्कर येतेय असे वाटत राहते, दम लागतो, हातापायांना सूक्ष्म कंप जाणवतो.

एखाद्याला सातत्याने दररोज कसल्या ना कसल्या तरी चिंतेने ग्रासले जात असेल आणि सहा महिने किंवा त्यापेक्षा जास्त काळ असे होत असेल, तर त्याला 'जनरलाईझ्ड अँक्झायटी डिसॉर्डर' या आजाराने पछाडले आहे असे म्हणावे लागते.

सततच्या चिंतेमुळे काही व्यक्तींना विशिष्ट गोष्टींची कमालीची भीती वाटू लागते. त्या गोष्टी ते टाळू लागतात. त्या विशिष्ट गोष्टी, विशिष्ट परिस्थिती किंवा विशिष्ट व्यक्तींमुळे त्यांचे मन कमालीचे चिंतित होते. त्या गोष्टींचा त्यांच्या मनात भयगंड निर्माण होतो. याला 'फोबिया' म्हणतात.

उपाय

या व्यक्तींच्या उपचारात त्यांच्या जीवनशैलीतील चिंता निर्माण करणारी कारणे शोधून त्यांचे निराकरण करावे लागते. मुख्यत्वे त्यांची फास्ट रुळावरून चाललेली जीवनाच्या गाडीची गती त्यांना स्वतःलाच नियंत्रित करावी लागते. जीवनशैलीतील बदलांबरोबर नातेसंबंधातील दुरावे दूर करणाऱ्या गोष्टींवर लक्ष द्यावे लागते. व्यसने आणि नशील्या पदार्थांच्या सवयी बाजूला साराव्या लागतात. याच बरोबर मनोविकारतज्ज्ञांच्या सल्ल्याने काही औषधोपचार, सल्लामसलत आणि समुपदेशन यावरही भर द्यावा लागतो.

दीर्घकालीन तणाव

आयुष्यात काही कर्तृत्व दाखवायला ताणतणाव असावाच लागतो. मात्र पण खूप ताणलेला रबरबॅण्ड जसा तुटतो, तसा हा तणाव खूप वाढत गेला तर माणसाच्या रोगप्रतिकार शक्तीवर, हृदयावर, मज्जासंस्थेवर आणि हार्मोन्सवर विपरित प्रभाव पाडू शकतो.

या तणावामुळे अजिबात उत्साह नसणे, काहीही करू नये असे वाटणे, सर्वांग ठणकणे, शरीर अवघडून येणे, झोप न लागणे आणि लागलीच तर मध्येच जाग येणे, डोके दुखणे, मळमळणे, पोट बिघडणे, सतत सर्दी-खोकला होणे अशी आजारीपणाची लक्षणे जाणवत राहतात. या व्यक्ती टेलिव्हिजन, मोबाईल आणि संगणकावरील आभासी दुनियेत जास्त रमू लागतात. लोकात मिसळण्याचे आणि कौटुंबिक तसेच सार्वजनिक समारंभ टाळू लागतात.

उपाय

ताणतणावाचा उपचार तणाव नष्ट करणे नसतो, तर त्याला नियंत्रित करण्याचा असतो. यामध्ये जीवनशैली बदलाने गरजेचे ठरते. सतत कामाला वाहून घेण्याऐवजी काही वेळ व्यायामाला, छंदांचा पाठपुरावा करायला, कुटुंबाला, समाजाला आणि प्रामुख्याने स्वतःला द्यावा लागतो.

तणाव नियंत्रित करायला दैनंदिन जीवनातल्या काही गोष्टी विचारात घ्याव्यात...

- रोजच्या जीवनात जे वाद-विवाद होतात, त्यांची मूलभूत करणे शोधून ती दूर करावी.
- रोजच्या वेळेचा एक तास व्यायामाला द्यावा.
- घराबाहेर फिरायला पडावे. सुटी घेऊन भटकंती किंवा प्रवास करावा. अशावेळी आवडत्या रमणीय ठिकाणी

जरूर जावे.

- योग, मेडीटेशन, प्राणायाम, दीर्घ श्वसन यांचा वापर करावा. तज्ञांच्या देखरेखीखाली केलेली 'गायडेड व्हिज्युअलायझेशन' ही शास्त्रीय पद्धतदेखील तणावावर मात करायला उपयुक्त असते.
- वैयक्तिक आयुष्य, व्यवसाय, कौटुंबिक अडचणी, छंद यांचे अस्तित्व वेगळे ठेवावे. त्यात गल्लत करू नये. कामाच्या ठिकाणी कौटुंबिक आयुष्याचा विचार करणे आणि ऑफिसमधली कामे घरी आणणे अशी सरमिसळ करू नये.
- सृजनशीलतेला जागृत करणाऱ्या कला म्हणजे गायन, वादन, नृत्य, चित्रकला, लेखन यांची कस धरावी. मैदानी खेळसुध्दा तणाव हलका करायला मदत करतात.
- आपल्याला त्रास होत असल्यास कुटुंबातील सदस्यांची, मित्रांची मदत घ्यावी. योग्य वेळी मानसविकार तज्ञाचा सल्ला आणि औषधे जरूर घ्यावीत.
- **अपुरी झोप :** मानसिक आणि शारीरिक स्वास्थ्यासाठी पुरेशी आणि उत्तम झोप आवश्यक असते. एखाद्या दिवशी जर झोप पूर्ण झाली नाही, तर दुसरा दिवस अगदी भकास जातो. आणि जेंव्हा असे रोजच्या रोज घडू लागते, तेंव्हा मात्र आजारीपणाची भावना मनात घर करू लागते.

अनेक प्रकारच्या शारीरिक आजारांचा झोपेवर परिमाण होतो. टायफॉइडसारखे दीर्घकाळ लांबणारे ताप, तसेच डोकेदुखी, पोटदुखी, हाडे दुखणे अशी लक्षणे असणाऱ्या असंख्य वेदनादायी आजारांमध्ये झोप नीटपणे लागतच नाही.

रात्री जर झोप व्यवस्थितपणे झाली नाही, तर नंतर दिवसभर पेंगुळल्यासारखे वाटत राहते. खूप थकल्यासारखे वाटते, समोरच्या कामात मन एकाग्र होत नाही, स्वभावात चिडचिडेपणा येतो, नसत्या चिंता सतावू लागतात आणि नैराश्य येऊ लागते.

उपाय

झोपेमुळे होणारे हे त्रास होऊ नयेत यासाठी, झोपी जाण्याचे आणि झोपेतून जागे होण्याचे वेळापत्रक अगदी पक्के असावे लागते. अगदी सुटीच्या दिवशीसुध्दा मुद्दाम जास्त झोपणे किंवा जागरणे करणे टाळावे. शयनगृहात झोपण्याआधी टीव्ही, संगणक, मोबाईल वापरू नये. या इलेक्ट्रॉनिक उपकरणांचा झोपेवर विपरित परिणाम होतो. याऐवजी झोपण्यापूर्वी मेडीटेशन, योग, गरम पाण्याने आंघोळ, पुस्तक वाचणे अशा काही गोष्टी कराव्यात. संध्याकाळी ४ नंतर चहा, कॉफी, कोलापेये टाळावीत. स्लीप ॲप्निया, रेस्टलेस लेग सिंड्रोम, चिंता, वेदानामयी आजार यामुळे झोप लागत नसेल तर त्यासाठी उपचार घ्यावेत.

अयोग्य आहार आणि पाणी कमी पिणे

जर आहार योग्य प्रमाणात घेतला जात नसेल किंवा आवश्यक ते अन्नघटक न घेता भलतेच काही खाऊन पोट भरले जात असेल, तर शरीरात आवश्यक घटकांची कमतरता निर्माण होऊन सतत थकवा येणारच. अनियमित वेळेस खाणेपिणे होत असेल, जेवणाच्या वेळा योग्य नसतील तरी त्यामुळे शारीरिक उत्साह कमी राहतो.

पाणी आणि इतर पेयांच्या स्वरुपात आपल्या शरीरात दररोज किमान ३ लिटर द्रवपदार्थ आवश्यक असतात. त्याबरोबर क्षारयुक्त पदार्थदेखील योग्य प्रमाणात आणि योग्य स्वरुपात जावे लागतात. क्षार आणि पाणी कमी प्रमाणात घेतले गेले तरी सतत खूप थकल्यासारखे वाटत राहते.

आहारातील असमतोलामुळे रक्तातील हिमोग्लोबिन कमी होऊन ॲनेमियाकडे वाटचाल सुरू होते, अ,ब,क,ड,इ जीवनसत्वांचा अभाव निर्माण होतो, हाडे ठिसूळ बनतात, स्नायू अकार्यक्षम बनू लागतात आणि थकवा, निरुत्साह

आणि आजारी असल्याची जाणीव शरीरात भिनू लागते.

उपाय

यासाठी पिष्टमय पदार्थ, स्निग्ध पदार्थ, प्रथिने, जीवनसत्वे, खनिजे, क्षार आणि पाणी यांचा योग्य प्रमाणात समावेश असलेला संतुलित आहार घ्यावा. आहारात दूध आणि दुग्धजन्य पदार्थ, कडधान्ये, फायबर, ताजी फळे आणि भाज्या यांचा समावेश असावा. जेवणाच्या वेळा ठराविक असाव्यात. सकाळी नाश्ता, दुपारचे जेवण, संध्याकाळचे स्नॅक्स आणि रात्रीचे जेवण असा चार वेळेत विभागलेला आहार घ्यावा.

- **व्यसने** : चहा-कॉफी, कोलापेये, एनर्जी ड्रिंक्स यांचे अतीसेवन केल्यास त्यातील कॅफीनच्या अतिरिक्त प्रमाणामुळे शारीरिक आणि मानसिकदृष्ट्या अस्वस्थपणाची भावना येते. तंबाखू आणि तत्सम पदार्थ, धूम्रपान, मादक आणि नशीले पदार्थ यांच्या व्यसनांनी शरीरातील मज्जासंस्था, पचन संस्था, यकृत, हाडे आणि स्नायू, रक्ताभिसरण आणि हृदय यावर दीर्घकालीन विपरीत परिणाम होत राहतात. यामुळे होणाऱ्या आजारांची यादी खूप लांबलचक असते, पण ते आजार होण्यापूर्वी ही व्यसने स्वास्थ्य पोखरू लागतात. त्यावेळेस 'आपले काही तरी बिनसलेय' अशी आजारी असल्याची भावना निर्माण होत राहते.
- **व्यायाम नसणे** : आजच्या बैठ्या जीवनशैलीत शरीराला फारशी हालचाल नसते. सगळी कामे कशी जागच्या जागेवर यंत्रायोगे आणि संगणकाद्वारे होतात. त्यामुळे रक्ताचे चलनवलन कमी होते, स्नायूंची हालचाल मंदावते. या जोडीला फास्टफूड आणि अति तैलयुक्त व गोडाचा आहार घेण्याची प्रवृत्ती जास्त असल्याने शारीरिक वजनवाढ होत राहते. या साऱ्यातून उद्भवणारे स्थूलत्व म्हणजे 'मला काही तरी होतेय' या प्रकाराची जननीच ठरते.
- **दैनंदिन स्वच्छता** : दातांची आणि त्वचेची दैनंदिन स्वच्छता न बाळगल्यास अनेक आजार होतात. रोजच्या रोज दात दोनवेळा व्यवस्थितपणे स्वच्छ न ठेवल्यास, दातातून सर्व शरीरात जंतुसंसर्ग पसरतो. हीच गोष्ट आंघोळ स्वच्छ न केल्यास, तसेच हातांची, केसांची, कपड्यांची स्वच्छता न बाळगल्यास, घरातील आणि परिसरातील स्वच्छता न ठेवल्यास घडते. या अनारोग्यकारक सवयी नुसते आजारी पाडत नाहीत, तर आजारी नसतानासुद्धा 'काही तरी होतेय' ही भावना निर्माण करतात.

त्यासाठी दररोज काही तरी व्यायाम करावा. साधारणतः रोजचा किमान अर्धा तास धावणे, जॉगिंग, भरभर चालणे, जिम, सायकलिंग, पोहोणे, टेकडीवर जाणे, सूर्यनमस्कार असे व्यायाम नियमितपणे करावेत. या व्यायामांना योगासनांची जोड दिल्यास अधिक उत्तम असते.

दैनंदिन वैयक्तिक स्वच्छतेकडे दुर्लक्ष

मानवी आयुष्यात जन्म आणि मृत्यू जसे अटळ आहेत, तसेच आजारपणाचेही आहे. मात्र आजच्या जीवनशैलीत आरोग्याच्या मूलतत्वांना लाथाडल्यामुळे अनेक आजार उद्भवतात. आजारी पडलेला नसतानाही आजारी असल्यासारखे वाटत राहणे टाळायचे असेल तर जीवनशैलीत विचारपूर्वक बदल आवश्यकच असतात. निरामय आरोग्याचा तो मूलमंत्रच असतो.

मद्यपान हृदयाला घातकच

आधुनिक जीवनशैलीत काही गोष्टींना दुर्दैवाने मान्यता मिळाली आहे. मद्यपान हे त्यात मुख्य. कुठलेही व्यसन वाईटच, पण त्यातही मद्यपान माणसाचे शरीरच नव्हे, तर सर्व आयुष्य आणि संसार उद्‌ध्वस्त करतात. राम गणेश गडकऱ्यांनी रंगवलेल्या सुधाकरासारखी अगणित उदाहरणे सर्वांना माहिती आहेत. 'बाटलीने बाटला तो जन्मातून उठला' अशी मद्यपानविरोधी जाहिरात राष्ट्रीय नभोवाणीवरून काही काळापूर्वी नियमितपणे कानावर यायची.

आजमितीला भारतातील सर्व मोठ्या आणि मध्यम शहरांत सात टक्के लोकांमध्ये मद्यपानाने व्यसनाचे रूप धारण केले आहे. श्रमजीवी स्त्री-पुरुषात, विशेषतः छोट्या गावातून आणि खेड्यांमधून शहरात आलेल्या लोकांमध्ये या व्यसनाचे प्रमाण जास्त आढळून येते. नवीन व्यावसायिक, पगारी चाकरमानी, तरुण विद्यार्थी आणि ३० ते ४० वर्षे वयाच्या मध्यमवर्गीयांत या व्यसनाचे प्रमाण अधिक आहे. दारूचे व्यसन जडण्याची शक्यता सामाजिक त्याचप्रमाणे आर्थिक बाबींवर जास्त अवलंबून आहे. भारतातील काही विशिष्ट समाजातील मद्यपानाची प्रथा, तिची सार्वत्रिक उपलब्धता आणि किंमत आज बहुतेकांच्या आवाक्यात आहे असे दिसून येते. अत्याधुनिक सामाजिक जीवनात मद्यपान हा एक सामाजिक मानदंड समजाला जातो आहे. आजच्या प्रगत जीवनात, मद्यपानाला अकारण प्रतिष्ठेचे स्थान मिळाले आहे.

प्रमाणबद्ध मद्यपानाचे माफक फायदे

सुमारे ४० वर्षांपूर्वी अमेरिकेतील 'कैसर फाउंडेशन हेल्थ प्लॅन' तर्फे क्लॅटस्की आणि त्यांच्या संशोधक सहकाऱ्यांनी १,२०,००० व्यक्तींचे बारकाईने सर्वेक्षण करून असे दाखवून दिले होते की माफक प्रमाणातले मद्यपान हृदयाला पोषक असते. अमेरिकन हार्ट असोसिएशनने या संशोधनाला दुजोरा दिलेला आहे.

या संशोधकांच्या मते, पुरुषांनी १ ते २ आणि महिलांनी १ ड्रिंक रोज घेतल्यास ते हृदयाला पोषक ठरू शकते. १ ड्रिंक याचा अर्थ ३५० मि.ली. बीअर किंवा १२० मि.लि. लाल वाईन, किंवा ३० ते ४५ मि. लि. व्हिस्की अथवा तत्सम मद्य. अशा प्रमाणात केलेल्या मद्यसेवनाने होणारे काही फायदे आधुनिक वैद्यकशास्त्राने मान्य केले आहेत. त्यामध्ये अनेक महत्त्वाच्या गोष्टींचा समावेश आहे.

१. मर्यादित मद्यपानाने रक्तातले एच.डी.एल. म्हणजेच 'गुड कोलेस्टेरॉल' वाढते. जे हृदयाच्या दृष्टीने उपयुक्त असते.

२. प्रमाणबद्ध मद्यप्राशन केल्यास एल.डी.एल. किंवा बॅड कोलेस्टेरॉलसुद्धा कमी होते. या दोहोंच्या परिणामाने हृदयविकार टळण्यास उपयोग होतो.

३. प्रमाणबद्ध मद्यप्राशनाने रक्तदाब कमी होतो.

४. रक्त गोठण्याची क्रिया मंदावते. मात्र त्यामुळे एकीकडे हृदयविकाराचा झटका टळू शकतो, पण त्याचवेळेस

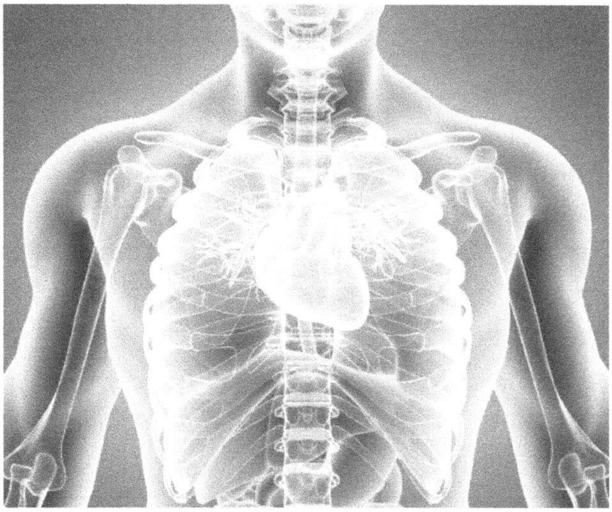

मेंदूत किंवा इतर महत्त्वाच्या ठिकाणी रक्तस्राव होण्याची शक्यता वाढते.

५. रेड वाईन ही द्राक्षांपासून बनवली जात असल्यामुळे, त्यात फ्लॅवोनाईड्स, ॲण्टि- ऑक्सिडंट्सचे प्रमाण जास्त असते. वाईनमुळे होणारा फायदा, खरे तर त्यातल्या मद्यार्कामुळे नव्हे तर या सत्त्वांमुळे असतो.

अनुमानातील चुका

मद्यपानाचे हे फायदे ज्या चाचण्या आणि निरीक्षणांवर आधारित आहेत, त्यावरच अनेक संशोधन संस्थांचा आक्षेप आहे. त्यांच्या मतानुसार, एक तर हे निष्कर्ष काढताना ज्या व्यक्तींच्या गटांची तपासणी केली गेली, त्यात मद्यसेवन अजिबात न करणारे, पूर्वी नियमित मद्यप्राशन करून ते व्यसन सोडलेले, अशांची सरमिसळ होती. त्यामुळे मद्यपानाने खरेच फायदे होतात की तोटे, या प्रश्नांची उत्तरे मिळवण्यासाठी इंग्लंडमधील युनिव्हर्सिटी ऑफ केंब्रिजच्या काही वैद्यकीय शास्त्रज्ञांनी एक मोठे सर्वेक्षण केले. कुठल्याही प्रकारचा हृदयविकार नसलेल्या, साधारणपणे ३० वर्षे वय असलेल्या २० लाख व्यक्तींची निवड केली गेली. मद्यपानाच्या सवयीप्रमाणे त्यांचे खालीलप्रमाणे ५ गट केले गेले.

१. मद्याला आयुष्यात स्पर्श न केलेले

२. काही वर्षे मद्यपान करून ते पूर्णपणे सोडलेले

३. क्वचित प्रसंगी मद्यपान करणारे

४. नियमितपणे पण अतिशय मर्यादित प्रमाणात मद्यसेवन करणारे

५. जास्त प्रमाणात सातत्याने मद्यपानाचे व्यसन असणारे

या सर्वांच्या तब्बल ६ वर्षे असंख्य तपासण्या केल्या गेल्या आणि त्यातून जे निष्कर्ष निघाले, ते अमेरिकन हार्ट असोसिएशनने जाहीर केलेल्या मुद्द्यांशी पूर्ण मिळते-जुळते आहेत. 'ब्रिटिश मेडिकल जर्नल' या जागतिक दर्जाच्या वैद्यकीय मासिकाच्या मार्च २०१७च्या अंकात हे संशोधन प्रसिद्ध झाले आहे.

मद्यसेवन आणि आजार

या सर्वेक्षणातून मर्यादित मद्यसेवनामुळे हृदयविकारांची शक्यता कमी होते असे प्रतिपादन जरी केले गेले, तरी अतिमद्यसेवनाचे दुष्परिणामदेखील अधोरेखित केले आहेत.

नामांकित वैद्यकीय संस्था ब्रिटिश हार्ट फाउंडेशनने मद्यसेवनाबाबत सांगितलेली काही मार्गदर्शक तत्त्वे

- कोणत्याही स्त्री अथवा पुरुषांनी आठवड्यात एकुणात १४ पेग्जपेक्षा जास्त ड्रिंक घेऊ नयेत.
- आठवौतील ३ ते ४ दिवस मद्यप्राशनापासून दूर राहावे.
- जर एखादे दिवशी तुम्ही ४ पेक्षा जास्त ड्रिंक्स घेतलीत, तर पुढील ४८ तास दारूला स्पर्शही करू नये.
- ५५ वर्षांवरील स्त्री-पुरुषांना आठवड्यात एकूण ५ ड्रिंक्स घेतल्यास फायदा होतो; परंतु याचा अर्थ तुम्ही जर मद्यप्राशन करीत नसाल, तर या फायद्यांसाठी ते मुद्दाम सुरू करण्याची अजिबात आवश्यकता नाही.
- आरोग्यमय समतोल आहार, बैठी कामे सोडून शारीरिक हालचाली वाढवणे, नियमित व्यायाम करणे आणि धूम्रपान टाळणे हे मद्यसेवनाला अधिक योग्य पर्याय आहेत.

१. अजिबात मद्यसेवन न करणाऱ्या आणि अतिमद्यसेवन करणाऱ्या व्यक्तींपेक्षा मर्यादित मद्यसेवन करणाऱ्या व्यक्तींना हृदयविकार कमी होतात.

२. मर्यादित मद्यसेवनापेक्षा योग्य आहार आणि नियमितपणे आवश्यक प्रमाणात व्यायाम करणाऱ्या व्यक्तींना हृदयविकाराची शक्यता अगदी कमी असते.

३. अति मद्यसेवन केल्याने यकृताचे आजार, आतडयांचे कर्करोग, पेप्टिक अल्सर अशा प्रकारचे आजार नक्की होतात.

४. नियमितपणे जास्त प्रमाणात मद्याचे व्यसन असल्यास, हृदयाच्या स्नायूंवर दुष्परिणाम होऊन 'कार्डीओमायोपथी' हा गंभीर आजार होऊ शकतो.

५. मद्यपान खूप प्रमाणात आणि बरीच वर्षे होत असल्यास रक्तदाब वाढू शकतो.

६. एखादे वेळेसच पण प्रमाणाबाहेर अतिमद्यपान झाल्यास हृदयाच्या ठोक्यांचा ताल बिघडून ते अनियमित होतात. याला कार्डीॲक ॲरिद्‌मिया म्हणतात. अशा लोकांना पक्षाघाताचा झटका, तसेच अचानक हृदय बंद पडण्याचा धोका खूप जास्त असतो.

७. मद्यसेवन जेवढे जास्त, तेवढ्या जास्त प्रमाणात कॅलरीज शरीरात जातात आणि साहजिकच स्थूलत्व वाढते, यामुळे मधुमेह आणि उच्च रक्तदाब होण्याची शक्यता वाढते.

ज्या व्यक्तींमध्ये हृदयाचे स्पंदन बिघडून हवे तेवढे रक्त हृदयातून बाहेर टाकले जात नाही (हार्ट फेल्युअर), अशांनी मद्यसेवन करू नये. त्याचप्रमाणे कार्डीओमायोपथी, कार्डीॲक ॲरिद्‌मिया, उच्च रक्तदाब असलेल्या व्यक्तींनी मद्यपान टाळावे. मद्यामुळे रक्तातील शर्करेचे प्रमाण खालावते, त्यामुळे मधुमेही व्यक्तींनी मद्यपान केल्यावर जर अन्न, सेवन केले नाही तर त्यांची रक्तातील साखर एकदम कमी होऊन ते बेशुद्ध पडू शकतात. ज्यांच्या रक्तातील ट्रायग्लिसेराईडसचे प्रमाण जास्त आहे, अशांनी; तसेच ज्यांना एकदा पक्षाघाताचा झटका येऊन गेला आहे, अशा व्यक्तींनी मद्याच्या वाटे जाऊ नये. अतिस्थूल व्यक्ती आणि गर्भवती स्त्रियांमध्ये मद्यपानाचे दुष्परिणाम जास्त गंभीर ठरतात. गर्भवती स्त्रियांनी मद्यपान केल्यास त्यांच्या उदरातील बाळाच्या वाढीवर गंभीर परिणाम होऊ शकतात, तसेच अशा बाळांना जन्मजात व्यंगे निर्माण होण्याची खूप शक्यता असते.

औषधे आणि मद्यसेवन

जर एखाद्याला काही औषधे चालू असतील तर मद्यपानाचे काही घातक परिणाम जाणवू शकतात. तापात घेतली जाणारी पॅरासिटेमॉल, ॲस्पिरीन घेतले असल्यास पोट दुखणे, उलट्या होणे, अल्सर होणे, रक्ताच्या उलट्या होणे असे

त्रास होऊ शकतात. आमांशासाठी दिल्या जाणाऱ्या मेट्रोनायडॅझोलमुळे तीव्र रिॲक्शन येऊ शकते. सर्दी-खोकल्याच्या औषधांसमवेत मद्य घेतल्याने सतत झोप आल्यासारखी वाटते. काही प्रतिजैविकांसोबत घेतल्यास उलट्या, जुलाब तर होतातच, पण औषधांचा परिणाम मंदावतो. मानसिक आजारांमधील काही औषधांसह घेतल्यास खूप झोप येणे, चक्कर येणे, स्मृतीविभ्रम होणे असे त्रास जाणवतात. झोपेच्या औषधांबरोबर घेतल्यास जास्त झोप येणे, श्वसनक्रिया मंदावणे, बेशुद्ध होणे असे त्रास हमखास संभवतात. वॉरफेरिनसारखी रक्त पातळ ठेवणारी औषधे चालू असतील, तर मद्यपान केल्याने रक्त अधिकच पातळ होऊन शरीरातून सर्वत्र मोठ्या प्रमाणात रक्तस्राव होऊ शकतो.

मानवी संस्कृतीच्या उगमापासून मद्यप्राशन प्रचलित आहे. महाभारतात समुद्रमंथनातून जी चौदा रत्ने बाहेर पडली, त्यात सुरा किंवा मद्यही होते. वेदकालीन वाङ्मयात सोमरसपान आणि मदिरापानाचा उल्लेख आढळतो. वेदपूर्वकालातही मादक पेयांचा वापर होत असे. मद्यसेवनाचा अतिरेक झाल्यामुळे त्याबाबतच्या उपदेशाची नोंद ३,००० वर्षांपूर्वीच्या इजिप्शियन वाङ्मयात तसेच वेदकालीन वाङ्मयात पण सापडते. मात्र विसाव्या शतकामध्ये मद्यप्राशनाचा सार्वत्रिक अभूतपूर्व अतिरेक झाला आहे. गेल्या वीस वर्षांत तर दारूचे व्यसन ही संपूर्ण जगभरात अत्यंत जटिल अशी सामाजिक, आर्थिक, नैतिक आणि वैद्यकीय समस्या म्हणून उदयाला आली आहे.

साहजिकच प्रत्येक व्यक्तीने आपल्या सारासार विवेकबुद्धीचा वापर करून यातील फायदे-तोटे लक्षात घ्यायला हवेत. मद्यपान हे कधीही एकच प्याल्यापुरते मर्यादित राहत नाही, ते दिवसागणिक वाढत जाते आणि त्याचे हमखास व्यसनात रूपांतर होते. मद्यपानाने आरोग्य सुधारण्याऐवजी आरोग्याचा सर्वनाश होण्याच्या घटना अधिकाधिक प्रमाणात दिसून येतात.

धूम्रपान : एक शाप

कधी कधी वाईट गोष्टींनाही रुपेरी किनार असते. नुकतीच अशी एक बातमी आली, ‘भारतात धूम्रपान करणाऱ्या स्त्री-पुरुषांची संख्या २००६ च्या तुलनेत, गेल्या दहा वर्षांत ४० टक्क्यांनी कमी झाली आहे. धूम्रपान करणाऱ्या स्त्रियांची संख्या ४० टक्क्यांनी; तर पुरुषांची १२.५ टक्क्यांनी घटली आहे.’ मुंबईच्या इंटरनॅशनल इन्स्टिटयूट ऑफ पॉप्युलेशन सायन्सेस आणि भारत सरकारच्या आरोग्य आणि कुटुंब कल्याण खात्याने प्रसिद्ध केलेल्या राष्ट्रीय कुटुंब आरोग्य सर्वेक्षण-४ या २०१६ पर्यंतच्या अहवालामध्ये हा निष्कर्ष दिसून आला आहे.

आजच्या प्रगत जीवनात, धूम्रपान हे समाजातल्या सर्व स्तरांमध्ये प्रचलित झालेले व्यसन आहे. गरीब, श्रीमंत, स्त्री, पुरुष कोणीही याला अपवाद नाही. धूम्रपानाच्या दुष्परिणामांची चर्चा सतत होत असूनही फॅशन, लाईफस्टाईल किंवा क्रेझ म्हणून या व्यसनाच्या विळख्यात लोक आजही सापडतायत. इतक्या मोठ्या प्रमाणात धूम्रपान कमी होऊनही ‘लॅन्सेट’ या मान्यवर वैद्यकीय नियतकालिकामध्ये आलेल्या आकडेवारीनुसार जगातील धूम्रपान करणाऱ्या व्यक्तींमधील ११.२ टक्के भारतीय आहेत. धूम्रपानामुळे होणाऱ्या आजारांमुळे मृत्युमुखी पडणाऱ्यांमध्ये निम्मे लोक भारत, चीन, अमेरिका आणि रशिया या ४ देशाचे रहिवासी असतात. तब्बल १९५ देशांचे १९९५ ते २०१५ या वीस वर्षांत ‘ग्लोबल बर्डन ऑफ डिसिजेस’ नावाचे हे व्यापक सर्वेक्षण करून त्यांनी ही आकडेवारी जाहीर केली आहे. जागतिक स्तरावर पहिले तर, एकीकडे जगातील श्रीमंत देशांमधील धूम्रपानाचे प्रमाण गेल्या दहा वर्षांत खूप कमी होत चालले आहे, पण दुसरीकडे ती लाट जगातील मध्यमवर्गीय आणि गरीब देशांमध्ये पसरत चालली आहे.

धूम्रपानाचा इतिहास

सोलॅनेसी या वनस्पती कुटुंबातील निकोटियानावंशातील वनस्पतींपासून तंबाखू बनते. या वनस्पतीच्या पन्नासपेक्षा जास्त प्रजाती असून त्यापासून ओढण्याची, हुंगण्याची किंवा खाण्याची तंबाखू तयार करतात. धूम्रपानाकरिता‘निकोटियाना टोबॅकम’व‘निकोटियाना रस्टिका’या प्रजाती प्रामुख्याने वापरल्या जातात.

दक्षिण अमेरिकेत ७०० वर्षांपूर्वीपासून तंबाखूची वनस्पती तिथल्या मूळ लोकांना माहिती होती आणि ते धार्मिक आणि औषधी कारणांसाठी त्याचा उपयोग करीत असत. टोबॅकॉस नावाच्या नलिकेत तंबाखू भरून त्याचा वापर होत असे. त्यावरून कोलंबस आणि इतर स्पॅनिश आक्रमकांनी या वनस्पतीला ‘टोबॅको’ हे नाव दिले. इ.स.१५५८ मध्ये फ्रान्सिस्को फर्नान्डेझ या डॉक्टरने पोर्तुगालमधील फ्रेंच राजदूत झाम निको यांच्याद्वारे ही वनस्पती फ्रान्समध्ये पाठविली आणि ती सर्वत्र लोकप्रिय झाली. ‘निको’ या नावावरून तंबाखूमधील अल्कलॉइडला ‘निकोटिन’हे नाव मिळाले. इंग्लंडमध्ये तंबाखू १५ व्या शतकातच माहिती होती. पहिल्या एलिझाबेथ राणीच्या काळातल्या साहित्यामध्ये धूम्रपानाचा उल्लेख येतो. त्यानंतर तंबाखूचा प्रसार प्रथम युरोपमध्ये आणि त्यानंतर आशिया, आफ्रिकेत झाला.

सतराव्या शतकात पोर्तुगीज लोकांनी भारतात तंबाखू प्रथम आणली. इ.स. १६०५ च्या सुमारास असदबेग याने

अकबर बादशाहांस विजापूरहून तंबाखू पाठविल्याचा उल्लेख आढळतो. मुघल बादशहा जहांगीरने तंबाखू ओढण्यास मनाई केली होती. इ.स. १८२९च्या सुमारास ईस्ट इंडिया कंपनीने काही खास प्रकारची तंबाखूची रोपे भारतात पाठविली होती. इ.स. १९२०च्या सुमारास उत्तम प्रकारची व्हर्जिनिया तंबाखू भारतात तयार होऊ लागली. ती टिकविण्याकरिता काही नव्या पद्धती इ.स.१९२८ पासून अवलंबिण्यात येऊ लागल्या.

सिगारेटकरिता लागणाऱ्या तंबाखूपैकी ९०% तंबाखू आंध्र प्रदेशात तयार होते. तंबाखू उत्पादक देशांत भारताचा जगात तिसरा क्रमांक असून सुमारे ५० देशांमध्ये तंबाखूची निर्यात होते. विडी, सिगारेट, सिगार, चिरूट, हुक्का, तपकीर, निकोटिनचे यांकरिता लागणाऱ्या अनेकविध प्रकारच्या तंबाखूचे भारतात उत्पादन होते.

- **आरोग्यविघातक घटक** : सिगारेटच्या तंबाखूचा धूर वायू, वायुरूप बाष्प आणि सूक्ष्म द्रवकणांच्या एकत्रीकरणाने तयार होतो. धूर तोंडात प्रवेश करताना प्रत्येक घन सेंटीमीटरमध्ये ०.५ मायक्रॉन आकाराचे अक्षरशः कोल्यावधी कण असतात. सिगारेटच्या जळत्या टोकाच्या तपमानामुळे हे मिश्रण कमालीचे तप्त असते. सिगारेटचा झुरका मारताना तिच्या जळत्या टोकाचे तापमान ८८० अंश सेंटीग्रेड तर अन्यवेळी ८३५ अंश सेंटीग्रेड असते.
- **निकोटिन** : तंबाखूमधील प्रमुख हानिकारक आणि व्यसन निर्माण करणारा घटक म्हणजे निकोटिन. ६.४ मिलिग्रॅम निकोटिन कुत्र्याला शिरेतून दिल्यास तो त्वरित मरण पावतो. ७० मिलिमीटर लांबीच्या एका सिगारेटमध्ये १६ ते ३२ मिलिग्रॅम निकोटिन असते. १० ग्रॅम वजनाच्या सिगारेटच्या धुरात ३२ मिलिग्रॅम तर सिगारच्या धुरात ते १५ ते ४० मिलिग्रॅम असते. सिगारेट ओढायची पद्धत, सिगरेटचा प्रकार, तिला फिल्टर आहे किंवा नाही, झुरक्याची खोली, धूर आतवर घेतला की चूळ भरल्यासारखा तोंडातून बाहेर सोडला यावर सिगारेटमधील निकोटिनचे रक्तातील शोषण अवलंबून असते.

  दम मारून झुरके घेणाऱ्यामध्ये ९०%, तर धूर तोंडातून बाहेर टाकणाऱ्यांमध्ये २५% ते ५०%इतके निकोटीन रक्तामध्ये शोषले जाते. योग्य प्रमाणात घेतल्यास निकोटीन उत्तेजक असते, पण उत्तेजनाच्या मागोमाग औदासीन्यही येते. सिगारेटच्या धुरात आजपर्यंत ४,००० धोकादायक रासायनिक घटक सापडले आहेत. यात कर्करोग निर्माण करणारे ४३ आणि सुमारे ४०० हून अधिक विषारी पदार्थ आहेत.

सिगारेटचा धूर ६०% वायू आणि ४०% सूक्ष्म कणांनी बनलेला असतो. या कणांमध्ये कार्बन मोनॉक्साइड, कार्बन डाय-ऑक्साइड,मिथेन, इथेन, प्रोपेन, ब्युटेन, ॲसिटिलीन, प्रोपिलीन, एथिलीनफॉर्माल्डिहाइड, ॲसिटाल्डिहाइड, ॲक्रोलीन, मिथेनॉल, ॲसिटोन, मिथिलएथिल कीटोन, अमोनिया, नायट्रोजन डाय-ऑक्साइड, मिथिल नायट्राइट, हायड्रोजन सल्फाइड ,हायड्रोजन सायनाइड, मिथिल क्लोराइड, अक्रिलो नायट्राइल, अमायनो नाप्थालीन, बेन्झोपायरीनअसे असंख्य विषारी आणि आरोग्याला विघातक घटक असतात.

या सूक्ष्म कणांमध्ये सात कार्बन रिंग्ज असणारी संयुगे कर्करोग निर्माण करण्यास कारणीभूत असतात. तंबाखूच्या ऊर्ध्वपातनापासून बनणारा टार हा डांबरासारखा पदार्थ, कर्करोगास कारणीभूत आहे. तंबाखूच नव्हे तर तंबाखू गुंडाळणाऱ्या सिगारेटच्या कागदातही कर्करोग निर्माण करणारे पदार्थ मोठ्या प्रमाणात असतात. सिगारेटच्या धुरातील अनेक पदार्थ शरीरावर आणि शरीरातल्या अनेक संस्थांवर दुष्परिणाम करतात.

- **श्वसनसंस्थेवरील परिणाम** : श्वसनमार्गातील घसा, स्वरयंत्र, श्वासनलिका, छोट्या श्वासवाहिन्या आणि वायुकोष यांना धुरातील विषारी घटकांमुळे सूज येते. या मार्गाच्या आतील अस्तराला धुरामुळे इजा होत राहते. या अस्तराला आतील भागात असलेल्या सूक्ष्म केसांमधून श्लेष्म नावाचा द्रव पदार्थ उत्सर्जित होऊ लागतो. श्वसनमार्गात बाहेरून येणारे सिगारेटच्या धुरातील कण आणि हा स्राव शरीराबाहेर टाकण्यासाठी खोकला

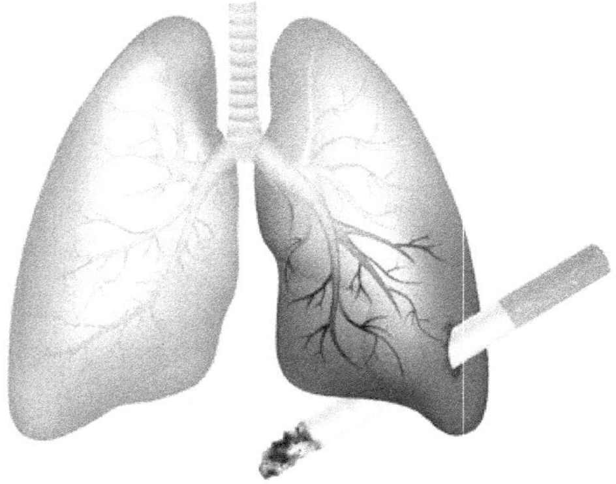

येऊन हे पदार्थ बाहेर फेकले जातात.

याचप्रकारे श्वसनमार्गात शिरणारे सूक्ष्मजंतू शरीराबाहेर टाकले जातात. अशा रुग्णांना श्वसनमार्गात विषाणू आणि जिवाणूंचा संसर्ग वाढून वारंवार सर्दी-पडसे, ब्रॉन्कायटीस, दमा, न्युमोनिया असे आजार होतात. फुप्फुसाच्या कर्करोगाचे प्रमाण धूम्रपान करणाऱ्यांमध्ये ११ पट अधिक आढळते.

कार्बन मोनॉक्साइडमुळे रक्तातील तांबड्या पेशींमधील हिमोग्लोबिनचे कारबॉक्सी हिमोग्लोबिनमध्ये रूपांतर होऊन ऑक्सिजन पुरवठा कमी होतो. एकामागून एक सिगारेट ओढणाऱ्यांमध्ये (चेन स्मोकिंग) १०% कारबॉक्सी-हिमोग्लोबिन निर्माण होते. सुदृढ प्रकृती असेतोपर्यंत ऑक्सिजनमधील तूट जाणवत नाही, परंतु उंच पर्वतीय प्रदेशात, ॲनेमियाच्या रुग्णांना, हृदयाला रक्तपुरवठा कमी होणाऱ्या रुग्णांना याचा गंभीर त्रास होतो.

निकोटिनचा हृदयावरील परिणाम

- हृदयाचे ठोके जलद पडून स्पंदनांची गती वाढते, परिणामतः रक्तदाबही वाढतो.
- हृदयाची गती अनियमित होते.
- हृदयाची गती खूप वेगाने वाढण्याचे झटके येतात.
- छातीत धडधडते आणि दुखते.
- रक्तवाहिन्यांचा लवचिकपणा कमी होऊन त्या कठीण बनतात. हृदयाच्या रोहिण्या कठीण बनून हृदयरोग होतो.
- दररोज वीस ते चाळीस सिगारेट्स ओढणाऱ्या व्यक्तींमध्ये हृदयरोगामुळे दगावणाऱ्या रुग्णांची संख्या-जे धूम्रपान अजिबात करीत नाहीत त्यांच्यापेक्षा तिप्पट आढळते.
- रोज ५ सिगारेट ओढणाऱ्या व्यक्तीतदेखील हृदयविकाराची चिन्हे कमी वयात आढळून येतात.

धूम्रपानाचे आरोग्यावरील दुष्परिणाम

१. **फुप्फुसांचा कर्करोग :** धूम्रपान करणाऱ्या व्यक्तीत ते न करणाऱ्यांपेक्षा हे प्रमाण २५ पटीने अधिक असते.

२. **तोंडाचा कर्करोग :** धूम्रपानामुळे तोंडातील आणि जिभेवरील अस्तरावर पांढरे चट्टे दिसतात. याला ल्युकोप्लेकिया म्हणतात आणि मुखाच्या कर्करोगाआधीची ती एक पायरी असते. कर्करोग उद्भवण्यापूर्वीची अनेक लक्षणे सिगारेट ओढणाऱ्यांच्या तोंडात आढळतात.

३. **स्वरयंत्राचा कर्करोग :** धूम्रपानातील धुराच्या तीव्रतेने सुरुवातीला स्वरयंत्राच्या तारांना इजा होऊन सूज येते, आवाज बसतो आणि काही काळाने कर्करोग होऊ शकतो

४. **अन्ननलिकेचा कर्करोग :** धूम्रपानामुळे अन्ननलिकेवर परिणाम होऊन कर्करोग होऊ शकतो.

५. **ओठांचा कर्करोग :** पाइप, सिगार, विडी ओढणाऱ्या व्यक्तीत हा निश्चित आढळतो.

६. **मूत्राशया कर्करोग** : वैद्यकीय प्रयोगशाळेत प्राण्यांच्या तोंडातील अस्तरावर पाच महिने रोज तंबाखूमधील टार चोळून पाहिल्यानंतर त्यांना मूत्राशयाचा कर्करोग झाल्याचे आढळले आहे.

७. **इतर कर्करोग :** धूम्रपान करणाऱ्यात मोठ्या आतड्यांच्या गुदाशयाचा तसेच स्त्रियांमध्ये जननेन्द्रियांच्या कर्करोगाचे प्रमाण जास्त आढळते.

८. **सी.ओ.पी.डी. आणि क्रॉनिक ब्रॉन्कायटिस :** फुफ्फुसे आणि श्वासनलिका यांच्या अस्तरावर सूज येऊन सतत जंतुसंसर्ग होतो. यामध्ये फुफ्फुसाची प्राणवायू ग्रहण करण्याची क्षमता ढासळते आणि बाराही महिने, वरचेवर खोकला, दम लागणे, कफ पडणे असा त्रास होतो. सिगारेट ओढणाऱ्या व्यक्तीत सीओपीडी या आजाराने दगावण्याचे प्रमाण १०-१२ पट जास्त असते.

९. **एम्फायझिमा :** धूम्रपानाचा परिणाम वायुकोषांवर होऊन ते नष्ट होतात, त्यामुळे साध्या हालचाली करतानाही दम लागतो.

१०. **दमा :** सिगारेटमधील तीव्र रासायनिक संयुगे आणि धूर यांचा परिणाम होऊन दम्याच्या रुग्णांचे त्रास वाढतात. त्यांना दम लागण्याचे झटके वरचेवर येऊ लागतात आणि हे झटके गंभीर स्वरूप धारण करू शकतात.

११. **पोटातील आम्लता आणि अल्सर :** धूम्रपानाचा परिणाम म्हणून जठरातील तीव्र स्वरूपाचे आम्ल जास्त प्रमाणात स्रवते. त्यामुळे सतत छातीत जळजळ होण्याचे प्रमाण वाढते. यामधून लहान आतड्याच्या सुरुवातीच्या ओडेनम या भागात अल्सर होऊ शकतो.

१२. **हृदयविकार :** धूम्रपान करणाऱ्या व्यक्तीत हृदयविकाराचा झटका येण्याचे प्रमाण चौपट असते. धुरातील संयुगे श्वसनातून रक्तात शोषिली जातात. त्यामुळे रक्तातील कार्बनडायऑक्साईडचे प्रमाण वाढते आणि प्राणवायूचे प्रमाण कमी होते. याचा अतिरिक्त ताण हृदयातील करोनरीजवर म्हणजे छोट्या रक्तवाहिन्यांवर येतो. यामुळे हृदयाला प्राणवायू कमी मिळून अंजायना तसेच हृदयविकाराचा झटका येऊ शकतो.

१३. **मधुमेह :** अमेरिकेतील सीडीसी या संस्थेच्या अहवालानुसार धूम्रपान करणाऱ्या व्यक्तींना टाईप-२ मधुमेह होण्याची शक्यता ३०-४० टक्के जास्त असते आणि धूम्रपान सोडून न दिल्यास त्याचे नियंत्रण करणे खूप अवघड बनते.

१४. **दृष्टीचा अधूपणा :** तंबाखूमुळे शरीरातील जीवनसत्त्वे नष्ट होऊन, त्याचा परिणाम दृष्टीच्या मज्जातंतूंवर होतो आणि त्यामुळे दृष्टी अधू होते. याला टोबॅको ॲम्बिलोपिआ म्हणतात. याशिवाय या व्यक्तीत कमी वयात मोतीबिंदू होणे, मॅक्युलर डीजनरेशन होण्याची शक्यता वाढते.

१५. **गर्भावस्थेतील धोके :** गर्भवती अवस्थेत धूम्रपान करणाऱ्या स्त्रियांच्या नवजात अर्भकांचे वजन धूम्रपान न करणाऱ्या स्त्रियांच्या नवजात अर्भकांच्या वजनापेक्षा कमी असते. त्यांच्यात अपुऱ्या दिवसात बाळंतपण उद्भवणे, गर्भपात, बाळ मृतावस्थेत जन्मणे, नवजात अवस्थेत अर्भकाचा मृत्यू होण्याचे प्रमाण, तसेच अर्भकांमध्ये जन्मजात दोष असण्याचे प्रमाण लक्षणीयरीत्या जास्त असते. काही महिलांमध्ये गर्भाशयाऐवजी बीज नलिकेत एक्टोपिक प्रेग्नन्सी घडू शकते.

१६. **पुरुष वंध्यत्व :** धूम्रपानाच्या परिणामाने पुरुषांच्या वीर्यामधील पुंबीजांची संख्या कमी होते. यामुळे वंध्यत्व निर्माण होऊ शकते. त्याचबरोबर त्यांच्या पत्नीमध्ये यामुळे अपुऱ्या दिवसांची प्रसूती तसेच त्यांच्या नवजात बालकांना जन्मजात विकार होण्याची शक्यता जास्त असते.

१७. **हाडे, सांधे आणि दात :** धूम्रपानामुळे हाडांच्या घनतेवर परिणाम होतो, त्यामुळे कमी वयात हाडे विरळ होऊन ती दुखणे, थोड्याशा आघाताने फ्रॅक्चर होणे, सांध्यांना सूज येणे, संधिवात होणे असे गंभीर त्रास निष्पन्न होतात. दात, हिरड्या यांच्यावर परिणाम होतात. धूम्रपान करणाऱ्यांचे दात लवकर पडतात असेही एका वैद्यकीय सर्वेक्षणात दाखवून दिले आहे.

१८. **प्रतिकारशक्ती कमी होणे** : धूम्रपानातील विषारी घटकांचा आपल्या प्रतिकारशक्तीवर विपरीत परिणाम होऊन या व्यक्तींवर सतत आजारी पडण्याचे प्रसंग येतात.

१९. **पॅसिव्ह स्मोकिंग** : वैद्यकीय शास्त्राने आजकाल या गोष्टी अधोरेखित केल्या आहेत. धूम्रपान करणाऱ्या व्यक्तींच्या सोबत, आजूबाजूला असणाऱ्यांच्या, घरातील व्यक्ती, मुले, नातेवाइकांच्या श्वासवाटे शरीरात धूर जाऊन त्यांनाही श्वसनाचे आजार होतात.

२०. **आयुर्मान :** धूम्रपानाच्या आहारी गेलेल्या व्यक्तींपेक्षा धूम्रपान न करणाऱ्या व्यक्तींचे सरासरी आयुर्मान २० वर्षांनी जास्त असते. तरुण वयापासून वयाच्या चाळिशीपर्यंत धूम्रपान करणाऱ्यांना अकाली मृत्यूचा धोका जास्त असतो.

- **धूम्रपान सोडणे** : धूम्रपान सोडण्याची इच्छा अनेकांना असते. पण बरेच प्रयत्न केले तरी धूम्रपान सुटत नाही. अशा लोकांसाठी काही सूचना पाळल्यास आणि काही नव्या सवयी अंगी बाणवल्या तर धूम्रपानाचा त्याग करणे सोपे होऊ शकेल.

  १. धूम्रपान करण्याची जेंव्हा इच्छा होते, तेव्हा व्यायाम करावा. चालणे, धावणे, सायकल चालवणे अशा प्रकारचा व्यायाम अशा वेळेस करावा. त्यामुळे फिटनेस वाढेल आणि धूम्रपानाची तलफही विरून जाईल.

  २. धूम्रपानाची तलफ आल्यावर तुमच्या मनातल्या एखाद्या आवडत्या कल्पनेबाबत विचार करा. त्या कल्पनेचं गारुड मनावर स्वार झालं की दुसरे काहीही करण्याची इच्छा तुम्हाला राहणार नाही. आपोआप धूम्रपानची तलफसुद्धा नाहीशी होईल.

  ३. दिवसभरात बऱ्याचवेळा तहान लागली तरी आपण पाणी प्यायचा कंटाळा करतो. जेव्हा शरीरात पाण्याची कमतरता असते, तेव्हा तणावात वाढ होते. साहजिकच अशा वेळेस धूम्रपान करण्याची इच्छा होते. प्रत्येक इछेच्या वेळेस पाणी पीत राहिलात तर धूम्रपानाचे प्रमाण खूप कमी होईल आणि हळूहळू व्यसन सुटू शकेल.

  ४. एका वहीत तुम्ही धूम्रपान करण्यामुळे तुम्हाला होणारे तोटे आणि धूम्रपान सोडलेत तर होणारे फायदे लिहून काढा आणि ती तुमच्या नेहमीच्या धूम्रपान करण्याच्या जागेवर चिकटवा. म्हणजे जेव्हा कधी तुम्ही धूम्रपान कराल, तेव्हा त्याचे तोटे तुमच्या समोर येतील आणि कदाचित तुमची धूम्रपानाची इच्छा नष्ट होईल.

  ५. धूम्रपानाची इच्छा झाल्यावर तुमचे अतिशय आवडते काम करत राहा. उदा. तुमची आवडती गाणी ऐका किंवा आवडता चित्रपट बघा, जेणेकरून तुमचे लक्ष इतर ठिकाणी केंद्रित होईल.

  ६. पोटात काही नसले की मग काय करावे सुचत नाही. अनेकदा, भूक लागली आहे की धूम्रपानाची तलफ आली आहे, यात फरक करता येत नाही. जर चांगले अन्न पोटात गेले की असे प्रश्न निर्माण होत नाही. पुढच्या वेळी जेव्हा धूम्रपान करण्याची इच्छा होईल तेव्हा काहीतरी मस्त खाऊन बघा.

  ७. धूम्रपान करण्याची इच्छा झाल्यावर एखाद्या जवळच्या मित्राला कॉल करा. मस्त गप्पा सुरू करा. गप्पांमध्ये केव्हा धूम्रपानाचा विसर पडलाय हे तुम्हाला कळणार पण नाही.

  ८. दारू सोडणे धूम्रपान सोडण्यापेक्षा सोपे असते. सहसा दारू पिताना अनेकांना धूम्रपानाची इच्छा होते. दारू जर सोडली तर धूम्रपानाच्या सवयीवरसुद्धा अपेक्षित चांगला परिणाम होईल.

धूम्रपान सोडण्यासाठी काही पूरक साधने

धूम्रपानाचे व्यसन सोडण्यासाठी तीव्र इच्छाशक्ती असावी लागते. मात्र समुपदेशनाचा नक्कीच फायदा होतो. ५ ते १० टक्के रुग्ण समुपदेशनामुळेच विकारमुक्त होतात. समुपदेशनानेही जे व्यसन सोडू शकत नाहीत, त्यांच्यासाठी निकोटीनचे च्युईंगगम, त्वचेवर लावायचे निकोटीन पॅच, निकोटीन इनहेलर वापरले जातात. धूम्रपान करणाऱ्यांसाठी काही औषधी गोळ्यांचा पर्यायही उपलब्ध झाला आहे. मात्र मद्यपान सोडण्यासाठी जशी व्यसनमुक्ती केंद्रे आहेत किंवा अल्कोहोलिक ॲनॉनिमससारखे सपोर्ट ग्रुप्स आहेत, तसे धूम्रपानालाही आवश्यक आहेत.

९. धूम्रपान सोडण्यासाठी स्पेशल सिगारेट्स, निकोटिनचे च्युईंगम वापरल्यास त्याचाही उपयोग होऊ शकतो.

१०. मेडिटेशन किंवा ध्यानधारणेचे अनेक फायदे आहेत. धूम्रपानाच्या व्यसनावर पण मेडिटेशन गुणकारी ठरू शकते.

११. या सर्व गोष्टींचा परिणाम होत नसेल तर धूम्रपान सोडण्यासाठी मानसरोग तज्ज्ञांचा सल्ला घेऊन उपचार करावेत.

व्यसनमुक्त झाल्यावर

- धूम्रपान सोडल्यावर एक वर्षात हृदयविकाराचा धोका ४० टक्क्यांनी कमी होतो.
- २ ते ५ वर्षात अर्धांगवायू होण्याचा धोका पूर्णपणे नाहीसा होतो.
- ५ वर्षात तोंडाचा, घशाचा, अन्ननलिकेचा आणि मूत्राशयाचा कर्करोग होण्याची शक्यता ५० टक्क्यांनी कमी होते.
- धूम्रपानाचा त्याग केल्यावर १० वर्षांनी फुफ्फुसाचा कर्करोग होण्याची शक्यता ५० टक्क्यांनी घटते.

जीवनशैलीतील बदलांमुळे आधुनिक युवकयुवतींमध्ये या व्यसनाबाबतचे आकर्षण प्रमाण वाढते आहे. परंतु, वयाच्या तिशीपूर्वी जे धूम्रपान सोडून देतात, त्यांच्यावर त्याचे दुष्परिणाम कमी दिसतात. वयाच्या विशीपर्यंत शरीरातील पेशींची पुनर्निर्माण प्रक्रिया वेगात होत असल्याने या वयातील धूम्रपानाचे दीर्घकालीन परिणाम दिसत नाहीत. मात्र या वयात लागलेले हे व्यसन लवकर सुटतही नाही, हेसुद्धा तितकेच खरे असते. धूम्रपानातील धोक्यांबाबत जनजागृती, जाहिराती, सिगारेटवरील सातत्याने होणारी करवाढ, सार्वजनिक, सरकारी कार्यालयांमध्ये तसेच हॉटेल्समध्ये धूम्रपानाला बंदी अशा अनेक उपायांचा परिणाम म्हणून आज भारतातील या व्यसनाचे प्रमाण काहीसे कमी होत चालले आहे. ते पूर्णपणे आटोक्यात येईल, तेव्हाच खऱ्या अर्थाने आपल्या देशातील निरामय आरोग्यदायी पर्वाची सुरुवात होऊ शकेल.

विवाहाआधी आरोग्यकुंडली जुळवा

'वर शोधाया जाण्यापूर्वी किती तयारी लागे'

असे म्हणत, राम गणेश गडकऱ्यांनी ठकीच्या लग्नाच्या तयारीचे आणि वरसंशोधनाचे खुसखुशीत आणि रसभरीत वर्णन बाळकरामाच्या तोंडून केले आहे. तसे पाहिले तर विवाह हा एक संस्कार मानणाऱ्या भारतीय समाजात धर्म, जात, पोटजात, वर-वधूचे घराणे, त्यांची आर्थिक आणि सामाजिक परिस्थिती यांना प्रमाणाबाहेर महत्त्व दिले जाते. या गोष्टी ठरल्यावर गोत्र, नाडी, मुहूर्त, पत्रिका, गुण यांना आणखीन वेगळेच महत्त्व असते. पण सुखी, समाधानी आणि आरोग्यदायी सहजीवनासाठी या पारंपरिक गोष्टींपेक्षा वधूवराचे शारीरिक आणि मानसिक स्वास्थ्य सर्वांत जास्त महत्त्वाचे असते. या मुद्द्यांवरच त्यांच्या भावी जीवनातल्या सुखस्वप्नांचा मार्ग आरोग्यदृष्ट्या सुखप्रद होणार की दुःखांच्या अंधारमय गर्तेकडे जाणार हे ठरणार असते. यासाठी लग्नाचा निर्णय घेण्यापूर्वी भावी जोडप्यांनी काही महत्त्वाच्या वैद्यकीय तपासण्या करणे आत्यंतिक गरजेचे असते.

आजच्या गतिमान जीवनशैलीत जीवनातल्या प्रत्येकाच्या प्रत्येक गोष्टीची पद्धत बदललेली आहे. लग्नाचे वय बदलले. वयाच्या तिशीनंतर होणाऱ्या लग्नांमध्ये वंध्यत्वाच्याही तक्रारी वाढत्या प्रमाणात दिसत आहेत. लिव्ह इन रिलेशनशिपसारखे आपल्या संस्कृतीला न मानवणारे पर्याय सामोर येत आहेत. इंटरनेटच्या मदतीने देश-विदेशातून लग्नगाठी जुळत आहेत. पूर्वीसारख्या ओळखीतून, नातेवाइकांच्या मदतीने लग्नगाठी जुळण्याचे प्रमाण कमी होऊन लग्नांच्या वेबसाईटवरून लग्ने ठरत आहेत. साहजिकच लग्न ठरवताना सर्व प्रकारची काळजी घेण्याची गरज सर्वांच्या प्रत्ययाला येत आहे. सहजीवनात पति-पत्नीचे आरोग्यसुद्धा महत्त्वाचे आहे, हे आता बऱ्याच जणांच्या पचनी पडू लागले आहे.

'शुभमंगल सावधान' होण्यापूर्वी ग्रह-नक्षत्रांची कुंडली जुळवण्यापेक्षा आरोग्याचे गुण जुळवणे अधिक महत्त्वाचे आहे. त्यासाठी विवाहपूर्व तपासण्या आवश्यक ठरतात. आज अनेक मान्यवर इस्पितळांत आणि वैद्यकीय प्रयोगशाळांत विवाहेच्छुक तरुण-तरुणींच्या शारीरिक तपासण्या केल्या जातात. त्याच बरोबर त्यांचे विविध विषयांवर समुपदेशन केले जाते. अर्थातच प्रतिसाद म्हणून अशा विविध चाचण्यांचे हेल्थ-पॅकेज घेण्याकडे विवाहेच्छुकांचा कल वाढतो आहे.

गरज का आहे ?

वधूवरांचा विवाह झाल्यावर ते एका नव्या कौटुंबिक आयुष्याची सुरुवात करतात. या वैवाहिक आयुष्यात त्यांना विवाहपूर्व अवस्थेत असलेल्या आजारांचा त्यांच्या जोडीदाराला त्रास होऊ नये, तसेच त्यांच्या संततीमध्येदेखील काही दोष निर्माण होऊ नये यासाठी या शारीरिक तपासण्या केल्या जातात.

आपल्या शिक्षणपद्धतीत लैंगिक शिक्षण दिले जात नाही, त्यामुळे अनेक तरुणतरुणींना शरीरसंबंधांबद्दल फारशी

शास्त्रीय माहिती नसते. अनेकदा सिनेमा आणि इंटरनेटमुळे काही चुकीची माहिती मिळालेली असते. त्यामुळे याबाबत समुपदेशन केले जाते.

वैवाहिक जीवन म्हणजे दोन व्यक्तींनी आयुष्यभर एकत्रित राहून संसार करणे अपेक्षित असते. त्यासाठी काही मानसिक तयारी असावी लागते. आपल्या वागण्यातील दोष समजून घ्यावे लागतात. याबाबतसुद्धा समुपदेशन होणे गरजेचे ठरते.

शारीरिक चाचण्या-लग्नाला इच्छुक युवकयुवतींच्या काही महत्त्वाच्या शारीरिक तपासण्या कराव्यात.

१. सर्वसाधारण तपासण्या

हिमोग्रॅम म्हणजे हिमोग्लोबिन आणि रक्तातील लाल पेशी, पांढऱ्या पेशी आणि त्यांचे ५ उपप्रकार, प्लेटलेट्स, यासंबंधित काही गुणोत्तरे (रेशोज) यांची तपासणी. यात त्या व्यक्तीला ॲनेमिया असल्याचे तर समजतेच, पण रक्तातून पसरणाऱ्या काही आजारांचे प्राथमिक अनुमानही घेता येते.

- **मूत्रतपासणी** : यात मूत्रमार्गाच्या तसेच मूत्रपिंडांच्या संदर्भात काही दोष लक्षात येऊ शकतात.
- **रक्तगट** : याबाबत अगदी सुशिक्षित कुटुंबांमध्येही गैरसमज आहेत. मुलामुलीचा रक्तगट एक नसावा असा मोठा चुकीचा प्रवाद विनाकारण अस्तित्वात आहे. वैद्यकीयदृष्ट्या, विवाह करणाऱ्या मुलामुलींचा रक्तगट ए,बी,ओ यापैकी कुठलाही असला तरी चालू शकतो.

मात्र मुलीचा 'आरएच' रक्तगट निगेटिव्ह असेल आणि मुलाचा पॉझिटिव्ह असेल, तर त्याला 'आरएच इनकॉम्पॅबिलिटी' म्हणतात. या प्रकारामध्येही दोघांनी लग्न करायला काहीच हरकत नसते; मात्र अशा जोडप्याला जेव्हा मूल होते, तेव्हा त्या अर्भकाचा रक्तगट जर निगेटिव्ह असेल, तर त्याला जन्मजात काविळीचा त्रास होऊ शकतो. परंतु अशा वेळेस या स्त्रियांना गरोदरपणाच्या सातव्या किंवा आठव्या महिन्यात आणि प्रसूती झाल्यावर ७२ तासांच्या आत असे दोन वेळा, 'आरएच इम्युनोग्लोब्युलिन' इंजेक्शनद्वारे दिले जाते. त्यामुळे बालकामध्ये अशा प्रकारचा त्रास होण्याची शक्यता टळू शकते. साहजिकच रक्तगटाची तपासणी ही लग्न टाळण्यासाठी नसून पुढे सतर्क राहण्यासाठी असते.

- **रक्तघटक** : काही विशिष्ट समाजांमध्ये स्त्रियांमध्ये कॅल्शियम, जीवनसत्त्व ड, ब यांची तूटही मोठ्या प्रमाणात आढळून येते. ही तूट भरून काढणे औषधांनी सहज शक्य असते. मात्र बाळंतपणानंतर हाडे दुखणे, अस्थिव्यंगाच्या तक्रारी वाढतात.

२. जनुकीय दोषांबाबत चाचणी

लग्न करणाऱ्या स्त्री-पुरुषांच्या शरीरातील काही जनुकांचा त्यांना होणाऱ्या संततीवर विपरीत परिणाम होऊ शकतो. यामध्ये-

- **थॅलेसेमिया** : या विकारात जनुकीय रक्तदोषांमुळे अर्भकाच्या शरीरात लाल रक्तपेशींची निर्मिती कमी होत राहते आणि त्यामुळे त्याला सतत रक्तदान करून रक्त भरावे लागते. याचे मेजर आणि मायनर असे दोन प्रकार असतात. जर वर किंवा वधू यापैकी एकाला थॅलेसेमिया मेजर असेल; किंवा दोघांनाही थॅलेसेमिया मायनर असेल, तर त्यांना होणाऱ्या संततीला थॅलेसेमिया मेजर होण्याची शक्यता असते. त्यामुळे अशा प्रकारात लग्न टाळावे.

जवळच्या रक्ताच्या नात्यांमध्ये दोन–तीन पिढ्यांत विवाह झालेले असतील, तर थॅलॅसेमिया मेजर होण्याची शक्यता बळावते. अशा वेळीकुटुंबाच्या प्रत्येक पिढीमधील व्यक्तींची वैद्यकीय माहिती घेऊन त्यांच्या रक्ताच्या चाचण्या

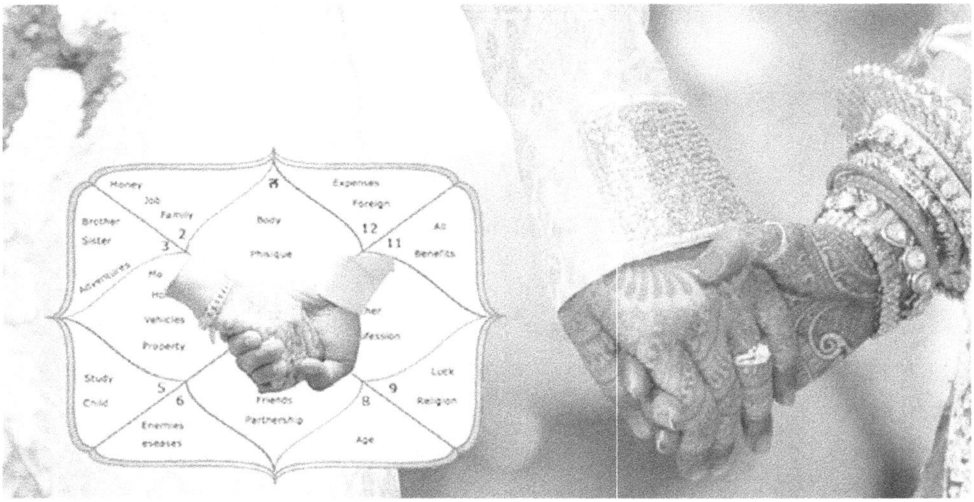

केल्या जातात. बहुतेक वैद्यकीय प्रयोगशाळेत थॅलॅसेमियाचे निदान होते. ही व्याधी जन्माला येणाऱ्या मुलामध्येही संक्रमित होते. मात्र अनेकदा जोडप्यांमध्ये हा दोष असल्याचे मुलाच्या जन्माच्या वेळीच लक्षात येते. या तपासण्या जर विवाहपूर्वीच केल्या गेल्या तर वेळीच उपचार करणे शक्य होते.

थॅलेसेमिया मेजरने ग्रस्त असलेली पीडित/बाधित दहा हजार मुले दर वर्षी भारतात जन्मतात. मुंबई, पुणे, दिल्ली, बंगळूर यासारख्या महानगरांमध्ये हे प्रमाण वेगाने वाढते आहे. यापैकी ९० टक्के मुले उपचार होण्यापूर्वीच दगावतात. केवळ आठ ते दहा टक्के मुलांना योग्य उपचार मिळतात. काही देशांमध्ये शासनाने थॅलेसेमियाची रक्तचाचणी लग्नापूर्वीच सक्तीची केल्यामुळे त्या देशात या आजाराचे प्रमाण वेगाने कमी झाल्याचे जागतिक आरोग्य संघटनेने नमूद केले आहे.

- **सिकल सेल** : लाल रक्तपेशींचा आकार चंद्रकोरीप्रमाणे असतो. त्यामुळे ॲनेमिया संभवतो. यासाठी देखील रक्त देण्याची गरज लागू शकते. जोडीदारांपैकी दोघांमध्ये याची जनुके असल्यास त्यांच्या बाळाला हा गंभीर आजार होतो,
- **डाउन्स सिण्ड्रोम** : दोघांपैकी एकात जरी हा दोष असेल, तर जन्माला येणारे बालक मतिमंद निपजू शकते.
- लहान मुलांमधील मधुमेह

या सर्व जनुकीय चाचण्यांकरिता रक्ताचे नमुने घेतले जातात.

३. लैंगिक संबंधातून पसरणाऱ्या आजारांची चाचणी

विवाहाआधीच्या तपासण्यात लैंगिक संबंधातून पसरणाऱ्या आजारांच्या चाचण्या अत्यंत महत्त्वाच्या असतात. हे संसर्गजन्य आजार लग्नापूर्वी झालेले असतील तर रक्ताच्या चाचणीत ते कळतात. त्यापैकी काही आजारांवर औषधोपचार करून ते बरेही होतात. मात्र काही आजार लग्नानंतरच्या वैवाहिक जीवनातील शरीरसंबंधातून निर्माण त्यांच्या जोडीदाराला होऊन संपूर्ण त्याचे आयुष्य उद्ध्वस्त होऊ शकते.

- **एचआयव्ही-एडस** : हा एक जीवघेणा आजार असतो. या आजाराचा समूळ नाश करणारा उपाय नाही. आणि काही काळाने मृत्यू अपरिहार्य असतो. लग्नापूर्वी याची चाचणी न केल्यामुळे नंतर तो जोडीदाराला होऊन दोघांचे आयुष्य धोक्यात येते. साहजिकच दोघांची या आजारासाठी 'एच.आय.व्ही.१ आणि २ टेस्ट' ही

तपासणी करावी. दोघांपैकी जरी एखाद्याची चाचणी पॉझिटिव्ह आली असे तरी, लग्न टाळणे श्रेयस्कर ठरेल.

- **हिपॅटायटिस बी आणि सी :** शारीरिक संबंधातून पसरणाऱ्या आणि बऱ्या न होणाऱ्या आजारांमध्ये हे आजारही येतात. यांच्या स्वतंत्र तपासण्या असतात. हे आजार भविष्यकाळात गंभीर स्वरूप धारण करतात. साहजिकच या चाचण्या सकारात्मक आल्यास लग्नाचा विचार रद्द करावा.
- **हर्पिस जनॅटॅलिस, क्लॅमिडीया, गनोरिया, शँकरॉइड आणि सिफिली** – हे आजार 'व्ही.डी.आर.एल' या रक्त तपासणीमधून ओळखता येतात. औषधोपचाराने हे आजार पूर्ण बरे होऊ शकतात. त्यामुळे विवाहापूर्वी सुरक्षित शरीरसंबंध झाले असले तरी या आजारांची चाचणी करणे गरजेचे ठरते.

लैंगिक संबंधातून पसरणारे हे आजार रक्ततपासणीतून समजू शकतात. मूत्रविसर्जनाच्या वेळेस वेदना होणे, शरीरसंबंध ठेवताना वेदना होणे, जननेंद्रियांवर फोड किंवा जखमा होणे, जननेंद्रियातून पू किंवा स्राव होणे, जननेंद्रियांना खाज येणे, सूज येणे, मासिकपाळीचे चक्र बदलणे अशी विविध लक्षणे या आजारात आढळतात.

४. लैंगिक दौर्बल्य

सुखी वैवाहिक जीवनहे त्या दांपत्याच्या लैंगिक संबंधांवर अवलंबून असते. लग्नानंतर जोडीदार सामान्य लैंगिक संबंधांसाठी आणि संतती होण्यासाठी सक्षम आहे का, हे जोखण्यासाठी काही तपासण्या करणे आवश्यक असते. काही मुलींना मासिक पाळी नियमितपणे येत नाही, त्यांच्या रक्तातील हार्मोन्सची तपासणी करावी लागते. एफएसएच, एलएच, टीएसएच, प्रोलॅक्टिन आणि अँन्टिम्युलेरीयन हार्मोन्सच्या (एएमएच) रक्तातील पातळीची चाचणी करणे योग्य ठरते. एएमएच हार्मोनमुळे स्त्रियांमधील बीजकोषांची क्षमता कळते. त्याचप्रमाणे काही इस्पितळात युवतींच्या बीजधारणेची (ओव्ह्युलेशन) तपासणी करून त्यांची प्रजनन क्षमता तपासली जाते. उशिरा लग्न करणाऱ्या मुलींना याचा नक्की उपयोग होऊ शकतो. या मुलींची सोनोग्राफी केल्यास त्यांना पॉलिसिस्टीक ओव्हरीज असल्यास कळू शकते, तसेच अंतर्गत लैंगिक अवयवांमध्ये असलेल्या आजारांचे निदान होते.

मुलांमध्ये जननेंद्रिये तसेच वीर्योत्पादक ग्रंथींची तपासणी, वीर्य तपासणी केल्यास शुक्राणूंची संख्या योग्य नसेल तर त्याचे निदान होते.

५. दीर्घकालीन आनुवांशिक आजार

मधुमेह, हृदयविकार, उच्च रक्तदाब, कोलेस्टेरॉल जास्त असणे, मूत्रपिंडाचे तसेच यकृताचे विकार रक्ततपासणीतून समजतात. हे दीर्घकालीन आनुवंशिक आजार उपचारांनी नियंत्रणात ठेवता येतात. मात्र उपचाराअभावी यातून अनेक गुंतागुंतीच्या आजाराची निर्मिती होऊन त्याचे परिणाम वैवाहिक जीवनावर होऊ शकतात.

६. मानसिक आरोग्य तपासणी

प्रेमविवाहात जीवन साथीदाराची किमान माहिती असते, मात्र बघून वगैरे ठरवलेल्या लग्नात केवळ काही मोजक्या भेटीत समोरच्याचा स्वभाव, गुण-दोषांची पारख होणे शक्य नसते. कोणत्याही प्रकारच्या विवाहात जोडीदाराच्या मानसिक स्वास्थ्याचा नात्यावर चांगला-वाईट परिणाम जाणते-अजाणतेपणी होतच असतो. नैराश्य, चिंता, मूड डिसऑर्डर्स, पर्सनॅलिटी डिसऑर्डर्स, स्किझोफ्रेनिया, अनियंत्रित राग अशा मानसिक आजारांमध्ये एकमेकांशी जुळवून घेण्यात बरीच शक्ती खर्च होऊ शकते. अशा विवाहांची परिणती भविष्यकाळात कशी होईल, हे सांगता येत नाही.

मात्र असा दोष जोडीदारांपैकी एखाद्यात आढळून आला, तर लग्न मोडण्याऐवजी, लग्नाआधी मानसोपचारतज्ज्ञ डॉक्टरांचा सल्ला घ्यावा. विवाहापूर्वी मानसिक चाचण्या नक्कीच कराव्यात, मात्र प्रत्येक जोडप्याने लग्नापूर्वी

विवाहविषयक समुपदेशकाची भेट आणि सल्ला आवर्जून घ्यावा. या समुपादेशनात कुटुंबातील व्यक्तींशी कसे जुळवून ही सांगितले जाते.

या चाचणी तसेच समुपदेशनात 'सायकोमेट्रीक तपासणी'द्वारे मानसोपचार तज्ज्ञ जोडप्याचे परीक्षण करतात. काही विशिष्ट चित्रांचे विश्लेषण, मल्टीपल चॉईस किंवा बहुपर्यायी प्रश्नावली असे याचे स्वरूप असते. या दरम्यान या व्यक्तींची ओळखही गुप्त ठेवली जाते.

वैवाहिक समुपदेशन

'लग्न' म्हणजे फक्त नवरा-बायकोचे आयुष्य नसते. विवाहानंतर दोन कुटुंबांमध्ये नव्याने काही नातेसंबंध निर्माण होऊन ती जवळ येत असतात. साहजिकच चमचमीत मेनू, भरजरी साड्या, सोन्या-हिऱ्यांचे दागिने, मानपानाच्या वस्तू आणि देण्याघेण्याची बोलणी हे सारे विधी होण्याआधी भावी दांपत्याच्या शारीरिक आणि मानसिक स्वास्थ्याची अनुरूपता तपासून पाहणे नक्कीच निकडीचे असते. लग्न यशस्वी होण्यासाठी मुला-मुलींना त्यांची कौशल्ये विकसित करणे गरजेचे ठरते. यामध्ये-

- विवाहेच्छू मुला-मुलींमधील विरोधी स्वभावधर्म लग्नापूर्वीच ओळखण्यास मदत करणे. आणि त्या विरोधाभासांबरोबर कसे जुळवून घेता येईल किंवा त्याची कारणे शोधून ती दूर कारणे कारण या छोट्या कारणांमुळे पुढील आयुष्यात तीव्र मतभेद निर्माण होवू शकतात.
- अनेक युवक-युवतींना त्यांना काय आवडते, हे स्पष्टपणे कळत नाही. त्यामध्ये स्पष्टता आणणे.
- अनेकांची मानसिकता चुकीची असते, ती बदलणे आवश्यक असते.
- पालक आणि वधूवर यांच्यात योग्य संवाद नसतो, तो प्रस्थापित करावा लागतो. कुटुंबामध्ये संवादाची उणीव असते. पालकांसमोर एक पर्याय असतो, तर मुलांसमोर दुसरा. याची निष्पत्ती म्हणून गोंधळ निर्माण होतो आणि योग्य व्यक्तीची निवड होऊ शकत नाही.
- काही विवाहेच्छू तरुण-तरुणी त्यांच्या अपरिपक्व मित्रमैत्रिणींकडून सल्ले घेतात आणि आणखी गोंधळ निर्माण होतो.
- लग्न म्हणजे नक्की काय, हे या युवावर्गाला समजून सांगण्याची गरज असते.
- आज लग्न चाकोरीबद्ध पद्धतीने लगेच ठरावे असे पालकांना वाटत असले, तरी तसे घडत नाही.
- वधूवरांना एकमेकांची अपुरी माहिती असते, कुटुंब आणि त्यातील वातावरणाची अनुरूपता, परस्परांशी जुळवून घेण्याच्या, तडजोड करण्याच्या वृत्तीचा अभाव असतो.
- पती-पत्नीच्या नात्याकडे दोन माणसांमधील नात्याऐवजी पुरुष-स्त्री असे बघण्याची पारंपरिक दृष्टी असते, ती बदलावी लागते.
- स्वतःच्या अपेक्षांच्या फूटपट्ट्या दुसऱ्याला लावल्या जातात, मात्र इतरांच्या अपेक्षा मात्र ठोकरल्या जातात.
- पूर्वकल्पना न दिलेल्या अपेक्षांच्या पूर्ततेचा आग्रह एकमेकांकडे धरला जातो.
- पुरेसा परिचय होण्यासाठी असलेला वेळ अपुरा ठरतो.
- सांकेतिक, साचेबंद गोष्टींना जादा महत्त्व आल्यामुळे वैवाहिक जीवनाच्या अंतरंगाकडे दुर्लक्ष होत आहे.
- वधूवरांचे संगोपन, त्यांचा व्यक्तिमत्त्व विकास, कौटुंबिक परिस्थिती आणि विचार करण्याची पद्धत वेगवेगळी असते, त्या समजून घ्याव्या लागतात.

- एकतर्फी तडजोडीला नकार दिला जातो.
- आजच्या युगातील मुलींना आत्मसन्मानाची जाणीव झालेली असल्याने बदलत्या कौटुंबिक आणि सामाजिक संबंधांवर परिणाम होतो आहे. त्यामुळे पारंपरिक दृष्टी आणि विचार बदलायची गरज दोघांनाही समजावून सांगावी लागते.
- शिक्षण, नोकरी, परदेशातील नोकरी यात मुलींनी-मुलांच्या बरोबरीने केलेली घोडदौड.
- आर्थिक स्वावलंबनामुळे आलेले बळ याचा विचार पुरुषांना करावा लागतो.
- जागतिकीकरणामुळे जीवनाला आलेली गती, ताणतणाव, असुरक्षितता, एकाकीपणा, अस्वस्थता या सर्वांना कसे सामोरे जावे आणि आपले वैवाहिक जीवन कसे स्थिर ठेवावे, याचा विचार होणे आवश्यक असते.

७. लैंगिक समुपदेशन

विवाहाच्या आधी प्रत्येक युवक-युवतीच्या मनात लैंगिक जीवनाबद्दल थोडी उत्सुक असते पण शंका देखील असतात. त्यात समाजात असलेले लैंगिक संबंधाबद्दलचे गैरसमज भर घालतात आणि शंकांचे पर्यवसान चिंतेत होते. साहजिकच ते लग्नाला बिचकतात.

मुलींमध्ये आई, मोठी बहीण किंवा वडीलधारी स्त्री मनातील भीती किंवा गैरसमज बऱ्याच प्रमाणात दूर करतात. परंतु तरुणांमध्ये घरातील वडीलधारी पुरुषमंडळी यापैकी काहीच मार्गदर्शन करत नाही. साहजिकच या बाबतीत ते इंटरनेटवरील तथाकथित वेबसाईटसवर माहिती घेतात किंवा मित्रांचा सल्ला घेतात. पण बहुसंख्य वेबसाईट याबाबत चुकीच्या गोष्टी पसरवत असतात. आणि मित्रांना याबद्दल शास्त्रीय माहिती नसते. परिणामतः गैरसमज निर्माण होऊन मनातील भीती अजूनच वाढते.

अनेक अविवाहित तरुणांना हस्तमैथुन, स्वप्नदोष याबाबतीत बरेच गैरसमज असतात. लग्नानंतर आपण शारीरिक संबंधात कमजोर तर पडणार नाही ना, अशी भीती पण वाटत असते. मग आपले पौरुषत्व जोखून पाहण्यासाठी हे तरुण विवाहपूर्व अनैतिक संबंध ठेवतात, वेश्यागमन करतात.

विवाहपूर्व काळात या तरुण-तरुणींना लैंगिक संबंधांची, तसेच कुटुंब नियोजनाच्या साधनांची पूर्ण माहिती समुपदेशनाच्या योगे देणे आजच्या युगात आवश्यक ठरते आहे. कारण हे संबंध कौटुंबिक सुखाशी, संततीशी आणि दोघांच्या आरोग्याशी निगडित असतात.

तांत्रिकर्देद्वा पुढारलेल्या आजच्या अद्ययावत जगात आयुष्यातल्या प्रत्येक गोष्टीचे पूर्वनियोजन केले जाते. आज समाजमूल्ये बदलली तरी मानवी परंपरांमध्ये विवाह हा महत्त्वाचा समारंभ मानला जातो. दोन जीवांची नवी वाटचाल सुरू होताना, त्यांच्या भावी आयुष्याचे सुखाच्या दिशेने नियोजन करायचे असेल तर, विवाहपूर्व शारीरिक चाचण्या, मानसिक आणि लैंगिक समुपदेशनाला पर्याय नाही.

आला उन्हाळा आरोग्य सांभाळा

फेब्रुवारीच्या अखेरीस आणि मार्च महिन्याच्या सुरुवातीस, हवामानात बदल होऊन सूर्याचे किरण लखलखू लागतात आणि उन्हाळ्याचे आगमन होते. या काळात वातावरणाताले तापमान हळूहळू वाढायला लागते, हवेतील बाष्पाचे प्रमाण कमी होते आणि आपल्या अंगाची तलखी सुरू होते. लहान मुलांपासून ते ज्येष्ठ नागरिकांपर्यंत सगळ्यांनाच या उन्हाळ्याचा त्रास होत असतो. या काळात अनेक प्रकारचे आजार आणि विकार उद्भवू शकतात.

मूत्रमार्गाचे विकार

उन्हाळ्यात हवा अतिशय गरम असते, कधी कधी ते ४० अंशाच्याही पुढे झेपावते. या बाह्य उष्णतेमुळे आपल्या शरीरातील पाण्याचे प्रमाण कमी होऊ लागते. त्यामुळे लघवीचे प्रमाण कमी होऊ लागते, लघवी होताना जळजळ होते. लघवी पिवळी किंवा प्रसंगी तांबडट रंगाची होते. याबरोबरच मूत्रामध्ये जंतुसंसर्ग होऊन थंडी-ताप येऊ शकतो. मूत्रपिंडात किंवा मूत्रमार्गात खडे निर्माण होऊ शकतात. ज्यांना हा त्रास पूर्वी होऊन गेला आहे, अशांना पुनश्च तो त्रास उद्भवण्याची शक्यता जास्त असते.

या सर्व गोष्टींना भरपूर पाणी पीत राहणे हाच उपाय असतो. पण मूत्रमार्गाचा संसर्ग किंवा मूत्रपिंडात खडे झाले असल्यास, वैद्यकीय तपासणी करून योग्य तो उपचार करावा.

पोटाचे विकार

उन्हाळ्यातल्या उष्णतेमुळे आणि त्यामुळे आपल्या अतड्यांमधील पाण्याच्या तसेच क्षारांच्या प्रमाणात होणाऱ्या बदलामुळे अनेकांना उलाट्या-जुलाबाचा त्रास होतो. लहान मुलांना विशेषतः नवजात अर्भकांना याचा त्रास होतो.

उन्हाळ्यात पिण्याचे पाणी अनेक ठिकाणी कमी होते. त्यामुळे अशुद्ध आणि फिल्टर न केलेले पाणी पिण्याची वेळ येते. त्याचप्रमाणे या काळात अनेक लग्ने-मुंजी आणि सार्वजनिक समारंभांमध्ये जेवणे असतात. शिवाय सुट्टीमुळे अनेकांचा बाहेरगावी प्रवास होतो. उन्हाळी सुट्टीमुळे गावातल्या गावातदेखील बाहेर खाणे, बागेत जाऊन तेथील उघड्यावरील पदार्थ खाणे, सरबते किंवा उसाचा रस पिणे अशा गोष्टी घडत असतात. या साऱ्या बाहेर खाण्याच्या पदार्थांचे, जे खाद्यविक्रेते असतात, त्यांच्या स्वतःच्या आरोग्याची खात्री देता येत नाही. त्यांनी याकरता वापरलेले पदार्थसुद्धा चांगल्या प्रतीचे नसतात. पेय थंड करण्यासाठी वापरला जाणारा बर्फही शुद्ध पाण्यापासून बनसेला असेल, याची खात्री नसते. हवेतल्या वाढत्या उष्णतेमुळे त्यात अनेकदा ते उघड्यावर असल्यामुळे हवेतील धूळ, माती त्यात हमखास जाते. साहजिकच हे पदार्थ सेवन केल्याने अन्नातून जंतुसंसर्ग होणे, आमांश होण्याची शक्यता दाट असते. त्यामुळे उन्हाळ्यात अपचन, उलाट्या, जुलाब, डिसेन्ट्री, आमांश अशा कारणाने पोटाच्या तक्रारी वाढतात. उन्हाळ्यात हातगाडीवर मिळणारे बर्फाचे गोळे, सरबते, फळांचे रस, हलक्या दर्जाची आईस्क्रीम्स सर्वत्र उपलब्ध असतात. यात अनेकदा जो बर्फ वापरलेला असतो, तो आरोग्यखात्याने प्रमाणित केलेला नसतो. बहुसंख्य ठिकाणी तो, अशुद्ध

पाण्यापासून बनवलेला असतो. अशा बर्फाच्या वापरामुळे या पदार्थातून टायफॉईड, कावीळ अशासारखे गंभीर आजार पसरतात.

शरीरातील पाणी व क्षार कमी होणे

आपल्या शरीराच्या पेशी आणि रक्त, मांस यांत ९० टक्के पाणी असते. विचार करण्यासाठी आपल्या मेंदूला, हालचाल करण्यासाठी आपल्या हातापायांना आणि टवटवीत राहण्यासाठी आपल्या शरीराला पाणी आणि क्षारांचे योग्य प्रमाण आवश्यक असते. वातावरणातील दाहक उष्णतेने शरीरातील पाणी आणि क्षार कमी होतात. त्यामुळे तोंडाला कोरड पडून सतत तहानलेले वाटणे, गळून गेल्यासारखे किंवा सतत थकल्यासारखे वाटणे, डोके जड होणे, गरगरणे, हात-पाय तसेच अंग दुखणे, पोटऱ्या दुखणे अशांसारख्या तक्रारी उद्भवतात. शरीरातील पाणी व क्षार कमी झाल्याने तोंडाची चव जाणे, भूक मंदावणे हे त्रास उन्हाळ्यात सर्रास आढळतात.

उन्हाळ्यामध्ये खूप उन्हात काम केल्यास अंगातील क्षार आणि पाणी अतिशय कमी जर झाले तर उष्माघात होऊ शकतो. यामध्ये जास्त तापमानामुळे शरीरातील पाण्याची पातळी कमालीची खालावते. आपल्या मेंदूमध्ये शरीराचे तापमान कायम राखणारी एक यंत्रणा असते. पाण्याचे प्रमाण कमी झाल्याने ही यंत्रणा पूर्ण कोलमडते. परिणामतः त्या व्यक्तीला घाम येणे, मळमळ, उलट्या, घाबरल्यासारखे होणे आणि जास्त प्रमाणात थकवा, त्वचा निळी पडणे, शरीराचे तापमान अचानक कमी होणे, चक्कर येणे, रक्तदाब आणि नाडीचे ठोके कमी होणे अशी लक्षणे दिसतात. अशा व्यक्तीस वेळेवर उपचार मिळाले नाहीत, तर त्याला झटके येणे, बेशुद्ध होणे, कोमात जाणे अशा प्रकारची गुंतागुंत वाढत जाते. या प्रकारात त्या व्यक्तीच्या जीवावरही बेतू शकते.

संसर्गजन्य आजार

गोवर, कांजिण्या, गालफुगी किंवा गलगंड या आजारांच्या साथी उन्हाळ्यात पसरतात. वीस वर्षांपूर्वी लहान मुलांमध्ये सर्रास आढळणारे हे संसर्गजन्य आजार, उत्तम लसीकरणामुळे आजकाल क्वचित पाहायला मिळतात. मात्र लस न घेतलेल्या लहान मुलांत आणि तरुणांमध्ये अजूनही हे आजार दिसून येतात.

डोळ्यांचे विकार

आपल्या डोळ्यांच्या बुबुळावर एक बारीकसा द्रवाचा तवंग असतो. त्यामुळे आपले डोळे थंड राहतात. उन्हाळ्यात हा द्रव पदार्थ हवामानातल्या उष्णतेने कमी होतो आणि डोळे जळजळणे, लाल होणे, डोळ्यातून पाणी येणे, डोळे येणे

मुलांसाठी सूचना

एप्रिलमध्ये शाळांच्या परीक्षा संपून सुट्ट्या लागतात, त्यामुळे मुलांचा दुपारभर धिंगाणा चालू असतो. उन्हाळ्याच्या सुट्टीत मुलांनी जरूर खेळावे, पण सकाळी लवकर उठून ११ च्या आत मैदानी खेळ खेळावेत. दुपारी ११ ते सायंकाळी पाच या काळात बाहेर खेळण्याऐवजी घरातील बैठे खेळ, वाचन, टीव्ही, कम्प्युटर अशा इतर करमणुकीच्या साधनांचा आनंद घ्यावा. संध्याकाळी उन्हे उतरल्यावर पुन्हा खेळायला हरकत नाही. दुपारी मैदानी खेळ खेळल्याने उष्माघात होण्याचा धोका असतो.

खेळताना पिण्याच्या पाण्याच्या बाटल्या जवळ असाव्यात. खेळताना आणि खेळून झाल्यावर त्यातील थोडे थोडे पाणी घोट घोट घ्यावे. एकदम गटागटा पाणी पिऊ नये. उन्हे तापलेली असताना, दुपारी जेवण झाल्यावर लगेच झोपण्याचा मोह होतो आणि उन्हाळ्याच्या दुपारी झोपही शांत लागते. पण शक्यतो जेवल्या जेवल्या लगेच आडवे होऊ नये आणि वामकुक्षी घेतल्यास ती अर्ध्या तासापेक्षा जास्त वेळ नसावी. दुपारी झोपल्याने वजन तर अनियंत्रितपणे वाढतेच, पण ॲसिडिटी, अपचन हेही विकार उद्भवतात.

असे त्रास उद्भवतात.

त्वचेचे विकार

तीव्र उन्हात गेल्याने सर्वांनाच त्वचा लाल होणे, काळी पडणे, चेहऱ्याची आग होणे असे त्रास होतात. अनेक व्यक्तींना तळपायांची आग विशेषतः सायंकाळी होते. तसेच उन्हाळ्यामध्ये लहान मुले, नाजूक त्वचा असलेल्या व्यक्तींना अंगावर घामोळ्या येण्याचा त्रास होतो. सतत घाम येत असल्यामुळे काखा आणि जांघा स्वच्छ आणि कोरड्या न ठेवल्यास तिथे गजकर्णासारखे त्वचाविकार होऊ शकतात. बऱ्याच स्त्रियांना स्तनाखाली अशा पद्धतीचे गजकर्ण उन्हाळ्यात उद्भवते.

उन्हाळ्यात आरोग्याची काळजी कशी घ्यावी ?

- उन्हाळ्यात साऱ्या अंगाची लाही लाही होते. तप्त वातावरणामुळे आपल्या शरीरातले पाणी कमी होते. त्यामुळे मरगळ येते, पाय, पोटऱ्या दुखतात, अस्वस्थ वाटायला लागते आणि उन्हाळा दु:सह होतो. हे टाळायला भरपूर पाणी प्यावे. भरपूर म्हणजे किती? तर साधारणपणे दर तासाला एक ग्लास. मग यामध्ये तुम्ही मध्येच एखादेवेळेस पाण्याऐवजी, ग्लासभर लिंबू सरबत, कोकम सरबत, पन्हे, ताज्या फळांचा घरी बनवलेला रस, ताक, लस्सी, शहाळे घेऊ शकता. थोडक्यात काय, तर दिवसभरात विविध रूपाने दोन लिटर चांगल्या पद्धतीचे, द्रव पदार्थ आपण प्राशन केले पाहिजेत. त्यायोगे उन्हामुळे आपल्या अंगातून नाहीसे होणारे पाणी आणि क्षार प्रमाणात राहतात आणि उन्हाळ्याचे हे त्रास दूर पळतात.
- उन्हाळ्यात एकसारखी तहान लागते, मात्र त्यासाठी लगेच बर्फाळलेली कोलायुक्त किंवा तत्सम शीतपेये, कृत्रिम सरबते, तयार मिळणारे पॅकबंद रस अथवा फ्रीजमधले दातांना कळा आणणारे पाणी प्यायची गरज नसते. खरं तर या अतिथंड पेयांनी तहान तर भागत नाहीच, पण घसा दुखायला लागून सर्दी, ताप, खोकला होण्याची शक्यता मात्र दाट असते. त्याऐवजी माठातले साधे थंड पाणी प्यायले तर तहान निश्चितच शमते आणि कुठलाही त्रास होत नाही. लक्षात असू द्या, भर दुपारच्या उन्हातून घामाघूम होऊन आल्यावर लगेच पाणी पिऊ नका. आल्यावर थोडावेळ शांत बसा. अंगातला घाम निथळू द्या. हवं तर टॉवेलने अंग पुसून घ्या.

शरीर थोडे गार होईल, मग हवे तेवढे साधे थंड पाणी प्या. उन्हातून आल्या आल्या पाणी पिण्याने होणारे सर्दी, डोकेदुखी असे त्रास अजिबात होणार नाहीत.

- उन्हाळ्यात लिंबू सरबत दिवसातून किमान दोनदा घ्यावे. त्यामध्ये पाणी, लिंबाचा रस आणि चवीपुरती साखर तर घालाच; पण चिमूटभर मीठ आणि पाव चमचा खायचा सोडासुद्धा घाला. यामुळे आपल्या शरीरातील क्षारांचे प्रमाण व्यवस्थित राहून कामाला जास्त हुरूप येऊ शकतो.
- या दिवसात कलिंगड, संत्री, काकड्या, द्राक्षे अशा फळांचा समावेश आपल्या आहारात असला तर आरोग्य नक्की उत्तम राहते.
- शहाळी या उन्हाळ्यात जरूर घ्या, पण रोज दोन-तीनदा ते पिण्याचा रतीब लावण्याऐवजी, एखादे शहाळे दोन तीन दिवसातून घेतल्यास जास्त बरे. शहाळ्यात पोटॅशियम भरपूर असते, त्यामुळे ते अधून मधून जरूर प्यावे, पण त्याचा अतिवापर टाळावा. उन्हाच्या वेळी बाहेर जाणे शक्यतो टाळा; पण जावेच लागतं असेल तर डोके अवश्य झाकून घ्या. पुरुषांनी टोपी, हॅट किंवा स्त्रियांनी डोक्यावर स्कार्फ बांधणे उत्तम ठरते. त्यामुळे सूर्याच्या कडक उष्णतेचा संपर्क आपल्या डोक्याशी होणे टळते आणि शरीरातून घामावटे पाणी बाहेर पडण्याची क्रिया थोडी मंदावते.
- या उन्हाळ्याच्या काळात, अंगावरील कपडे सैल असावेत, शक्यतो सुती आणि फिकट रंगाचे असावेत. गडद रंगाचे, सिंथेटिक कापडाचे आणि घट्ट कपडे घातल्याने अधिक गरम होते, जास्त घाम येतो, साहजिकच जास्त मरगळल्यासारखे, वाटते शिवाय त्यामुळे गजकर्ण, घामोळ्या असे त्वचेचे विकार होतात.
- उन्हाच्या वेळी बाहेर जाताना डोळ्यावर काळा चष्मा लावणे आवश्यक असते, ज्या योगे प्रखर उन्हामुळे आपल्या डोळ्यांची आग होणे, लाल होणे, सारखे पाणी येणे असे डोळ्यांना होणारे त्रास कमी होतात.
- स्त्रियांनी, मुलांनी आणि शक्य असल्यास पुरुषांनीदेखील, उन्हात जाताना चेहऱ्याला व हातांना सनस्क्रीन लोशन लावावे. त्यामुळे त्वचा लाल होणे, तिच्यावर काळे डाग पडणे, चट्टे उठणे असे विकार होत नाहीत.
- रोजच्या रोज किंचितशा गार पाण्याने स्वच्छ अंघोळ करावी. आंघोळीनंतर एखादी टाल्कम पावडर अंगाला लावावी. डीओडोरंट फवारण्याऐवजी टाल्कम पावडर या दिवसात त्वचेला जास्त योग्य असते. रोज तीन-चार वेळेस चेहरा आणि डोळे साध्या गार पाण्याने स्वच्छ धुवावेत. त्यामुळे उन्हाळ्यात चेहऱ्यावर फोड येणे आणि डोळ्यांना रांजणवाडी होणे टळते.
- उन्हाळ्यात मांसाहार टाळावा; तिखट, तेलकट आणि मसालेदार पदार्थ खाऊ नयेत. शक्यतो पालेभाज्यांवर भर द्यावा. कारण शरीरातील पाणी कमी होण्याने बद्धकोष्ठता वाढते आणि त्यात मांसाहाराने अधिक त्रास होऊन मूळव्याध होण्याची शक्यता असते. याच कारणासाठी या दिवसात धूम्रपान आणि मद्यप्राशन करू नये.
- उन्हाळ्यात रात्री झोपताना सिलिंग पंख्याखाली झोपल्यामुळे किंवा टेबल फॅन असेल तर त्याचे वारे अंगावर सतत येईल असे झोपल्याने सकाळी उठल्यावर अंग दुखणे, हातापायांना मुंग्या येणे असे त्रास संभवतात. सिलिंग पंखा खोलीच्या मध्यभागी असतो, त्यामुळे खोलीत कडेला झोपावे आणि टेबल पंखा फिरता हवा. खोलीत वारे खेळते तर रहायलाच हवे, त्यासाठी खिडक्या उघड्या हव्यात. मध्येच रात्री येणारी वाऱ्याची झुळूक वेगळाच आनंद देऊन जाते.

उन्हाळ्याच्या काळात या सर्व गोष्टी कटाक्षाने पाळल्या तर ग्रीष्मातल्या शारीरिक चटक्यांपासून बचाव होऊन आपल्या दैनंदिन जीवनात नक्कीच निरामय आणि सुखद गारवा निर्माण होईल.

पाऊस आला... आजारपणे आली

'नेमेचि येतो मग पावसाळा, हे सृष्टीचे कौतुक जाण बाळा !.'
असे कवितेतील आई बाळाला सांगते खरी, पण प्रत्यक्षातील आजची आई तिच्या बाळाला,

'आला बघ हा दुष्ट पावसाळा, रेनकोट टोपी घाल बाळा !!' असंच सांगताना दिसते. कारण पाऊस म्हटला म्हणजे आरोग्याबाबत जागरूक आई-बाबांना पावसामुळे होणारी नेत्रसुखद हिरवळ दिसतही असेल; पण रस्त्यांवर होणारा चिखल, चिकचिक आणि पावसात भिजण्यामुळे होणारी सर्दी, खोकला, ताप ही वस्तुस्थिती त्यांना स्वस्थ बसू देत नसते. सर्व ऋतूंमध्ये पावसाळ्यातच अनेकविध विकार, साथींचे आजार यांचे थैमान सुरू होते, हेही तितकेच सत्य असते.

पावसाळ्यात झालेल्या सर्दी खोकल्याचे पर्यवसान अनेकदा ब्रॉंकायटिस, अस्थमा, न्युमोनिया अशा गंभीर आजारांमध्ये होऊन प्रसंगी रुग्णाला रुग्णालयातल्या अतिदक्षता विभागात दाखल करून उच्च दर्जाची औषधे देऊन प्राणवायूदेखील लावावा लागतो. अशा आजारांचा पूर्वेतिहास असलेल्या रुग्णांनी पावसाळ्यात विशेष खबरदारी घेणे जरुरीचे असते.

पावसाळ्यात घ्यावयाची काळजी

पावसाळ्यात शक्यतो भिजणे टाळावे. रेनकोट, टोपी, छत्री वापरणे आजकाल डाऊन मार्केट समजले जाते पण किमान पावसाळी जाकीट आणि तुमान तरी वापरावी. पावसात भिजावे लागल्यास लगेच अंग कोरडे करून पूर्ण वाळलेले स्वच्छ कपडे घालावेत. केस पूर्णतः कोरडे करावेत, विशेषतः लांब केस असलेल्या महिलांनी व मुलामुलींनी ही खबरदारी घ्यायलाच लागते. खूप वेळ पावसात भिजून, अंगावर चिखल उडाला असल्यास गरम पाण्याने मस्तपैकी स्वच्छ आंघोळ करावी. चिखलाने भिजलेले कपडे वेगळ्या बादलीतल्या पाण्यात भिजायला टाकावेत आणि त्यात डेटॉल किंवा सॅव्हलॉनसारख्या जंतूनाशक औषधाचे दोन चमचे न विसरता टाकावेत. चिखलातील काही कृमी किंवा जंतू इतर कपड्यात जाऊ नये यासाठी ही काळजी घेणे अत्यावश्यक असते.

सर्दी, खोकला झाल्यावर गरम पाण्याच्या गुळण्या कराव्यात, शक्यतो थंड पदार्थ, थंड पेये, ज्यूस घेऊ नयेत. कडक ताप असल्यास किंवा खोकला सर्दी दोन-चार दिवसांत कमी न झाल्यास तुमच्या डॉक्टरांचा सल्ला घ्यायला वेळ लावू नका.

पावसाळ्यात होणारे आजार

मलेरिया

पाऊस पडून गेला की जागोजागी पाणी साचते आणि डबकी तयार होतात. या डबक्यांमध्ये डासांना अंडी घालायला

आणि त्यांची प्रचंड प्रमाणात वाढ व्हायला अतिशय अनुकूल परिस्थिती निर्माण होते. या डबक्यांमध्ये तयार होणाऱ्या डासांद्वारे मलेरिया फैलावतो. मलेरियाचा डास म्हणजे ॲनाफेलिस जातीचा डास. या डासाच्या पोटात मलेरियाचे 'प्लाझ्मोडीयम फाल्सिपेरम' आणि 'प्लाझ्मोडीयम व्हायवॅक्स' नावाचे जिवाणू असतात. मलेरियाचा डास चावल्याने हे जिवाणू त्या माणसाच्या रक्तात जातात आणि त्याच्या लाल रक्तपेशींच्या आतमध्ये ते वास्तव्य करतात. असे हजारो जिवाणू माणसाच्या शरीरात मुक्काम करून राहतात. योग्य संधी मिळताच हे प्लाझ्मोडीयम, लाल रक्तपेशींचे कवच फोडून माणसाच्या रक्तामध्ये पसरतात. हे जिवाणू रक्तपेशी जेव्हा फोडून रक्तामध्ये मुक्त विहार करू लागतात, तेंव्हा त्या माणसाला थंडी वाजून ताप येणे सुरू होते. मलेरियामध्ये फक्त तापच येत नाही, तर रक्तपेशी नष्ट झाल्याने त्याचे हिमोग्लोबिन कमी होऊ लागते. त्याला एक प्रकारची कावीळ होते आणि त्याची प्लीहा या निकामी रक्तपेशींना नष्ट करण्याच्या प्रक्रियेमुळे वाढते. मलेरियाच्या एका प्रकारात हा आजार मेंदूमध्ये शिरून रुग्णाच्या जीवाला धोका निर्माण होतो.

मलेरियाच्या डासाने चावा घेतल्यानंतर साधारणतः १० ते १५ दिवसांनी आजाराची सुरुवात होते. एक दिवसाआड एक दिवस खूप थंडी भरून ताप येतो. त्याच बरोबर डोके दुखणे, मळमळणे, उलट्या होणे अशी लक्षणेही दिसू लागतात. त्यामुळे अशी लक्षणे दिसताच लगेच डॉक्टरांचा सल्ला घ्यावा.

मलेरियाचे पक्के निदान करण्यासाठी रक्ताची तपासणी अत्यावश्यक असते. बोटाला सुई टोचून येणारे ४-५ थेंब रक्त काचेच्या एका पट्टीवर पसरवून सूक्ष्मदर्शक यंत्राद्वारे मलेरियाचे जीवाणू निरखले जातात. नव्या तंत्रज्ञानामध्ये आलेल्या 'अतिजलद निदान चाचणीत' (रॅपिड डायग्नोस्टिक टेस्ट) मलेरियाचे खात्रीलायक निदान सूक्ष्मदर्शक यंत्राशिवाय होऊ शकते. ज्या गावात प्रयोगशाळेची सोय नसेल अशा ठिकाणी ही चाचणी खूप उपयोगी पडते.

मलेरियाची नेहमीचे औषध म्हणजे क्लोरोक्विन हे सर्वत्र मिळते. पण त्याचा वापर करण्याची पद्धत काहीशी वेगळी असल्याने ती डॉक्टरांच्या सल्ल्याप्रमाणेच घ्यावीत. सध्या क्लोरोक्विनच्या मात्रेला लागू न पडणाऱ्या मलेरियाचा प्रादुर्भाव बराच जास्त आहे. परंतु त्याकरिता बरीच वेगवेगळी औषधे उपलब्ध आहेत. अर्थातच त्याचा वापर तज्ज्ञांच्या सल्ल्यानेच करावा. मलेरियाचा ताप उतरल्यानंतर मलेरियाचे जिवाणू पूर्णपणे नष्ट होण्यासाठी प्रायमाक्विन हे औषध १५ दिवस घ्यावे लागते. वेळीच योग्य औषधोपचार झाल्यास मलेरिया पूर्ण बरा होऊ शकतो अन्यथा त्याचे पर्यवसान गंभीर आजारात होऊ शकते.

डेंगी

हा एक विषाणूजन्य आजारदेखील डासांमुळेच पसरतो. एडीस इजिप्ती नावाच्या डासांमुळे हा होतो. डेंगीचे विषाणू डासांद्वारेच माणसाच्या शरीरात शिरतात. या आजारात अचानक खूप ताप येतो, प्रमाणाबाहेर डोके दुखते, हातापायांचे सांधे, हाडे खूप दुखतात आणि महत्त्वाचे म्हणजे शरीरावर विशेषतः पाठीवर एक बारीक लालसर, न खाजणारे पुरळ येते.

डास चावल्यावर डेंगीमध्ये विषाणू रक्तातील पांढऱ्या पेशीत शिरतात आणि तिथे त्यांची वाढ होते. यामध्ये यकृत आणि हाडातील मगजावर परिणाम होतो. त्याबरोबरच रक्तवाहिन्यांवर परिणाम होऊन रुग्णाचा रक्तदाब अतिशय कमी होतो. रक्तातील प्लेटलेट्स प्रकारच्या पेशी झपाट्याने कमी होऊ लागतात. त्यामुळे रक्ताची गोठण्याची क्रिया नष्ट व्हायला लागते आणि शरीरांतर्गत तसेच शरीरातून बाहेर पडणाऱ्या इतर स्रावांमधून रक्तस्राव व्हायला लागतो. यामध्ये रुग्णाची परिस्थिती अतिशय गंभीर होऊन तो दगावू शकतो.

डेंगीचे पक्के निदान रक्ताच्या तपासणीतून होते. डेंगीच्या विशिष्ट चाचण्या, (आय. जी. जी. आणि आय. जी. एम.

डेंगी तसेच एन. एस. वन) पांढऱ्या रक्तपेशींची आणि प्लेटलेट्सची संख्या यावरून हे निदान होते. प्लेटलेट्स खूप कमी झाल्यास रुग्णाला अतिदक्षता विभागात ठेवावेच लागते आणि त्याला शिरेतून रक्त दिले, जाते त्याप्रमाणे प्लेटलेट्स द्याव्या लागतात. देणगीचे २० टक्के रुग्ण याप्रकारे गंभीर होऊ शकतात. इतर रुग्णांमध्ये हा आजार आपोआपच बरा होतो. तापासाठी फक्त पॅरासिटॅमॉल हेच औषध घ्यावे, ॲस्पिरीनच्या गोळ्या किंवा जाहिरातीतील तापाच्या गोळ्या मुळीच वापरू नये. त्यामुळे रक्तस्राव अधिक होऊन रुग्णाची तब्येत जास्त गंभीर होऊ शकते.

चिकुनगुनिया

आफ्रिकन भाषेतील नावाच्या या आजाराचा आणि 'चिकन' किंवा कोंबडीचा तिळमात्रही संबंध नाही. डेंगीसारखाच याचा विषाणू हा एडीस जातीच्या डासांद्वारे पसरतो. मात्र हा डास आपल्याच बगीच्याच्या कुंडीत साठलेल्या स्वच्छ पाण्यात आढळतो. याची लागण झाल्यावर दोन-तीन दिवस ताप येतो, डोके दुखते, अंगावर विशेषतः पाठ, पोट, कंबर या भागांवर पुरळ येते. पण चिकुनगुनियाचे सर्वात महत्वाचे लक्षण म्हणजे या आजारात हातापायांचे सांधे विलक्षण दुखू लागतात. बहुधा हे दुखणे अतिशय तीव्र प्रमाणात असते. पायांचे घोटे, गुडघे, तळपायांचे सांधे यांना या आजारात विशेषकरून त्रास होतो. कित्येक रुग्णांना तर साधे चालणे अशक्य होते किंवा पायांची मांडी घालणेसुध्दा खूप वेदनाकारक होते. हा आजार बरा झाला तरी पुढील बराच काळ हे हात-पाय दुखणे सुरूच राहते.

चिकुनगुनियाचीदेखील आय.जी.जी. आणि आय.जी.एम. अशी रक्ताची तपासणी करून खात्री करता येते. वैद्यकीय इतिहासामध्ये हा आजार तुलनात्मकदृष्ट्या नवा असल्याने, दुर्दैवाने अजून तरी यावर लस आणि प्रभावी उपाय गवसलेला नाही. हायट्रॉक्सि क्लोरोक्विनसारखी औषधे वापरल्यास ही सांधेदुखी कमी होऊ शकते. परंतु चिकुनगुनियाच्या सांधेदुखीकरिता ॲस्पिरीन, आयबुप्रोफेन, नाप्रोक्सेन किंवा स्टीरॉइडस अशी संधिवाताची औषधे मुळीच वापरू नयेत.

सांधे-हाडे दुखणे

ज्या व्यक्तींना कुठल्याही प्रकारचा संधिवात आहे त्यांचे सांधे पावसाळ्यात जास्त दुखतात. वृद्धापकाळामुळे ज्यांची हाडे विरळ आणि ठिसूळ झाली आहेत अशा ज्येष्ठ नागरिकांना हा काळ त्रासदायक ठरू शकतो. पूर्वी एखादे हाड फ्रॅक्चर झाले असले आणि जरी ते भरून आले असले, तरी या काळात फ्रॅक्चरची ती जागा प्रकर्षाने दुखू लागते. विशेषतः ढगाळ हवामानात या वेदना असह्य होण्याची शक्यता असते. त्यापासून बचाव करण्यासाठी याप्रकारचा त्रास असलेल्या साऱ्या स्त्री-पुरुषांनी पावसाळ्याच्या ढगाळ हवामानात गरम पाण्याच्या पिशवीने दुखऱ्या जागा सकाळ-संध्याकाळ शेकणे आणि त्यावर वेदनाशामक मलम चोळणे श्रेयस्कर ठरू शकते. वेदना खूप असह्य असल्यास

डॉक्टरांच्या सल्ल्याने वेदनाशामक औषधांचा मर्यादित वापर करण्यास हरकत नाही.

अतिसार

पावसाळ्याबरोबर येणारी दुसरा जंतुवाहक कीटक म्हणजे माशी. पावसाळ्यामुळे होणारी चिकचिक आणि अस्वच्छता माश्यांच्या वाढीला पोषक ठरतात. उघड्यावर ठेवलेले अन्नपदार्थ, पेये, सरबते, रस अशा खाद्यपदार्थातून, माश्यांच्या पायांना लागून आणि त्यांच्या पोटातील स्रावांसमवेत अनेकविध प्रकारचे जंतू आणि जिवाणू ते पदार्थ खाणाऱ्या माणसांच्या शरीरात प्रवेश करतात. यामुळेच या काळात अनेक साथीचे आजार मोठ्या प्रमाणात पसरतात. त्यातील महत्त्वाचा आजार म्हणजे अतिसार किंवा जुलाब-उलट्यांचा त्रास.

या आजारामध्ये विषाणूंमुळे होणारे उलट्या जुलाब, आमांश, वेगवेगळ्या जंतूंनी होणारे हगवणीसारखे आजार, कॉलरा यांचा समावेश होतो. त्यामुळे पावसाळ्यात पाणी उकळून गार करून प्यावे किंवा चांगला फिल्टर वापरून गाळलेले पाणी प्यावे. उघड्यावरचे अन्न, गाडीवरचे पदार्थ, भेळ, वडा, भजी, समोसा अशासारखे कनिष्ठ पदार्थ टाळावेत.

असा त्रास झाल्यास डॉक्टरांच्या सल्ल्याने योग्य ती औषधे घ्यावीत. ताजे आणि गरम असलेले पचायला हलके असे जेवण जेवावे. मीठ-साखर-पाणी किंवा ओरल रीहायड्रेशन (ओ.आर.एस.) पावडर योग्य प्रमाणात पाण्यात टाकून प्यावी. अन्यथा अशा जुलाबांमुळे शरीरातील पाण्याचे प्रमाण खूप कमी होऊन शिरेतून सलाईन देण्याकरिता रुग्णालयात दाखल करावे लागण्याची वेळ येऊ शकते.

विषमज्वर

बाजारातील उघड्या अन्नपदार्थांवर बसणाऱ्या माश्यांमुळे अन्न दूषित होऊन विषमज्वर म्हणजेच टायफॉईड हा एकेकाळी खूप भयंकर समजला साथीचा जाणारा आजार होतो. या आजारात ताप सुरुवातीला कमी असतो पण नंतर तो वाढत जातो आणि दिवस-दिवस उतरत नाही. यात पोट दुखणे, उलट्या होणे, नाकातून रक्तस्राव होणे अशी लक्षणे दिसू लागतात. ताप खूप चढल्यास रुग्ण असंबद्ध बडबड करतो. योग्य उपचार न मिळाल्यास पोटात शरीरांतर्गत रक्तस्राव होऊन रुग्ण दगावू शकतो. विषमज्वराची चिकित्सा 'विडाल टेस्ट' या रक्ताच्या चाचणीतून होते. त्याचबरोबर हिमोग्राममध्ये रक्तामधील पांढऱ्या पेशी खूप कमी झाल्याचे लक्षात येते. या तपासण्या मात्र ताप आल्यावर पाचव्या दिवसांनंतर कराव्या लागतात. त्याअगोदर केल्यास त्या चाचण्यांचे निकाल अपुरे किंवा 'नॉर्मल' येतात. रुग्णाला विषमज्वराचा आजार नसल्याची दिशाभूल होऊन, या आजाराचा औषधोपचार न होऊन आजार बळावण्याचा धोका असतो.

विषमज्वरासारख्या आजारापासून आपला बचाव करण्यासाठी उघड्यावर असलेले, रस्त्यावरील गाड्यांवरचे अन्नपदार्थ, हॉटेलातील आरोग्यास अपायकारक जिन्नस खाणे टाळावे. घरी आणि आजूबाजूस अस्वच्छता होणार नाही, माश्यांचा प्रादुर्भाव होणार नाही याची खबरदारी घ्यावी. विषमज्वरावर अतिशय गुणकारी अशी प्रतिबंधक लस इंजेक्शन आणि गोळ्यांच्या स्वरुपात मिळते. ही लस विशेषकरून शाळा-कॉलेजातल्या मुला-मुलींनी दर तीन वर्षांनी घेतल्यास हा आजार टाळता येतो.

लेप्टोस्पायरोसिस

एकेकाळी क्वचितच आढळणाऱ्या या आजाराची लागण झालेले रुग्ण आता वारंवार सापडतात. या आजाराचे जंतू माणसाच्या शरीरात जाण्याची एक जगावेगळी पद्धत आहे. हा आजार उंदरांपासून पसरतो आणि तोसुद्धा त्यांच्या

डोंबिवली फीवर

मानवजातीचे शिरकाण करणाऱ्या महाभयंकर आजारांमध्ये १९९०पर्यंत विषमज्वराचा समावेश होत होता. त्या काळापर्यंत हा आजार झाला की रुग्णाला रुग्णालयात दाखल करावे लागे. त्यासाठी उपयुक्त अशी औषधेसुद्धा अगदी मोजकीच होती, १९९०मध्ये डोंबिवलीला या आजाराची साथ आली. या साथीत आजारी पडलेल्या रुग्णांना त्यावेळी प्रचलित असलेल्या कुठल्याही औषधांची मात्राच लागू पडत नव्हती. विषमज्वराच्या या साथीला 'डोंबिवली फीवर' म्हणून गणले गेले. त्या सुमारास सिप्रोफ्लोक्सासीन या औषधाची निर्मिती होऊन या प्रकारच्या प्रतिरोधक जंतूंना आळा घालण्यात यश आले. आज विषमज्वरावर अनेक औषधे उपलब्ध आहेत. या आजारासाठी रुग्णाला रुग्णालयात दाखल न करता, घरच्या घरी औषधे घेऊन त्याला पूर्णपणे बरे करता येते. परंतु, औषधे अपुऱ्या मात्रेत किंवा डॉक्टरांच्या सल्ल्यापेक्षा कमी दिवस घेतल्यास तो बळावण्याची शक्यता असते.

मूत्रातून. पावसाळ्यात अनेक ठिकाणी नद्यांना पूर येतो. मुंबईसारख्या महानगरातदेखील पावसामुळे अनेक ठिकाणी पाणी साचते. अशावेळेस जमिनीखालच्या भुयारी ड्रेनेजमधील आणि रस्त्यावरील गटारांमधील उंदीर या सांडपाण्यात वाहू लागतात. त्यांचे मूत्र आणि पर्यायाने लेप्टोस्पायरोसिसचे जंतू या सांडपाण्यात मिसळतात. हे सांडपाणी यावेळेस रस्त्यावरून वाहताना त्यातून ये जा करणाऱ्या व्यक्तींच्या पायांवर जर एखादी जखम किंवा ओरखडा जरी असला, तरी त्यातून हे जंतू त्याच्या शरीरात प्रवेश करतात आणि त्याला लेप्टोस्पायरोसिसची बाधा होते. नदीला पूर आल्यावर त्यात उडी मारून साहसाने पोहणाऱ्या व्यक्तींना, वॉटरस्पोर्ट्ससाठी नदीच्या पाण्यात होणाऱ्या जलक्रीडेत सहभागी होणाऱ्यांना हा आजार होण्याची शक्यता असते.

या आजारात सुरुवातीला थंडी वाजते, ताप येतो, हातपाय, डोके व अंग दुखते, परंतु ही लक्षणे लगेचच बरी होतात. त्यानंतर काही दिवसांनी या रुग्णाला कावीळ होते आणि त्याचे यकृत, मूत्रपिंडे यांच्या कार्यात मोठा गंभीर अडथळा निर्माण होऊन ती निकामी होऊ लागतात. या आजाराच्या जंतूंमुळे मेंदूच्या आवरणाना सूज येऊन (मेनिंजायटिस) रुग्ण दगावू शकतो. पुन्हा एकदा सार्वजनिक आरोग्याशी निगडित असलेल्या या आजारापासून संरक्षण करण्यासाठी जर आपल्या पायांना जखम असेल तर रस्त्याने जाताना साचलेल्या पाण्यातून जायचे टाळा. रस्त्यावर सगळीकडेच जर पाणी साचले असेल, तर पायात चांगली पादत्राणे, शक्यतो बूट असावेत. सर्वात महत्त्वाची गोष्ट म्हणजे अशा पाण्यातून चालत आल्यावर साबण वापरून भरपूर पाण्याने पाय पूर्णपणे स्वच्छ करावेत. पुराच्या पाण्यात पोहण्याचे साहस टाळावे. आपण अशा प्रकारे पुराच्या पाण्यात अथवा रस्त्यावरील सांडपाण्यातून चालत आल्यानंतर काही दिवसांनी ताप आल्यास डॉक्टरांना त्याची कल्पना द्यावी. योग्यवेळी या आजाराच्या चाचण्या करून निदान आणि यथायोग्य उपचार केले तर हा आजार काबूत ठेवता येतो.

त्वचा रोग

पावसाळ्यात फक्त साथीचे आजारच होतात असे नव्हे, तर सततच्या ओलसरतेमुळे काही त्वचाविकारदेखील होतात. पावसाळ्यात भिजल्यावर अंगावरच ओले कपडे वाळू न देणे, पावसाळ्यामुळे नीट न वाळलेले कपडे, विशेषतः अंतर्वस्त्रे, वापरणे यामुळे काखांमध्ये, जांघांमध्ये गजकर्णासारखे त्वचेचे विकार होतात. पावसाळ्यात पाय सतत ओले होतात. पाय नीट कोरडे न केल्यास, पायाच्या बोटांमधील बेचक्या ओल्या राहतात. त्यामुळे तिथे चिखल्या होतात. पावसातून येता जाता, पायातले मोजे आणि बूट ओले होतात. असे ओले बूट-मोजे सतत वापरूनसुद्धा पायांना

चिखल्या होतात. जर मधुमेही रुग्णाला अशा चिखल्या झाल्या तर त्यात जंतूंचा संसर्ग होऊन संपूर्ण पायावर सूज येऊ शकते आणि त्यावर शस्त्रक्रिया करण्याची वेळ येते. कित्येकदा पाय तोडण्याची शस्त्रक्रियासुद्धा करण्याची वेळ येते.

त्यामुळे पावसात पाय कोरडे ठेवा आणि पायाच्या बेचक्यासुद्धा व्यवस्थित पुसून कोरडे ठेवण्याची काळजी घ्या असे आवर्जून सांगावेसे वाटते.

अपघात

पावसाळ्यात या आजारांच्या बरोबरीने चालताना किंवा वाहन चालवताना घसरून पडणे, भिंती-घरे कोसळणे, मोठे वृक्ष उन्मळून पडणे, वीज कोसळणे असे अनेक अपघातजन्य घटना घडतात. त्यापासून आपला बचाव करणेदेखील आवश्यक असते.

या साऱ्या आजारांची यथायोग्य जाणीव जर आपण बाळगली आणि आपल्या आरोग्याचे रक्षण केले तर पावसाळ्यातील, हरित तृणांच्या मखमालीने नटलेले हिरवे हिरवे गार गालिचे आपण निश्चितच आनंदाने उपभोगू शकू.

पावसाळा आरोग्यदायी होण्यासाठी

पावसाळ्यातील बहुतेक आजार सार्वजनिक स्वच्छतेच्या योजना अयशस्वी ठरल्याने होतात. यात सरकारी कुचराई जशी कारणीभूत असते, तसेच नागरिकांमधील सार्वजनिक आरोग्यातील अनास्थासुद्धा.

पावसाळा आरोग्यदायी हिरवा ऋतू होण्यासाठी वैयक्तिक स्वरूपातसुद्धा काही काळजी घ्यावीच लागते. उदा-

- पाणी उकळून, गाळून, स्वच्छ करून प्यावे. शक्य असल्यास घरात चांगला फिल्टर बसवावा.
- पावसात अकारण भिजणे टाळावे.
- ऑफिसला किंवा कामाला जाताना पायमोजे आणि कपड्यांचा जास्तीचा जोड घेऊन जावा. ओल्या कपड्यांत वावरणे टाळावे.
- आपल्याबरोबर अंग आणि केस पुसण्यास एखादा पंचा किंवा नॅपकिन बाळगावा.
- शक्यतो रबरी चप्पल किंवा मागील बाजूने पूर्ण बंद असलेल्या रबरी सँडल्स वापराव्या.
- भेळ, पाणी पुरी, शेवपापड, कच्छी दाबेली, अंडा भुर्जी अशी जंकफूड्स टाळावीत.
- बाहेरून आणलेली मिठाई आणि दुग्धजन्य पदार्थ टाळावेत.
- आहारात झिंक, क जीवनसत्त्व जास्त प्रमाणात असावे. लाल भोपळा, तीळ, खोबरे, शेंगदाणे तसेच लिंबू, संत्रे, मोसंबी, अननस यांनी प्रतिकारशक्ती वाढण्यास मदत होते.
- जखम झाल्यास डॉक्टरांचा सल्ला घेऊन त्वरित इलाज करावा. विशेषतः पायावर अगदी खरचटल्याची जखम असली तरी पावसाच्या साचलेल्या पाण्यात जाऊ नये.
- घरात आणि परिसरात डास, चिलटे, पिसवा, माश्या झाल्यास कीटकनाशकांचा फवारा मारून घ्यावा.
- शिळे आणि उघड्यावरील अन्न खाऊ नये.
- पावसाळ्यात उकडलेले, उकळलेले आणि भाजलेले अन्न खावे. कच्चे, तळलेले आणि आंबवलेले पदार्थ टाळावेत.
- मिठाई, चीज, पनीर, मांसाहार शक्यतो टाळावा.
- एक दिवसांपेक्षा अधिक दिवसांचा ताप, उलट्या, जुलाब अंगावर काढू नये. डॉक्टरांचा त्वरित सल्ला घ्यावा.
- कावीळ, टायफॉइड, एन्फ्लूएन्झा, स्वाईनफ्लू अशा रोगांसाठी प्रतिबंधक लसी उपलब्ध आहेत. डॉक्टरांच्या सल्ल्याने गरजेप्रमाणे लसीकरण करून घ्यावे. लहान मुले, वयोवृद्ध, क्षीण व्यक्ती यांनी विशेषत्वाने याचा

विचार करावा.

- ज्यांना अस्थमा, सीओपीडी असे त्रास आहेत, त्यांनी तज्ज्ञ डॉक्टरांकडून विशेष प्रतिबंधक इलाज करावे.
- पावसाळ्यात उपवासाचे दिवस अधिक प्रमाणात असतात. उपवासाच्या दिवशी पदार्थामध्ये साबुदाण्याचा, तेलाचा मुबलक प्रमाणात वापर केला जातो. हे पदार्थ जपून खावेत. त्याऐवजी आहारात ताज्या फळांचा समावेश करावा.

आला हिवाळा, तब्येत सांभाळा

उन्हाळा, पावसाळा आणि हिवाळा. सृष्टीच्या आवर्तनातून निर्माण होणारे ऋतुचक्र. नोव्हेंबर, डिसेंबर, जानेवारी आणि निम्मा फेब्रुवारी या हिवाळ्याच्या महिन्यात तापमान बऱ्यापैकी थंड असते. या थंडगार हवेचे आपल्या आरोग्यावर अनेक भले-बुरे परिणाम होत असतात. थंडीच्या या अपेक्षित हल्ल्याची आणि त्याच्या परिणामांची जाणीव दैनंदिन जीवनात बाळगली आणि रोजच्या आयुष्यात काही महत्त्वाचे बदल केले, तर आरोग्य सांभाळणे सोपे जाईल.

थंडीमध्ये होणारे आजार

- **सर्दी-खोकला :** हवेचे घटलेले तापमान अनेकांना चांगलेच बाधते. थंड हवेचे ज्यांना वावडे असते, अशांची नाके गळू लागतात, खोकला सुरू होतो. हे टाळण्यासाठी, सकाळी लवकर आणि रात्री उशिरा, जेव्हा गारठा जास्त असतो, अशा वेळेस बाहेर थंड हवेत जाणे टाळावे. अगदी आवश्यक असलेल्या कामांनाच बाहेर पडावे. बाहेर जाताना स्वेटर, शाल, मफलर, स्कार्फ यांचा वापर करावा. मुख्य म्हणजे नाक आणि कान झाकणारी माकडटोपी जरूर वापरावी. आजच्या तरुणांना ती आवडत नाही, पण थंड हवा नाका-तोंडातून जाण्यास त्यामुळे मज्जाव होतो आणि शिंका येणे, नाक गळणे हे प्रकार कमी होतात. ज्या घरात लहान मुले असतील, त्यांनी घराची दारे खिडक्या, सूर्यास्तानंतर बंद करून घ्यावी. छोट्या मुलांना पायात मोजे घातल्यास गार फरशीपासून त्यांना होणारा त्रास वाचू शकतो.

  एक वर्षाखालील बाळांची तर खास काळजी घेणे आवश्यक असते. स्वेटर आणि गरम कपडे याचबरोबर त्यांची छाती, पाठ, कपाळ, कानशिले जर सकाळी आणि रात्री हलक्या गरम कापडाने शेकली, तर त्यांना सर्दी होण्याचे प्रमाण कमी होते. थंड हवेपासून जशी काळजी घ्यायची असते, तशीच हात वरचेवर धुण्याचीही दक्षता घ्यावी. सर्दीचे विषाणू हातांवाटे श्वासा मार्फत शरीरात जाऊन सर्दी होते. हात धुतल्यास हे प्रमाण बरेच कमी होते.

  गरम पाण्याची वाफ घेणे, कोमट पाण्याच्या गुळण्या करणे, या गोष्टींचादेखील सर्दी-खोकला आटोक्यात आणायला उपयोग होतो. सर्दीमुळे डोके खूप दुखू लागले, ताप आला, खोकल्यातून पिवळा किंवा हिरवा कफ पडू लागला तर मात्र त्वरित डॉक्टरांचा सल्ला घ्यावा.
- **फ्लू** : थंडीच्या दिवसात अनेकांना तापाची कणकण जाणवते. बहुधा हा फ्लू किंवा एन्फ़्ल्युएन्झा असतो. फ्लूमध्ये तापाची कसकस, डोके दुखणे, अंग ठणकणे आणि कोरडा खोकला असतो. छोट्या मुलांमध्ये फ्लू झाल्यावर पोट दुखणे, पाण्यासारखे जुलाब होणे अशीही लक्षणे आढळतात. फ्लू आणि स्वाईन फ्लूचे रुग्ण हवामानातील उच्च आणि निम्न तापमानात खूप फरक झाला तर आढळून येतात. नोव्हेंबर ते मार्च या काळात ते जास्त असतात असे म्हटले जाते, पण आजकाल ते वर्षाच्या कोणत्याही काळात, जर दिवसा खूप उकाडा

आणि रात्री थंडी अशा विषम वातावरणात दिसून येतात.

सर्दी आणि फ्लू दोन्ही विकारांत नाकातल्या द्रावाची सूक्ष्मदर्शकाखाली तपासणी केली, तर त्यांच्यातील फरक लगेच लक्षात येतो. फ्लूमध्ये इंफ्लूएन्झा ए आणि बी हे विषाणू सापडतात, तर स्वाईनफ्लूमध्ये एच-१एन-१ आणि त्याचे भाऊबंद आढळतात. मात्र सर्दीच्या तपासणीत ऱ्हिनोव्हायरस, कोरोनोव्हायरस, ॲडिनोव्हायरस, रेस्पिरेटरी सिन्सिशियल व्हायरस यांच्या २००हून अधिक जाती, प्रजाती आणि उपजाती सापडतात. यातला प्रत्येक प्रकारचा विषाणू सर्दी व्हायला कारणीभूत ठरतो आणि त्यांच्या लक्षणांमध्ये थोडाफार फरक आढळतो.

फ्लूमध्ये थंडीपासून बचाव, शरीर उबदार ठेवणे, न टाळता तीन वेळेस आहार घेणे, भरपूर पाणी पिणे आणि विश्रांती घेणे आवश्यक असते. पहिल्या दोन दिवसात स्वाइन फ्लूची शक्यता वाटल्यास डॉक्टरांच्या सल्ल्याने टॅमिफ्लूच्या गोळ्या घेणे उपयुक्त ठरते. ज्या व्यक्तींची प्रतिकारशक्ती कमी असते, अशांना म्हणजे दम्याचे किंवा सततच्या जुन्या खोकल्याचे रुग्ण, कर्करोगाचे उपचार घेणारे रुग्ण, मधुमेह, मूत्रपिंडे निकामी झाल्याचा विकार असणारे रुग्ण, यांना स्वाईनफ्लूपासून जपणे गरजेचे असते. दरवर्षी एन्फ़्लुएन्झाची लस घेणे आणि फ्लूची लक्षणे दिसताच वेळेत टॅमिफ्लूच्या गोळ्या घेणे नितांत गरजेचे असते.

वेगवेगळ्या आजारांच्या रुग्णांनी घेण्याची विशेष काळजी

- **रक्तदाब-हृदयविकार :** या विकारांच्या रुग्णांनी बाहेर जाताना विशेष गरम कपडे वापरणे आवश्यक असते. कारण थंडीमुळे रक्तवाहिन्या आकुंचन पावून रक्तदाब वाढू शकतो. मात्र अशा रुग्णांनी केवळ अंथरुणात पडून राहू नये, दिवसा शारीरिक हालचाल, सपाटीवर चालण्याचा व्यायाम, पीटीचे व्यायाम यांच्यावर भर द्यावा. या व्यायामांनी त्यांचे रक्त शरीरभर व्यवस्थित प्रवाहित होते आणि शरीरात ऊब निर्माण होते.

  १. दमा
  २. सांधेदुखी
  ३. मलावरोध
  ४. हात पाय गार पडणे

वेगवेगळ्या अवयवांची विशेष काळजी

- **त्वचा-चेहरा :** आपल्या शरीरातील उष्णता बाहेर पडू नये यासाठी, नैसर्गिकपणे थंडीत त्वचेवरील घर्मरंध्रे बंद होतात. पण त्यामुळे त्वचेवरील तैलग्रंथींचा स्राव कमी पडून त्वचा कोरडी पडू लागते. याकरता अंघोळीला खूप गरम पाणी न वापरता कोमट पाणी वापरावे. वासाचा साबण वापरू नये, त्यामुळे त्वचा जास्त कोरडी पडू लागते. कोरड्या त्वचेला भेगा पडतात आणि खाजही खूप येऊ लागते. त्याकरिता मॉइश्चरायझिंग साबण किंवा तेल नसलेला ग्लिसेरीन साबण वापरावा.

  थंडीत केसदेखील कोरडे पडून राठ होत असल्याने, शांपूचा वापर टाळावा. केसांना रात्री झोपताना तेल लावावे अथवा अंघोळीनंतर केसांचे क्रीम वापरावे. थंडीत ओठ फुटण्याचा त्रास अनेकांना होतो. अशा लोकांनी ओठ चावू नयेत. त्यामुळे ओठांना भेगा पडून त्यातून रक्त येऊ शकते. ओठांना दुधाची साय, लोणी, ग्लिसेरीन किंवा व्हॅसलिन लावावे.

  काही व्यक्तींना थंडीत पायांना भेगा पडतात. अशांनी पायात बूट-मोजे वापरावेत. रोज रात्री पायांना तेल किंवा व्हॅसलिन लावावे. ज्यांना मधुमेह आहे अशांनी पायाला भेगा पडू न देण्याकडे विशेष लक्ष पुरवावे.
- **कान :** कानात गार हवा गेल्याने सर्दी होते अशी जी समजूत आहे ती धादान्तपणे चुकीची आहे. आणि यासाठी

अनेकजण कानात कापसाचे बोळे घालतात. ही पद्धत पूर्ण अशास्त्रीय आहे. थंडीत कानांना गारवा लागल्याने त्रास नक्कीच होतो, पण त्यासाठी कानांवर मफलर बांधणे, कानटोपी वापरणे किंवा फारच भीती वाटत असेल तर, पोहताना कानात पाणी जाऊ नये म्हणून जे वापरतात, ते इअरप्लग्ज वापरावेत. पण कापूस कानात घालू नये. कापसाचे तंतू कानाच्या आत जमा होऊन ते कुजू शकतात आणि कानांना त्रास होऊ शकतो.

- **डोळे** : थंडीत नाकाला जसे पाणी येते तसेच डोळ्यांनासुद्धा येते. डोळे लाल होतात, सुजतात. पण त्याकरिता प्रवास करताना चष्मा वापरावा, दुचाकीस्वारांनी हेल्मेटचा वापर करावा. डोळे लाल झाल्यास दिवसातून पाच-सहा वेळा साध्या किंवा किंचित कोमट पाण्याने धुवावेत आणि स्वच्छ रुमालाने पुसावेत.
- **दमा** : जुना खोकला: थंडीच्या दिवसात दम्याच्या आणि जुना खोकला म्हणजे सीओपीडीच्या काही रुग्णांचे दुखणे डोके वर काढते. याची सुरुवात सर्दीपासून होते आणि दम लागतो. दम्याच्या रुग्णांचा बऱ्याचदा दम कोरडा असतो. पण जुन्या खोकल्याच्या रुग्णांमध्ये मोठ्या प्रमाणात कफ पडू लागतो. अशा रुग्णांनी थंडीपासून बचाव करावाच, पण आपले इन्हेलर्स न चुकता वापरावेत. जास्त काळ दम लागल्यास किंवा खोकल्यातून पिवळा कफ पडू लागल्यास डॉक्टरांचा सल्ला लगोलग घ्यावा.

वेळेवरउपचार न केल्यास अशा रुग्णांना प्रसंगी इस्पितळात भरती करावे लागते.

- **सांधेदुखी** : संधिवात, सांध्यांच्या दुखण्याचे काही आजार असलेल्या व्यक्तींचे सांधे थंडी वाढत गेली तर जास्त वेदना देऊ लागतात. मोठी हाडे फ्रॅक्चर होऊन बरी झालेली असली, तरी हाडे जिथे मोडली होती त्या जागी वेदना होतात. अशा रुग्णांना गरम पाण्याच्या पिशवीचा शेक घेतल्यास बरे वाटू शकते. जास्त वेदना होत असल्यास किंवा सांधे सुजल्यास डॉक्टरांच्या सल्ल्याने औषधे घ्यावीत.
- **मलावरोध** : थंडीमध्ये फारशी तहान लागत नाही, सबब पाणी कमी प्यायले जाते. त्यात या दिवसात मांसाहाराचे, तळलेल्या पदार्थांचे, तेलातुपाचे खाण्यातले प्रमाण वाढते. याचा परिणाम शौचाला घट्ट होण्यात होतो. यालाच मलावरोध म्हणतात. या व्यक्ती शौचाला जोर करतात, त्यामुळे त्यांना फिशर, पाइल्स अशा मूळव्याधीच्या तक्रारी सुरू होतात. आधीपासूनच ज्यांना हे त्रास असतात, त्यांना पुन्हा हे विकार जाणवू लागतात.

  यासाठी तहान नसली तरी थोडे थोडे पाणी दिवसभर घेत राहिले पाहिजे. सर्वसाधारणपणे दोन ते तीन लिटर पाणी दिवसभरात जायला हरकत नसते. त्याचप्रमाणे चोथायुक्त अन्न म्हणजे पालेभाज्या, फळे आहारात वाढवावी.
- **हातपाय गार पडणे** : थंडीमध्ये काही व्यक्तींचे पाय इतरांपेक्षा खूप गार पडतात. अशा व्यक्तींनी डॉक्टरी सल्ला नक्की घ्यावा. याशिवाय पायात लोकरीचे मोजे वापरावेत, रात्री झोपताना कोमट पाण्यात पाय बुडवून १०-१५ मिनिटे बसावे. शीत प्रदेशात पायांची नखे जर काळी किंवा जांभळी पडत असतील, तर त्यांनी त्वरित वैद्यकीय तपासणी करून योग्य ते उपचार घ्यावेत.

थंडीमध्ये आहारात करायचे बदल

- **आहार** : थंडीमध्ये शरीर उबदार राखण्यासाठी अधिक ऊर्जेची गरज असते. त्यामुळे आहारात पिष्टमय पदार्थ आणि चरबीयुक्त पदार्थांचे प्रमाण वाढवावे लागते. मात्र यालाही काही मर्यादा असतात, कारण हे पदार्थ गरजेपेक्षा जास्त खाल्ले गेल्यास वजन वाढते. थंडीमध्ये अनेकांचे गाल आणि एकूणच शरीर गोलमटोल होऊ लागते.

- आहारामध्ये सर्वसाधारणपणे एकदल आणि द्विदल धान्य यांचे प्रमाण वाढवावे. यात एकदल धान्यातील बाजरी, नाचणी, जव आणि द्विदल प्रकारातील मसूर, वाल, वाटाणे, चणे, कुळीथ या धान्यांचा आहारात मर्यादित स्वरूपात वाढवावेत.
- भाज्यांमध्ये सुकी मेथी, कारली, वांगी, सूर्यफुलांचे देठ, शेवग्याच्या शेंगा व शेवग्याचा पाला आणि इतर हिरव्या पालेभाज्या खाव्यात.
- मांसाहारी व्यक्तींनी या काळात रावस, पापलेट असे मोठे मासे खावेत. तर भाज्यांमध्ये कंद वर्गातील मुळा, लसूण, नवलकोल या पदार्थांचे प्रमाण कमी करावे.

थंडीच्या दिवसात दुग्धजन्य पदार्थांपैकी दही फार प्रमाणात घेऊ नये. दही खावयाचे असल्यास कढीच्या रूपात खाता येऊ शकते. याशिवाय दह्याचे ताक आणि ताकावरील येणारे लोणी खावे योग्य दह्यापासनू बनविले जाणारे लोणी, ताक, तूप हे पदार्थ उपकारक ठरतात. परंतु जमवलेले दही अधिक खाल्ल्यास त्रास होऊ शकतो. ताक किंवा कमी प्रमाणात दही खाण्याची इच्छा असल्यास दुपारच्या वेळी कमी प्रमाणात सेवन केले तरी चालते.

थंड पाणी किंवा थंड पेय यांचे सेवन करू नये. खसखस, लाल मिरची, दालचिनी, राई किंवा राईचे तेल यांचा आहारात समावेश करताना काळजी घ्यावी आणि प्रमाणावर नियंत्रण ठेवावे.

थंडीमध्ये व्यायाम कसा करावा ?

- **व्यायाम** : थंडीत घाम कमी येतो, हवा सुसह्य असते म्हणून या दिवसांत व्यायाम सुरू करणे उत्तम असते. व्यायामाने शरीराची आणि स्नायूंची क्षमता वाढते, 'स्टॅमिना' सुधारतो, शरीराला प्राणवायू पुरेशा प्रमाणात मिळण्यास मदत होते, तसेच रोगप्रतिकारशक्ती वाढते. नियमित व्यायामामुळे कोणताही आजार वा अपघात यांना तोंड देण्याची शरीराची क्षमता वाढते आणि एकूणच आरोग्य सुधारते.

मुळात व्यायामाची सवय नसेल, तर थंडीत व्यायामाला सुरुवात करून व्यायामाचा वेळ आणि आवर्तने हळूहळू वाढवत नेणे योग्य असते. शरीराला सवय नसताना अतिरेकी ताण दिल्यास इजा होण्याचीच शक्यता अधिक असते. त्यामुळे आधी ब्रिस्क वॉकिंग, स्विमिंग, सूर्यनमस्कार असे सोपे व्यायाम करावेत.

स्नायूंची क्षमता वाढवण्याचे वजन उचलण्यासारखे जिममधले वेट ट्रेनिंगचे व्यायाम, लवचिकता वाढवण्याची योगासने, सूर्यनमस्कार आणि शरीराचा स्टॅमिना वाढवणारे जॉगिंग, ब्रिस्क वॉकिंग, स्विमिंग हे व्यायाम, असे व्यायामांचे तीन प्रमुख प्रकार करावेत.. पण नुसताच वजने उचलण्याचा व्यायाम केल्यास स्नायू व सांध्यांना कडकपणा येईल, शरीराची ढबही बिघडू शकेल किंवा नुसतीच लवचिकता वाढवण्याचे व्यायाम केल्यास शरीराचा एंड्युरन्स आणि स्नायूंची ताकद तितकी वाढणार नाही. त्यामुळे आपल्या व्यायामाच्या आराखड्यात आपल्या प्रकृतीनुसार या व्यायामप्रकारांचा योग्य मेळ हवा. यासाठी आवश्यक वाटल्यास व शक्य असल्यास प्रशिक्षित जिम ट्रेनरचे साहाय्य घ्यावे.

आजारांना वेळीच ओळखून त्याचा प्रतिबंध करण्यासाठी योग्य आहार, नियमित व्यायाम घेतल्यास हिवाळा हा आरोग्यऋतू नक्कीच बनू शकतो.

कृश शरीराच्या आरोग्यव्यथा

विंदा करंदीकरांची एक मस्त कविता आहे. त्यात ते म्हणतात...
कोणी मवाळ कोणी जहाल
कोणी लठ्ठ कोणी मठ्ठ
कोणी ढीले कोणी घट्ट;
कोणी कच्चे कोणी पक्के
सब घोडे बारा टक्के!

साहित्यामध्ये, चित्रपटामध्ये, व्यंगचित्रांमध्ये, भाषणांमध्ये लठ्ठपणावर नेहमीच विनोद केले जातात. पण लॉरेल-हार्डी वगळता कृश व्यक्तींवर सहसा फारसे बोलले-लिहिले जात नाही.

जीवनशैलीमुळे निर्माण होणारी वजनवाढ हा आजकाल नेहमीच चर्चेचा गरमागरम विषय असतो. आरोग्यविषयक लेखात आणि व्याख्यानात नेहमी स्थूलत्वाचे तोटे सांगून वजन कमी करण्याचा सल्ला दिला जातो. पण ज्यांचे वजन मुळातच खूप कमी असते, अशा सडपातळ, हडकुळ्या लोकांचे काय? त्यांना तर वजन वाढवायची गरज असते.

अशा कृश व्यक्ती जगात संख्येने काही कमी नाहीत. 'लॅन्सेट' या जगातील सर्वात दर्जेदार वैद्यकीय नियतकालिकाच्या मार्च २०१६मधील एका सर्वेक्षणानुसार, जगभरात एकीकडे १०.८ टक्के पुरुष आणि १४.९ टक्के स्त्रिया स्थूल आहेत आणि त्याचवेळेस दुसऱ्या बाजूला ८.८ टक्के पुरुष आणि ९.७ टक्के स्त्रिया कृश किंवा हडकुळ्या आहेत. भारताचा विचार केला तर २५ टक्के स्त्रिया आणि २० टक्के पुरुष अशा साधारणतः १५ कोटी व्यक्ती अगदी हाडाचा सापळा जरी नसल्या, तरी अतिकृशतेच्या वर्गात मोडतात.

कृशपणा म्हणजे काय?

किलोग्रॅममधल्या आपल्या वजनाला मीटरमधील उंचीचा वर्ग करून भागले की जो भागाकार येतो, त्याला बॉडी मास इंडेक्स (बी.एम.आय.) म्हणतात.

बॉडी मास इंडेक्स = (वजनाचे किलोग्रॅम) ÷ (मीटरमधील उंची)^{२}

बी.एम.आय. जर १८.५ ते १६ असेल तर त्या व्यक्तींना सडपातळ म्हणता येते. पण जर तो १६ पेक्षा कमी असेल तर त्या व्यक्तींना कृश समजले जाते आणि बीएमआय १५ किंवा त्यापेक्षा कमी असेल, तर त्या व्यक्ती अतिकृश किंवा हडकुळ्या मानल्या जातात.

कृशतेची कारणे

कृशतेची असंख्य कारणे असतात. काही व्यक्ती लहानपणापासूनच कृश असतात, तर काही आजारपणामुळे

कृश होतात. कृश व्यक्तींमध्ये एकापेक्षा अधिक कारणेसुद्धा अनेकदा आढळतात.

- **कौटुंबिक परंपरा :** काही घराण्यांमध्ये पिढ्यानपिढ्या बीएमआय कमीच असतो, आणि सर्व वंशज वजन-उंचीच्या या गुणोत्तरामध्ये कमी भरतात. जगभरातदेखील काही आदिवासी जमातींमध्ये शारीरिक वाढ निसर्गतःच खुरटलेली आढळते.
- **चयापचय क्रियेचा वेग :** खाल्लेल्या अन्नामधून निर्माण होणारी ऊर्जा शरीराच्या विविध कार्यासाठी वापरली जाणे म्हणजे चयापचय क्रिया (मेटाबोलिझम). यामध्ये जर शरीरातील ऊर्जा जास्त वेगाने आणि जास्त प्रमाणात वापरली गेली, तर वजन कमीच राहते. त्यामुळे अशा व्यक्तींनी इतर सर्वसाधारण व्यक्तींएवढाच किंवा जरा जास्त आहार जरी घेतला तरी त्यांचे वजन कमीच राहते.
- **शारीरिक श्रम :** जास्त प्रमाणातले मानवी कष्ट, अति शारीरिक श्रम, जात प्रमाणात होणारा एरोबिक व्यायाम यामध्ये वजन कमी असते.
- **काही आजार :** अनियंत्रित मधुमेह, थायरॉइड हार्मोनचे प्रमाण जास्त असल्यामुळे होणारा हायपरथायरॉइडिझम, ॲनिमिया, क्षयरोग, दीर्घकालीन ताप, कर्करोग, यकृताचे आणि आतड्यांचे आजार, एड्सची अंतिम अवस्था, यामध्ये रुग्णांचे वजन कमी होऊन ते कृश होतात. दीर्घकाळ उलट्या-जुलाबांचा त्रास होत राहिल्यासही रुग्णांचे वजन खूप घटते.
- **मानसिक आजार :** ताणतणाव, चिंता, नैराश्य, ऑबसेसिव्ह कंपल्सिव्ह डिसऑर्डर अशा आजारांमध्ये रुग्णाचे खाण्यापिण्याकडे दुर्लक्ष होऊन वजन वेगाने घटत जाते. बुलिमिया, ॲनोरेक्सिया नर्वोजा अशा आजारांमध्ये आहार प्रमाणापेक्षा खूप कमी होऊन व्यक्ती कृश होतात.
- **औषधे :** मधुमेहाची काही औषधे, कर्करोगावरील केमोथेरपी, संधिवातावरील काही औषधे यामुळे भूक मंदावते. साहजिकच वजन घटू शकते.
- **वृद्धापकाळ :** साधारणतः ६५ ते ७५ वर्षे वयाच्या दरम्यान नैसर्गिक भूक कमी होते आणि वजन घटू लागते.
- **कुपोषण :** भारतात आणि जागतिक स्तरावर प्रथिने किंवा/आणि उष्मांक कमी मिळाल्याने होणाऱ्या कुपोषित बालकांचे प्रमाण अतोनात आहे. ही बालके कृश असतात आणि योग्य आहार न मिळाल्यास किंवा उपचार न झाल्यास पुढील आयुष्यातदेखील कृश राहतात.

कमी वजनाचे दुष्परिणाम

एका मर्यादेपेक्षा वजन खूप कमी असेल, तर त्याचे दुष्परिणाम आरोग्यावर हळूहळू पण निश्चितपणे होत जातात. साधारणतः १८ ते १८.५ बीएमआय असणाऱ्यांना हे त्रास जाणवत नाहीत, पण त्याखाली तो गेल्यास अनेक व्याधींना सामोरे जाण्याचा प्रसंग येतो.

- **हाडे ठिसूळ होणे :** शारीरिक कृशता असलेल्या स्त्रियांमध्ये रजोनिवृत्तीच्या काळानंतर 'ऑस्टिओपोरोसिस'चा विकार उद्‌भवतो. यात हाडे ठिसूळ होतात आणि साध्या धक्क्याने ती मोडू शकतात.
- **त्वचा, केस आणि दात :** अतिकृश व्यक्तींची त्वचा शुष्क आणि पातळ बनते. साध्या ओरखड्याने जखमा होतात. त्यांचे केस लवकर गळतात आणि लवकर टक्कल पडू लागते. त्यांचे दातही ठिसूळ होतात आणि ते पडतात किंवा त्यांचे तुकडे पडतात.
- **सतत आजारपण :** अमेरिकेतील जॉन हॉपकिन्स स्कूल ऑफ पब्लिक हेल्थ येथे झालेल्या एका

संशोधनाच्या निष्कर्षानुसार, कृश व्यक्तीत रोग प्रतिकारशक्ती कमी असते. त्यामुळे सतत सर्दी होणे, नेहमी कणकण जाणवणे, डोके दुखणे, ताप येणे, थोड्या श्रमाने थकवा येणे अशी लक्षणे नेहमी दिसतात. त्यांच्या शरीरात लाल रक्तपेशी कमी असतात. त्यामुळे त्या ॲनिमिक होतात.

- **दमणे** : शरीराला योग्य प्रमाणांत ऊर्जा मिळत नाही, त्यामुळे किंचितशा कामाने दमायला होते. काम करण्यास उत्साह कमी असतो. या व्यक्ती शारीरिक किंवा बौद्धिक असे कोणतेही काम दीर्घकाळ करू शकत नाहीत.
- **वंध्यत्व :** अतिशय कृश स्त्रियांच्या शरीरात लैंगिक हार्मोन्सचे प्रमाण कमी होऊन त्यांना पाळी अनियमित होणे, रजोनिवृत्ती लवकर होणे, गर्भधारणा न होणे असे त्रास आढळून वंध्यत्व निर्माण होते.
- **गर्भवती स्त्रिया :** कमी वजनाच्या मातांची अपुऱ्या दिवसात प्रसूती होऊ शकते, तसेच प्रसूतीदरम्यान रक्तस्राव होऊन त्यांना गंभीर धोका होऊ शकतो. अशा मातांची बालके कमी वजनाची आणि अशक्त निपजू शकतात. या मुलांनादेखील लहान वयात मोठे त्रास होण्याची शक्यता असते.
- **वाढ खुरटणे :** लहान मुले किंवा तरुणांमध्ये जन्मजात कमी वजनामुळे शारीरिक वाढ खुरटू शकते.
- **मृत्यूचे प्रमाण** : 'बायो-मेडिकल सेन्ट्रल (बी.एम.सी.) पब्लिक हेल्थ' या अमेरिकीन वैद्यकीय नियतकालिकात १६ एप्रिल २०१४रोजी प्रसिद्ध झालेल्या एका शोध निबंधात, कमी वजनाच्या कृश व्यक्तींची आयुर्मर्यादा कमी राहते, असे सप्रमाण दाखवून दिले आहे.

डॉक्टरांचा सल्ला केव्हा घ्यावा?

वजन कमी होणे हा एक आजार जरी नसला तरी एखाद्या गंभीर आजाराचे प्रथम लक्षण असू शकते. त्यामुळे वेळेवर वैद्यकीय सल्ला घेणे गरजेचे असते. यामध्ये लहान मुलांमध्ये किंवा किशोरवयीन अवस्थेत जर वजन-उंचीच्या तक्त्यानुसार मुलांचे वजन कमी भरत असेल, वाढत्या वयातील मुला-मुलींचे वजन दीर्घ कालावधीत न वाढता तेवढेच राहत असेल, एरवी व्यवस्थित वजन असलेल्या व्यक्तीमध्ये काही दिवसात अथवा महिन्या-दोन महिन्यांच्या काळात तीन ते पाच किलो वजनाची घट आढळल्यास, घरातील लहान अथवा कोणत्याही वयाच्या व्यक्तीमध्ये भुकेचे तसेच आहाराचे प्रमाण लक्षणीयरित्या आणि अचानक कमी झाल्यास, आपल्या डॉक्टरांचा सल्ला घ्यावा.

वजन कसे वाढवावे?

आहारातून शरीराच्या क्रियांसाठी मिळणाऱ्या उष्मांकातून काही शिल्लक राहिले तर वजन वाढते. आहारातील अन्नघटकामधून चरबीयुक्त पदार्थ आणि कर्बोदकांपासून आपल्याला उष्मांक मोठ्या प्रमाणात मिळतात. तर प्रथिनांच्या सेवनाने शरीरातील मांसाची, स्नायूंची वाढ होते. 'ड' जीवनसत्त्व आणि कॅल्शियमसारखी खनिजे हाडांची घनता वाढवतात. साहजिकच सर्व अन्नघटक, जीवनसत्त्वे, खनिजे, क्षार आणि पाणी योग्य प्रमाणात आणि जास्त मापात जर आहारातून मिळाले तरच वजन वाढू शकते. म्हणजेच 'थोड्या जास्त मापात असलेला, पण समतोल आहार हीच आरोग्यकारक वजनवाढीची गुरुकिल्ली आहे.'

चरबीयुक्त आहार घेतला, गोडधोड आणि तेल-तूप खूप खाल्ले म्हणजे आपले वजन चटकन वाढेल असा एक पक्का समज सगळ्यांच्या मनात असतो. मात्र लक्षात घ्या, आपल्या शरीरात चरबी जमा होणे आणि चयापचय क्रियेत तिचा वापर ऊर्जा म्हणून होणे याचे एक नैसर्गिक चक्र असते. आपल्या शरीरातील विविध अवयवांच्या कार्यासाठी, शरीराची झीज भरून काढण्यासाठी आणि शरीराची वाढ होण्यासाठी स्निग्ध पदार्थ

हा एक आवश्यक अन्नघटक असतो. चरबीयुक्त पदार्थांपासून बनणारी ऊर्जा आपल्याला अंगमेहनतीची कामे आणि व्यायाम करताना उपयुक्त ठरते. मेंदूच्या पेशींच्या कार्यासाठी, शरीरात निर्माण होणारे दाह नियंत्रित करण्यासाठी चरबीपासून बनणारे शारीरिक घटक आवश्यक असतात. रक्तप्रवाहात गुठळ्या निर्माण होऊ नये म्हणून तसेच केस, त्वचा, हाडे निरोगी आणि भक्कम व्हायलादेखील चरबीची मदत होते.

वजन कमी आहे म्हणून उठसूठ काहीही खा किंवा तेलतुपाचा मारा करा, मांसाहार आणि जंकफूडवर आडवा हात मारा असे नसते. जंकफूड खाऊन वजन वाढू शकते, पण शरीराला आवश्यक अशी पोषकमूल्ये योग्य प्रमाणात त्यातून मिळत नाहीत. जंकफूडमध्ये चरबी, साखर आणि मीठ अतिरिक्त प्रमाणात असल्याने शरीराला हानी पोहोचते. वजन कमी करण्याच्या कार्यक्रमासारखेच संतुलित वजन वाढवण्याची योजना आखावी लागते. कृश व्यक्तींचे वजन वाढवायचा कार्यक्रम आखताना, बॉडी मास इंडेक्सचा (बीएमआय) तक्ता वापरून वजन कितपत कमी आहे हे प्रथम निर्धारित केले जाते. त्याचबरोबर उंची, वजन, आहार आणि शारीरिक क्रियांची पातळी यावर वजन कितपत वाढवावे हे ठरवले जाते.

निरोगी वजन वाढवण्यासाठी टिप्स

मनापासून खाऊनदेखील वजन वाढत नसल्याने चिंताग्रस्त असलेल्यांची संख्या कमी नसल्याने तथाकथित आहारतज्ज्ञांपासून अगदी आधुनिक तंत्रज्ञानाने विकसित उपचारांपर्यंत अनेक उपचारपद्धती आज सहज उपलब्ध आहेत.

१. **वैद्यकीय तपासणी** : कृश व्यक्तींनी सर्वप्रथम डॉक्टरांचा सल्ला घेऊन कोणता आजार नाही याची खात्री करून घ्यावी. आजार असल्यास त्याचा उपचार करणे जरुरीचे असते. काही आजार कालांतराने बरे होतात, तर काही आजारात कायमस्वरूपी औषधेही चालू ठेवायची असतात.

२. **औषधे :** न्युट्रिशन सप्लिमेंट्स, व्हिटॅमिन्सच्या गोळ्या, टॉनिक्स यांनी वजन वाढत नाही. त्यांचा वापर करण्याची गरज डॉक्टरी सल्ल्यानेच ठरवावी.

३. **व्यायाम :** प्रथम स्नायूंच्या बळकटीसाठी योग्य व्यायाम करावा. यामध्ये जिममधील वेट ट्रेनिंग, डंबबेल्स, जोर-बैठका अशा व्यायामाचा समावेश असावा. व्यायाम रोजच्या रोज नियमितपणे करावा.

४. **आहाराच्या वेळा :** दिवसांतून दोनच वेळा भरपूर जेवण्यापेक्षा थोड्याथोड्या वेळाच्या अंतराने ५-६ वेळा खावे, पण जंकफूड खाऊ नये. भरभर खाण्यापेक्षा हळूहळू खावे म्हणजे भूक वाढते.

वजन वाढण्यासाठी योग्य आहार

ठरावीक दिवसांनी आहार थोडा थोडा वाढवत न्यावा. सुरुवातील नेहमीपेक्षा चतकोर किंवा अर्धी पोळी वाढवावा, भात वाढवावा, रोज एक फळ खावे. खालील पदार्थांचा समावेश करणे वजन वाढवण्यासाठी गरजेचे असते.

- **दूध :** दुधातून प्रामुख्याने मिळणारी प्रथिने, कर्बोदके आणि इतर पोषणद्रव्ये यांमुळे वजन वाढवण्यास मदत होते. १०० मिली दुधातून अंदाजे ३.४ ग्रॅम प्रथिने मिळतात. सकाळी एक आणि संध्याकाळी एक असे रोज दोन ग्लास दूध प्यायल्यास १४ ग्रॅम्स प्रथिने मिळतात.
- **अंडी :** आहारातील अंड्यांच्या समावेशाने शरीराला उच्चप्रतीची प्रथिने मिळतात.१०० ग्रॅम अंड्यामधून १३ ग्रॅम प्रथिने मिळतात. अंड्यातील 'अ' आणि ब-१२ जीवनसत्त्वांच्या समावेशाने आहार जास्त पोषक होतो.
- **ओट्स :** वजन कमी करण्यासोबतच वजन वाढवणाऱ्यासाठीदेखील ओट्सचा आहारात वापर असावा

लागतो. ओट्समधून शरीराला फायबर मिळते. १०० ग्रॅम ओट्समधून १७ ग्रॅम प्रथिने आणि लोह मिळते.

- **केळी :** एका केळ्यातून १०५ कॅलरीज मिळतात. त्यातून तात्काळ ऊर्जा मिळते आणि व्यायामानंतर शरीराची झीज भरून काढण्यास मदत होते. अनेक नामवंत टेनिस, क्रिकेट, बॅडमिंटन खेळाडू ब्रेकमध्ये ऊर्जा मिळवण्यासाठी केळे खातात.
- **बटाटा :** आहारामधील किमान ४० टक्के भाग कर्बोदकयुक्त असेल तर त्याचा उपयोग वजन वाढीसाठी होतो. यासाठी बटाटा हा एक सोपा, स्वस्त आणि सर्वकाळ सर्वत्र मिळणारा पर्याय आहे. बटाट्यातील 'ग्लुटामिन' आणि 'अर्जिनिन' यासारखी अमिनो ॲसिड्स वजन वाढवणाऱ्यांसाठी हितावह असतात. बटाटा सालीसकट वापरल्यास जास्त फायदेशीर असततो.
- **सोयाबीन :** वजन वाढवण्यासाठी लागणारी पुरेशी कर्बोदके मिळवण्यासाठी सोयाबीनचा रोजच्या आहारातील समावेश खूप उपयुक्त ठरतो. रोजच्या १०० ग्रॅम सोयाबीन सेवनाने ३६ ग्राम प्रथिने मिळू शकतात. गव्हाच्या पिठात सोयाबीनचे पीठ तिनास एक या प्रमाणात एकत्र करून पोळ्या केल्यास नियमितपणे प्रथिने आणि कर्बोदके नित्य मिळत राहतील.
- **नूडल्स :** नूडल्स खाणे हा एक वादाचा मुद्दा आहे. पण त्यातून कर्बोदके आणि ऊर्जा उत्तम प्रकारे मिळू शकतात. नूडल्समध्ये भाज्या टाकून खाल्याने अनेक पोषणद्रव्ये, जीवनसत्त्वे, खनिजे आणि ॲन्टिऑक्सिडन्ट्स मिळतात.
- **मांसाहार :** मांसाहार घेणे वजन वाढीच्या दृष्टीने फायदेशीर ठरते. त्यातही चिकन खाल्ल्यास १०० ग्रॅम्समधून २५ ग्रॅम्स प्रथिने मिळतात. महिन्याभर नियमित मांसाहार केल्यास जाणवण्याएवढी प्रगती दिसून येते.
- **लोणी :** लोणी खायला आवडत असेल, तर वजन वाढवण्यासाठी त्याचा आहारातील समावेश खूपच उपयुक्त ठरतो. १०० ग्रॅम लोण्यातून ८१ ग्राम स्निग्ध पदार्थ मिळतात.
- **सुका मेवा :** काजू, बदाम, अक्रोड, बेदाणे अशा सुक्या मेव्यातून तात्काळ कॅलरीज मिळतात. फळांपेक्षाही सुका मेवा खाणे हा वजन वाढवण्याचा एक स्वास्थ्यपूर्ण उपाय आहे. सुक्या मेव्यातून शरीराला भरपूर ऊर्जा आणि पोषणद्रव्ये मिळतात.

भारतासारख्या विकसनशील देशात एका बाजूला वाढते स्थूलत्व आणि दुसरीकडे कृशता यांचे प्रमाण ही एक चिंतेची बाब आहे. देशातील संपत्तींचे आणि पर्यायाने खाद्यपदार्थांचे विषम वाटप, हे त्याच्या मागील खरे कारण आहे. मात्र येत्या काही वर्षांत यामध्ये सजगतेने योजनाबद्ध कार्यक्रम आखून तो प्रत्यक्षात आणल्यास ही दरी नक्कीच कमी होईल अशी अपेक्षा आहे.

व्यवसायजन्य आजार आणि प्रतिबंध

आजच्या जीवनात आर्थिक मिळकतीला कमालीचे महत्त्व असते. कुणी जीवनमान उंचावण्यासाठी तर कुणी अधिक श्रीमंत होण्यासाठी व्यवसाय-धंदा करत असतात. याशिवाय समाजातले अनेक जण आपली रोजीरोटी कमावण्यासाठी अशा कामधंद्यात इमानेइतबारे नोकरी करत असतात. या प्रत्येक व्यवसायात काही धोके असतात, आरोग्यावर दुष्परिणाम करणारे घटक असतात. निरनिराळ्या व्यवसायातील दुष्परिणामांचा अभ्यास करून त्यावर उपाय करणे आणि ते परिणाम होऊ नयेत म्हणून प्रतिबंधात्मक उपाय करणे यासाठी वैद्यकीय क्षेत्राची एक शाखा कार्यरत असते. यालाच 'ऑक्युपेशनल हेल्थ सायन्स' म्हणतात.

इ.स.१९६०पर्यंत या शाखेला 'इंडस्ट्रियल मेडिसिन' म्हटले जायचे. पण आजच्या युगात कारखाने सोडता अशी अनेक क्षेत्रे आहेत, की त्यातही त्या व्यवसायामुळे आरोग्यावर विपरीत परिणाम होत असतात. भारतासारख्या देशात कारखान्यांच्या बाहेरच जास्त कामकरी जनता आहे. तिचे आरोग्य तपासण्यासाठी यंत्रणा नाही. उदा. शेती व्यवसायातल्या कामगारांचे आजार, त्यात असलेले धोके, विविध क्षेत्रातील असंघटित कामगार, बालकामगार, वेश्या, सफाई कामगार असे असंख्य वर्ग आहेत. शिवाय आजच्या संगणक युगात बीपीओ आणि आयटी इंडस्ट्रीमध्ये काम करणाऱ्या आणि उच्च पगाराची नोकरी असलेल्या मॅनेजमेंट वर्गाच्या आरोग्यसमस्या हा एक नवा वेगळा विषय निर्माण झालेला आहे.

कामगारांच्या आरोग्य सुरक्षेबाबत देशात अनेक कायदे आहेत. जागतिक आरोग्य संघटनेनेदेखील याबाबत खूप सखोल विचार करून वेळोवेळी मार्गदर्शक तत्त्वे जाहीर केली आहेत.

- **व्यावसायिक आजारांचे विविध प्रकार** : निरनिराळ्या कामधंद्यांमध्ये वेगवेगळ्या प्रकारचे धोके आणि आजार संभवतात. त्यांची वर्गवारी खालीलप्रमाणे करता येते.
- **कामामधील शारीरिक इजा** : यांत्रिकी उद्योगात काम करताना हातोड्याचा किंवा कुऱ्हाडीचा घाव बसणे, यंत्रामध्ये शरीराचा अवयव सापडून तो शरीरावेगळा होणे, बांधकाम उद्योगात, रंगारी व्यवसायात उंचावरून पडणे, जबर मार लागणे इत्यादी प्रकार होत असतात. अनेक व्यवसायात छोटे-मोठे अपघात तर सतत होताच असतात.
- **शारीरिक तणाव** : कुठल्याही प्रकारच्या ऑफिसात, बँकांमधील कर्मचारी, आयटी उद्योगातील कर्मचरी यांना संगणकावर सतत बसून काम करायला लागल्याने होणारा बोटांचा त्रास, दिवसात ६ ते ८ तास बसून काम करायला लागल्याने होणारे पाठीचा-मानेचा स्पॉण्टिलॉसिस आज मोठ्या प्रमाणात दिसतात. शेतमजुरी करणाऱ्या स्त्रीपुरुषांमधील कंबरदुखी, वाहतूक-नियंत्रक पोलिसांना होणारा पायांच्या रक्तवाहिन्या फुगण्याचा 'व्हेरिकोज व्हेन्स'चा अशी बरीच उदाहरणे नित्य दिसून येतात.

- **भौतिक गोष्टी :** इलेक्ट्रिक भट्टी, रासायनिक कारखाने यातील तीव्र उष्णता व हवेचा दाह, कोल्ड स्टोरेजमधील गारठा, आयटी व्यवसायात खूप कमी तापमान ठेवणारी एअरकंडिशनिंग, इस्पितळातील क्ष-किरण आणि स्कॅन विभागात काम करणाऱ्या डॉक्टर्स आणि कामगारांवर होणारा किरणोत्सर्ग, धातूच्या वस्तू बनवणाऱ्या, मोटारी बनवणाऱ्या आणि मेकॅनिकल यंत्रणा वापरणाऱ्या कारखान्यातील ध्वनिप्रदूषण-गोंगाट, सतत कंपन सहन करणे, सर्वच कारखान्यात होणाऱ्या विजेच्या तारांमध्ये होणाऱ्या बिघाडाने बसणारे प्राणघातक विद्युत धक्के अशा भौतिक इजा हे त्या त्या व्यवसायात असलेले आरोग्यविषयक धोकेच असतात.
- **सूक्ष्म कण आणि धूलीकण :** गिरणीमध्ये श्वासावाटे पीठ, कापड गिरणीत कापसाचे जंतू, सिमेंटच्या कारखान्यात त्याची धूळ, हळदीच्या कामगारांमध्ये हळदधूळ, खडी कारखान्यात सिलिका अशा सूक्ष्म कणांचा आणि धुळीचा श्वासमार्गात प्रवेश होऊन श्वसनाला त्रास होणे, दम लागणे, कायमचा खोकला होणे हे त्रास तर होतातच; पण ही धूळ श्वसनमार्गात आणि फुफ्फुसात साचत जाऊन फुफ्फुसातील वायुकोष निकामी होत जातात.
- **रासायनिक दुष्परिणाम :** रासायनिक उद्योगात ॲसिड अंगावर उडणे, विषारी वायू फुप्फुसात जाणे असे प्रकार आढळतात. शिवाय फॉस्फरससारखी काही रसायने शरीरावर हळूहळू गंभीर परिणाम करतात. मिथेन, कार्बनडायऑक्साईड, कार्बनमोनोक्साईड, अमोनिया, हायड्रोजन सल्फाईड, नायट्रोजन, फॉरमाल्डीहाईड अशा वायूंचे प्राणगंभीर परिणाम होऊ शकतात.
- **धातूंचे परिणाम :** धातू आणि खाण व्यवसायात तांबे, शिसे, लोह, पारा, आर्सेनिक अशा धातूंचा शरीरावर प्राणघातक परिणाम होतो.
- **जैविक दुष्परिणाम :** जनावरांशी, प्राण्यांशी आणि जंगलांशी संबंध असलेल्या व्यवसायात वन्यप्राणी, साप, विंचू, कुत्रा अशा प्राण्यांचे दंश, गाईगुरांपासून होणाऱ्या जखमा, जंतकृमी, जीव-जंतूंपासूनचे धोके, लिंगसांसर्गिक आजार हे सर्व या गटात मोडतात. इस्पितळातील कर्मचाऱ्यांना आणि डॉक्टरांना रुग्णांमुळे होणारे संसर्गजन्य आजार हा एक ज्वलंत विषय आहे. क्षय रोग, मलेरिया, इबोला, एचआयव्ही अशाने बाधित रुग्णांवर उपचार करताना तो आजार होऊन असंख्य आरोग्यसेवकांनी आणि डॉक्टरांनी आपले प्राण गमावले आहेत.
- **कर्करोग :** निरनिराळ्या रासायनिक पदार्थांच्या उत्पादनाचे कारखाने, रंगाचे कारखाने, किरणोत्सारी पदार्थांशी

संबंधित उद्योगधंदे, ॲस्बेस्टॉसशी संबंधित उद्योग, रबर उद्योग, खाण उद्योग अशात काम करणाऱ्या कामगारांमध्ये कर्करोगाचे प्रमाण लक्षणीयरीत्या जास्त आढळते. इन्फ्रारेड, अल्ट्राव्हायोलेट आणि आयोनायझिंग रेडीएशनशी संबंधित असलेल्या उद्योगात कर्करोगाची शक्यता जास्त असते.

- **मानसिक दुष्परिणाम** : कामाच्या ठिकाणी मानसिक ताणतणाव सतत राहिल्याने कायमस्वरूपी विकार जडू शकतात. आजच्या स्पर्धेच्या युगात कामाच्या डेडलाईन्स, टार्गेटस, नोकरी टिकवण्यासाठी करावे लागणारे प्रयत्न, वरिष्ठांचे वागणे, ऑफिसचे अंतर्गत राजकारण अशा गोष्टींनी मानसिक तणाव निर्माण होऊन चिंता, नैराश्य आणि हताशपणा वाढीला लागला आहे. अतिरिक्त धूम्रपान आणि मद्यपान या व्यसनांचे मूळही यात सापडते. कामांच्या अतिरेकाने आणि वेळोवेळी येणाऱ्या अपयशाने, आर्थिक विवंचनेने झोप न मिळणे आणि निद्रानाश हे दुष्परिणाम आज मोठ्या प्रमाणावर आढळून येत आहेत. वाढत्या वाहनांमुळे वाहनचालकांमधील अपघाताचा धोका आणि त्यामुळे असलेला मनावर मानसिक ताण सर्वत्र आढळतो.

भारतातील व्यावसायिक आरोग्य

आपल्या देशात व्यवसायजन्य आजारांबद्दल प्रशिक्षित डॉक्टरांची वानवाच आहे. या आजारांवर इतर सर्वसाधारण आजारांप्रमाणेच तपासण्या आणि उपचार केले जातात. सर्वसाधारण डॉक्टरांना व्यवसायजन्य आजारांबद्दल फारशी माहितीही नसते. आजच्या वैद्यकीय अभ्यासक्रमात त्याचा अजूनही समावेश नसल्याने डॉक्टरांचाही नाइलाज असतो. एखाद्या रुग्णाच्या इलाजामध्ये त्याच्या लक्षणानुसार तत्सम साथीच्या किंवा जंतुसंसर्ग होणाऱ्या रोगांवरील उपाययोजना खाजगी आणि सरकारी वैद्यकीय सेवेकडून केली जाते. आणि अपरिचित अशा व्यवसायजन्य आजारांच्या शक्यता लक्षात न येऊन त्याकडे दुर्लक्ष होते. उदाहरणार्थ

- वेल्डिंग करणाऱ्या व्यक्तींना होणारा 'मेटल फ्यूम फीवर' व्यवसायजन्य फुफ्फुसांचे आजार (न्युमोकोनिओसिस) आणि त्यासारखीच लक्षणे असणारा फुफ्फुसांचा क्षयरोग.
- दम्याचे कारण परागकण, ॲलर्जी किंवा कारखान्यातील कापसाचे तंतू अथवा टोल्यूइन-डाय-आयसोसायनेट असे पदार्थ असू शकतात.
- कावीळ ही कार्बन टेट्रा क्लोराइड किंवा टीसीईच्या विषबाधेनेही होऊ शकते.
- त्वचेचा रोग खनिज तेल, निकेल, आर्सेनिकसारखे रासायनिक पदार्थ कामावर हाताळताना होणाऱ्या सततच्या स्पर्शामुळे होऊ शकतात.

आपल्या देशातील उद्योजक कर्मचाऱ्यांना त्यांच्या कार्यक्षेत्रातील धोक्यांमुळे होणाऱ्या अशा आजारांकडे किंवा त्रासांकडे फारसे लक्ष देत नाहीत. उद्योजकांचे व्यवसायजन्य आजारांबद्दल असलेले अज्ञान आणि कर्मचाऱ्यांच्या आरोग्यरक्षणाकरिता खर्च करायची त्यांची तयारी नसणे कारणे आढळतात. मध्यम आणि छोट्या उद्योगामधील आणि सार्वजनिक सेवाक्षेत्रामध्ये बहुधा कामाच्या ठिकाणी आवश्यक ती सुरक्षेची साधनेही पुरवली जात नाहीत. त्यामुळे अशा ठिकाणी काम करणारे कर्मचारी व्यवसायजन्य आजारांना बळी पडतात. याची उदाहरणे म्हणजे

- अतिआवाजाच्या त्रासाने बहिरेपणा येणारे हेवी इंडस्ट्री कामगार
- लीकोसीसचा आजार झालेले पाथरवट
- लेप्टोस्पायरोसीस होणारे सफाई कामगार
- टीबीला बळी पडणारे टीबी हॉस्पिटलमधील कर्मचारी आणि डॉक्टर

व्यवसायजन्य आजारामुळे कर्मचाऱ्यांना कायमचे अपंगत्व येऊ शकते किंवा त्यांचा मृत्यू होऊ शकतो. सुदैवाने

भारताची परिस्थिती

३३ लक्ष चौरस कि.मी. क्षेत्रफळ असलेला आणि सव्वा अब्जापेक्षा जास्त लोकसंख्या असलेला आपला भारत व्यवसाय धंद्याच्या उत्कर्षावर जागतिक महासत्ता होऊ इच्छितोय, पण आपल्या देशातील ७२ टक्के जनता अजूनही खेड्यात किंवा छोट्या गावात राहणारी आहे आणि त्यांच्यासाठी शेती हाच व्यवसाय आहे. इ.स. २०११च्या आकडेवारीनुसार आपल्या देशात सव्वातीन लाख कारखाने सरकार दरबारी रजिस्टर्ड आहेत, त्यातले सुमारे छत्तीस हजार पाचशे कारखाने आरोग्याला धोकादायक आहेत. या सर्व कारखान्यात १ कोटीहून अधिक कामगार काम करतात; पण दुर्दैवाने त्यातले बहुसंख्य कामगार असंघटित आहेत. या कामगारात ६८ टक्के पुरुष आणि ३२ टक्के स्त्रिया आहेत.

अनेक बहुराष्ट्रीय कंपन्यामध्ये आणि देशातील काही अग्रगण्य मोठ्या उद्योगांमध्ये व्यावसायिक आरोग्याबद्दल जाण दिसून येते आणि व्यवसायजन्य आजार आणि अपघात होऊ न देण्यासाठी उपाययोजना केली जाते.

- **व्यावसायिक आरोग्यातील अडचणी** : व्यवसायजन्य आजारांची माहिती उद्योजकांकडून सरकारी खात्यांकडे नियमितपणे दिली जात नाही, उलट ती दडविली जाते किंवा अत्यल्प प्रमाणात नोंदली जाते. असे आजार किंवा धोके होणार नाहीत अशा प्रकारे कारखान्याचे डिझाइन, बांधणी आणि कामाच्या पद्धतीची आखणी केली जात नाही. व्यवसायजन्य आजार होणे हे कामाचाच एक अपरिहार्य भाग आहे अशी असंख्य कामगारांची समजूत असते. व्यवसायजन्य आजार केवळ टाळता येतात, त्यावर रामबाण उपाय नसतो याची जाणीव उद्योजकांना होणे आवश्यक आहे.

बहुसंख्य कामगार नेते पगार, बोनस, सुट्रा, वैद्यकीय फायदे, धोकादायक कामाकरता वेगळा धोकाभत्ता या मुद्यांचा आग्रह धरून आपल्या मागण्या मांडत वाटाघाटी करीत असतात. परंतु कर्मचारी, युनियनचे पुढारी, कारखान्यातील अधिकारी, मॅनेजमेंट आणि डॉक्टर यांनी एकत्रितपणे विचार करून त्या त्या उद्योगातले किंवा कार्यालयातले व्यवसायजन्य धोके नाहीसे करण्यासाठी महत्त्वाचे उपाय आखले आणि ते कार्यवाहीत आणले, तर कर्मचाऱ्यांची सुरक्षा व त्यांचे आरोग्यरक्षण दोन्हीही निश्चितच साध्य होईल.

- **प्रतिबंधक उपाय** : व्यवसायजन्य आजारांची कारणे वेगवेगळी असल्यामुळे प्रतिबंधक उपायही तांत्रिकदृष्ट्या निरनिराळे असतात. पण सर्वसामान्यपणे

  १. हानिकारक घटकांचा उपयोग किंवा निर्मिती टाळणारे पर्यायी मार्ग शोधणे. रसायने, यंत्रसामग्री, रासायनिक आणि जैविक प्रक्रिया यांच्याबाबत कायदे करावे लागतात.
  २. हानिकारक घटकांशी प्रत्यक्ष संपर्क टाळण्यासाठी, ते बंदिस्त करून, अथवा ती प्रक्रिया रिमोट कंट्रोल किंवा यांत्रिक हाताळणीद्वारे करणे. उदा. किरणोत्सर्गी पदार्थ हाताळणे, भट्टीजवळ अति उष्ण धातुरस ओतणे अशा प्रक्रिया.
  ३. धोकादायक किंवा त्रासदायक सूक्ष्मकण, वाफा, उष्णता कारखान्यातून ताबडतोब बाहेर पडतील अशी यंत्रणा बसवणे, घर्षणाच्या जागी वंगणाचा वापर, एक्झॉस्ट पंखे, पुरेशी आर्द्रता, रासायनिक निष्क्रियीकरण, जंतुनाशक द्रव्ये वापरणे.
  ४. विशेष हानिकारक घटकांचा संबंध येणाऱ्या कामासाठी स्वतंत्र कक्ष किंवा इमारत राखून ठेवणे, या कामगारांची वारंवार आरोग्यतपासणी करणे. जास्त आवाज करणाऱ्या कारखान्यात, विविध रोगांच्या

उपायांसाठी त्या जिवाणू/विषाणूंवर संशोधन करणाऱ्या प्रयोगशाळा किरणोत्सर्गी पदार्थांचा वापर होणाऱ्या कार्यसंस्था यामध्ये ही काळजी घ्यावी.

संरक्षक पोशाख, हातमोजे, शिरस्त्राणे, चष्मे, कानाची आवरणे, बूट इत्यादींचा वापर करणे. कामानंतर आणि भोजनापूर्वी प्रत्येक वेळी कामाचे कपडे दूर ठेवणे, हातपाय धुणे, कामानंतर स्नान करणे अशा वैयक्तिक आरोग्यविषयक सवयी शिकवाव्या लागतात.

व्यवसायजन्य आरोग्यसमस्या

- **अपघात** : कारखान्यांमध्ये यंत्रात हात सापडणे, हातावर घणाचा घाव बसणे, यंत्रामध्ये बिघाड होऊन अंगावर कोसळणे, व्यावसायिक ड्रायव्हर्सचे रस्त्यावरील अपघात, बांधकाम क्षेत्रात काम करताना उंचावरून पडणे, इमारत कोसळणे असे अनेक अपघात होतात. त्यात छोट्या इजेपासून सर्व शरीरावर प्राणघातक जखमांपर्यंत आणि हाडे फ्रॅक्चर होण्यापासून डोक्याला-मेंदूला मार लागण्यापर्यंत अनेक अपघात होतात. काही कारखान्यांमध्ये आगीचा भडका उडून कामगार भाजू शकतात.
- **रासायनिक प्रदूषण :**औद्योगिक वातावरणातील रासायनिक प्रदूषणाचा परिणाम व्यवसायजन्य विकारांच्या वाढीला सर्वांत जास्त कारणीभूत आहे. रसायनयुक्त धूर, वाफा, उपद्रवकारक वायू, सूक्ष्म फवारे, सूक्ष्मचूर्णांची धूळ यांसारख्या विविध स्वरूपातल्या पदार्थांचा कामगारांशी संपर्क होतो. त्यामुळे त्वचा, डोळे, श्वसनमार्ग यांचे विकार; अन्नाच्या व पाण्याच्या संदूषणाने पचनमार्ग यांवर अनिष्ट परिणाम; रासायनिक पदार्थांच्या सततच्या संपर्कामुळे फुप्फुसे, यकृत, मेंदू यांचे कर्करोग उद्भवतात. ॲसिड अंगावर उडणे,विषारी वायू फुप्फुसात जाणे अशा घटना ताबडतोब परिणाम करतात, तर याउलट फॉस्फरससारखी काही रसायने शरीरावर हळूहळू दुष्परिणाम करतात.
- **औषधनिर्मिती क्षेत्र** :औषध उद्योगातील कामगार, औषधविक्रेते, परिचारिका, डॉक्टर आणि रुग्णालयातील इतर कर्मचारी यांचा संपर्क औषधी द्रव्यांशी सातत्याने येतो. त्यातून काही हॉर्मोनविषयक आजार, ॲलर्जी डोकेदुखी, लक्षणे, वर्तनातील सूक्ष्म बदल होतात. भूल देण्यासाठी वापरल्या जाणाऱ्या हॅलोथेन, नायट्रस ऑक्साईडसारख्या वायुरूप औषधांनी महिला कर्मचाऱ्यांमध्ये गर्भपात, गर्भविकृती, जनुकीय बदल होऊ शकतात.

  एक्सरे-स्कॅनमध्ये काम करणारे डॉक्टर्स, टेक्निशियन्स यांना क्ष किरणांच्या उत्सर्गाने रक्तपेशी कमी होऊ शकतात.
- **उष्णता :**ओतकामाच्या भट्ट्या, धातुनिर्मितीचे कारखाने, खाणी यांच्या परिसरातील उष्णतेमुळे सारखा घाम येऊन शरीरातील क्षार कमी होतात. त्यामुळे थकवा, अशक्तपणा, गरगरणे, पेटके येणे, डोकेदुखी अशी लक्षणे दिसतात. उन्हाळ्याची तीव्रता जास्त असलेल्या प्रदेशांमध्ये उन्हात काम करणाऱ्या किंवा कामासाठी दिवसभर हिंडावे लागणाऱ्या कर्मचाऱ्यांना उष्माघाताचा त्रास होऊ शकतो. यामध्ये क्षार आणि पाणी खूप कमी होऊन, शरीराचे तापमान-नियंत्रण करणारी यंत्रणा विस्कळित होते. खूप ताप येतो. शरीरातील पाण्याचे प्रमाण खूप घटते. त्यामुळे रक्तदाब कमी होणे, रक्ताभिसरण न होणे असे त्रास संभवतात. कान, डोळे, श्वसनमार्ग आणि उघडी त्वचा यांवर अनिष्ट परिणाम होतात. मूत्राचे प्रमाण कमी होऊन मूत्रमार्गाचे विकार, मुतखडे होतात.
- **ध्वनी** : १०० ते ४,००० हर्ट्स एवढ्या पातळीचा आवाज मानवी सहनकक्षेत येतो. औद्योगिक यंत्रे, छापखाने, कापडाच्या गिरण्या, खडक फोडण्याची यंत्रे, विमाने यांसारख्या प्रचंड आवाज निर्माण होणाऱ्या उद्योगधंद्यात

प्रतिबंधक उपाय

अशा स्वरूपाचे आजार न होण्याकरता काय करता येईल आणि साऱ्या कर्मचाऱ्यांना आरोग्यविषयक धोक्यांपासून कसे वाचविता येईल याचा विचार व्यावसायिक आरोग्यशास्त्रामध्ये (ऑक्युपेशनल हेल्थ सायन्स) केला जातो. बदलत्या जीवनशैलीमुळे आणि वाढत्या वयांमुळे होणाऱ्या आजारांवरही या शास्त्रामध्ये उपाययोजना केली जाते. यासाठी...

१. कारखान्यातील अथवा उद्योगामधील कर्मचाऱ्यांशी, सुरक्षा अधिकाऱ्यांशी, अभियंत्यांशी आणि मॅनेजमेंटशी चर्चा करून सुरक्षित आणि आरोग्याला पोषक अशा कार्यपरिस्थितीची निर्मिती केली जाते.
२. काम करताना आवश्यक असल्यास विशेष पोशाख, हातमोजे, बूट्स, मास्क, गरजेप्रमाणे डोळ्यांना किंवा कानांना रक्षण करणारी साधने उपलब्ध करून ती वापरण्याचे प्रशिक्षण देणे. त्याची गरज सतत बिंबवत राहणे यासाठी प्रयत्न केले जातात.
३. किरणोत्सारी उद्योगात शरीरावर होणारा किरणोत्सर्ग मोजणारा पोशाख दिला जातो.
४. ऑफिस किंवा कार्यालयात तातडीच्या औषध योजनांची तयारी आणि प्रशिक्षण देणे, काही अपघात घडल्यास कामगारांना त्वरित औषध योजना अथवा इस्पितळाची सोय ठेवणे.
५. कायद्यानुसार वेळोवेळी वैद्यकीय तपासण्या करून कर्मचाऱ्यांना व्यवसायजन्य आजार होत नाहीत ना, याची खात्री केली जाते.
६. आपल्या व्यवसायामुळे होणाऱ्या त्रासांची, आजारांची आणि धोक्यांची योग्य ती माहिती कर्मचाऱ्यांना दिली जाते.
७. त्यांच्या आरोग्य संवर्धनाकडेही लक्ष पुरविले जाते.
८. डॉक्टरांनी यासंदर्भात स्वतःचे ज्ञान सतत वाढवीत राहणे, माहितीचे संकलन आणि संशोधन करीत राहणे आवश्यक असते. नवनवीन रसायने, नवीन तंत्रज्ञान, नवीन मशीन, कामाच्या नव्या पद्धती औद्योगिक क्षेत्रात येत असतात. त्यांच्यामुळे होणाऱ्या नवनवीन विकारांचा आणि रोगांचा धोकाही वाढत आहे. उदा. आयटी क्षेत्रात कॉम्प्युटरवर तास न् तास काम करणाऱ्या लोकांना कोणते आजार होतात ते आता समजायला लागले आहे. पण नव्याने आलेल्या नॅनो-टेक्नॉलॉजीच्या धोक्यांची पुरेशी माहिती अद्याप नाही.

काम करणाऱ्यांना ध्वनिप्रदूषणामुळे तात्पुरते किंवा कायमचे बहिरेपण येते. काहींना कानात शिटी वाजल्यासारखा आवाज येत राहतो. हे ध्वनिजन्य विकार सहजी तपासले जात नसल्याने उशिरा लक्षात येतात.

ध्वनिप्रदूषणामुळे उच्च रक्तदाबासारखे शारीरिक परिणामसुद्धा संभवतात. कारखान्यात असलेल्या मोठ्या आवाजांमुळे इतर आवाज दबले जातात. यंत्राच्या आवाजामुळे बोलण्याचा आवाज किंवा धोक्याची सूचना देणारी घंटा ऐकू न आल्याने औद्यागिक सुरक्षिततेच्या दृष्टीने धोकादायक गोष्टी घडतात. श्रवणदोषांमुळे, मानसिक बदल, कार्यक्षमता कमी होते.

अल्ट्रासाउंड ध्वनीलहरींचा वापर होणाऱ्या उद्योगांत, १६००० हर्ट्झच्या ध्वनितरंगांमुळे श्रवणदोष निर्माण होतात, तसेच रक्तवाहिन्या आकुंचन पावतात. या उलट डिझेल यंत्रे, विद्युत्-जनित्रे यामध्ये १ ते १०० हर्ट्झ या पातळीमधल्या माणसाला ऐकू येणाऱ्या ध्वनितरंगांपेक्षा कमी कंपने असलेल्या ध्वनिलहरी निर्माण होतात. यामुळे छातीत धडधड होऊन अस्वस्थता जाणवणे, कानासाठी संरक्षक आवरणे न वापरल्यास गरगरणे, उलटी होणे, डोकेदुखी असे त्रास होतात.

कंपनशील यंत्राचा प्रत्यक्ष संपर्क शरीराशी झाल्यास संपूर्ण शरीरात कंपने पसरतात आणि त्यांचे दुष्परिणाम कमीअधिक प्रमाणात सर्व इंद्रियांवर होतात. वैमानिक, अवजड मालमोटारींचे चालक यांना संपूर्ण शरीर हादरल्यामुळे हा धोका संभवतो. त्यातून पाठदुखी, मणक्यांचे विकार, प्रोस्टेटचे विकार उद्भवतात.

या कंपनांपेक्षा जास्त गंभीर परिणाम करणारी कंपने यांत्रिक करवती, वायुवीय हत्यारे यांच्या हाताळण्यामुळे होतात. या हत्यारांच्या कंपनांचा मुख्य भार हात, मनगट, कोपर आणि खांदा यांच्या सांध्यांवर आणि हाडांवर पडून त्यांच्या वेदना, हाडे विरळ होणे, ठिसूळ बनणे आणि त्यांना रक्त पुरवठा न होणे असे त्रास संभवतात.

- **वातावरणाचा दाब** :पाण्यात खोलवर जाऊन काम करणारे पाणबुडे, पाण्याखालील अभियांत्रिकीय कामगार आणि अतिशय उंच भरारी घेऊन तेथून खाली येणारे छत्रीधारी सैनिक किंवा खेळाडू अल्पकाळात दाबातील मोठे बदल सहन करतात. जास्त दाबाकडून कमी दाबाच्या वातावरणात येताना रक्तातील नायट्रोजन सूक्ष्म बुडबुड्यांच्या स्वरूपात पेशींमध्ये आणि विविध द्रवांमध्ये बाहेर पडू लागतो. त्यामुळे पल्मनरी एम्बोलिझ्म, न्युमोथोरॅक्स असे त्रास होतात. याशिवाय वेदना, त्वचादाह, श्वसनास अडथळा, गरगरणे, डोकेदुखी, अशक्तपणा निर्माण होतो.
- **किरणोत्सर्ग** :क्ष-किरण, इन्फ्रारेड किरण, गॅमा किरण, लेसरयांसारखे विशेष प्रकाराचे किरणोत्सर्ग वापरणाऱ्या प्रयोग शाळा, निदान व उपचार केंद्रे, अणुऊर्जा केंद्रे यांमध्ये काम करणाऱ्या व्यक्तींना अशा गोष्टींपासून धोका असतो.
- **शारीरिक हालचाल** : ऑफिसमध्ये, संगणकासमोर तासन्तास बैठे काम केल्यामुळे पाठ, खांदे, कंबर दुखणे; डोळ्यांना त्रास होणे, वजनवाढ आणि त्या अनुषंगाने होणारे जीवनशैलीचे आजार होतात.
- **स्त्रिया** : कामगार वर्गामध्ये असलेल्या स्त्रियांसाठी विशेष काळजी घेणे. उदा. रात्रीच्या ड्युटीज, स्त्रियांच्या विशेष समस्या आणि गरजा ध्यानात घेऊन गरोदरपण, बाळंतपण,गर्भपात या संबंधीच्या रजा,स्तनपानासाठी वेळ,लहान बाळांसाठी पाळणाघरे,स्वच्छतागृहे या सर्व सोयी करणे, कामावरील लैंगिक अत्याचार, लैंगिक भेदभाव टाळणे.

  यामध्ये वेश्याव्यवसाय करणाऱ्या स्त्रियांच्या लैंगिक आजारांचे निदान, प्रतिबंध आणि उपचाराची सोय या गोष्टीसुद्धा येतात.
- **बालकामगार** : शेती, कारखाने, दुकाने, घरगुती कामे यात बालकामगार मोठ्या प्रमाणावर काम करत आहेत.

याचा त्यांच्या शरीरावर आणि आरोग्यावर दीर्घकालीन परिणाम होतो. गरिबी आणि अशिक्षितपणा यामुळे हे घडते. बालकामगारविरोधी कायद्याची अंमलबजावणी काळजीपूर्वक करून त्यांना शाळेत पाठवणे महत्त्वाचे आहे.

- **आरोग्यविमा योजना** : आरोग्यसेवांचा खर्च दिवसेंदिवस वाढत आहे. संघटित, उच्चवर्गीय आणि श्रीमंत मध्यमवर्गाला तो काहीसा परवडतो. सरकारी व संघटित क्षेत्रातील कर्मचाऱ्यांना वैद्यकीय खर्चाची भरपाई मिळते. पण गरीब कामगार वर्गाला वैद्यकीय महागाईची झळ मोठ्या प्रमाणात बसते. त्यामुळे सर्व क्षेत्रातील कामगारांना आरोग्यविमा असणे आवश्यक आहे. आज या पद्धतीचे दवाखाने आणि रुग्णालये असली, तरी ती अल्पसंख्येत असून त्यात अनेक आरोग्यविषयक सोयी नसतात. हे दवाखाने आणि रुग्णालये मोठ्या संख्येने आणि विशेष सेवांनी युक्त असली पाहिजेत.

आजच्या युगात बहुसंख्य लोक दिवसाचे आठ ते दहा तास कामाच्या ठिकाणी असतात. साहजिकच या कालावधीत त्यांच्या आरोग्यावर होणारे परिणाम टाळणारी आणि त्यांचे आरोग्यसंवर्धन होईल अशी काळजी घेणारी 'व्यवसायजन्य आरोग्याची' कल्पना जास्तीत जास्त मूर्त स्वरूपात येणे सर्वंकष आरोग्यासाठी आवश्यक आहे.

प्रवासाचे प्रिस्क्रिप्शन

आजमितीला पर्यटन हा भारतीयांच्या आयुष्यातला एक महत्त्वाचा हिस्सा बनला आहे. कधी कामानिमित्त, तर कधी केवळ सुटी एन्जॉय करण्यासाठी, कधी मित्रमंडळींसोबत जगातील काही वेगळ्या जीवनाला निरखण्यासाठी छोट्या-मोठ्या सहली काढण्याकडे भारतीयांचा कल वाढत आहे. केवळ देशांतर्गत सहलीवर नव्हे, तर विदेशात सुटी व्यतीत करणाऱ्या भारतीयांच्या प्रमाणातही मोठी वाढ झाल्याचे दिसून येते. एकेकाळी फक्त श्रीमंतांचीच सद्दी समजला जाणारा परदेश प्रवास आता मध्यमवर्गीयांच्यादेखील आवाक्यात आला आहे.

या प्रवासासाठी पासपोर्ट-व्हिसापासून ऑफिसमधल्या रजेपर्यंत आणि कुठले एक्झॉटिक कपडे घालायचे इथपासून परदेशात कुठे काय विकत घ्यायचे, इथपर्यंत सर्व गोष्टींची जय्यत तयारी अगदी डोळ्यात तेल घालून केली जाते. मात्र या साऱ्या लगबगीत एका गोष्टीकडे दुर्लक्ष होते, ते म्हणजे पर्यटन काळातील आपले आरोग्य.

पर्यटनपूर्व तपासणी

प्रवासाला जाण्याचा निर्णय घेण्यापूर्वी आपल्या आरोग्याची तपासणी डॉक्टरांकडून करून घ्यावी. प्रवासात आपली तब्येत बिघडली, तर तुम्हाला तर त्रास होतोच, पण तुमच्या सोबत असलेल्या तुमच्या कुटुंबीयांच्या आणि मित्र-परिवाराच्या प्रवासातल्या आनंदावर विरजण पडू शकते. अशा वेळेस संपूर्ण प्रवास रद्द करून परत घरी परतण्याची वेळदेखील येऊ शकते. केवळ परदेशातल्याच नाही तर आपल्या देशातल्या प्रवासातही ही महत्त्वाची असते.

१. पन्नाशी उलटलेल्या व्यक्तींनी आपला रक्तदाब, रक्तातील साखर, हिमोग्लोबिन तपासून घ्यावे.
२. अतिशय दुर्गम किंवा पहाडी प्रदेशात तुम्ही जाणार असाल, तर श्वसनसंस्थेच्या आणि फुफ्फुसांच्या तपासण्या कराव्यात. लडाख, मानसरोवर, अमरनाथ किंवा अरुणाचल प्रदेश अशा ठिकाणी गेल्यावर श्वासोच्छ्वासाचा गंभीर त्रास उद्भवू शकतो.
३. प्रवासात जर खूप उंचावर चढायचे असेल तर पन्नाशी उलटलेल्या व्यक्तींनी हृदयविकार तज्ज्ञाकडून इसीजी, टू-डी-एको, स्ट्रेस टेस्ट करून घ्याव्यात. वैष्णोदेवीसारख्या खूप पायऱ्या चढाव्या लागणाऱ्या ठिकाणी हृदयविकाराचा झटका येऊन पर्यटक दगावण्याच्या घटना नेहमीच घडतात.
४. तुमच्या आजारांविषयी तुमच्या फॅमिली डॉक्टरांना माहिती असते. त्यामुळे या आजारांच्या प्रतिबंधक उपायांची माहिती आणि तुम्हाला जरुरी असणाऱ्या औषधांची यादी डॉक्टरकडून घ्यावी.

लसीकरण

भारतातल्या काही भागांत आणि निरनिराळ्या देशांत, वेगवेगळ्या प्रकारच्या संसर्गजन्य आजारांच्या काही साथी सुरू असतात. या आजारांपासूनच आपले रक्षण आधीच व्हावे, म्हणून लसीकरण करून घेणे आवश्यक असते. त्यामुळे

आपण जाणार आहोत त्या देशात त्यावेळेस एखाद्या आजाराची साथ चालू आहे किंवा कसे? याची माहिती घ्यावी.

आफ्रिकन सफारीसाठी जाताना मलेरिया, डेंग्यूचा प्रादुर्भाव मोठ्या प्रमाणात आढळतो. अमेरिकेतील काही राज्यांमध्ये श्वसनसंस्थेच्या आजारांची, तर काही ठिकाणी टायफॉईडची साथ असते. थोडक्यात, परदेशी जाताना किंवा देशांतर्गत प्रवास करताना हिपॅटायटिस ए, हिपॅटायटिस बी, टायफॉईड आणि पॅराटायफॉईड, मेनिंगोकॉकल डिसीज, यलो फीवर, रेबीज, जॅपनीज एन्केफेलायटिस अशा आजारांच्या लसी त्या त्या देशातील आजारांनुसार घ्याव्या लागतात.

लसीकरणाचा परिणाम होऊन त्या आजाराची प्रतिकारशक्ती शरीरात निर्माण व्हायला साधारणतः दोन ते तीन महिने लागतात. त्यामुळे प्रवासाच्या आधी चार ते सहा महिने लसीकरण करून घ्यावे. अन्यथा त्या लसींचा परिणाम सुरू न झाल्याने त्या निरुपयोगी ठरतात.

काही देशांत विशिष्ट आजारांचे लसीकरण अनिवार्य असते. आपण त्या लसी घेतल्याचे त्या लसीच्या बॅच नंबरसह नोंदवलेले डॉक्टरांचे सर्टिफिकेट घेणे अनिवार्य असते. उदाहरणार्थ, आफ्रिकन देशांमध्ये जाण्याअगोदर 'यलो फीवर'ची लस तर हज यात्रेसाठी सौदी अरेबियाला जाताना पोलिओ व मेनिन्गोकॉकल लस आणि त्यांचे सर्टिफिकेट असावे लागतेच.

आवश्यक औषधे

प्रवासाला जाताना औषधांचा एक वेगळा डबा न्यावा. त्यात तीन प्रकारची औषधे असावीत.

१. तुम्हांला नेहमी चालू असतील अशी औषधे, उदाहरणार्थ, रक्तदाब, मधुमेह, संधिवात वगैरे.

२. तुम्हांला एखादा साधाच त्रास वरचेवर होत असेल तर त्यासाठी आवश्यक असलेली औषधे. औषधांची यादी तुमच्या फॅमिली डॉक्टरकडून घ्यावी.

३. याशिवाय सर्दी, खोकला, ताप, अंग दुखणे, उलटी, मळमळ, जुलाब, गाडी लागणे, डोके दुखणे, छातीत जळजळणे, चक्कर येणे अशा प्रकारच्या साध्या पण प्रवासात हमखास होणाऱ्या त्रासांसाठी असलेली औषधे.

ही सर्व औषधे नेण्यासाठी एम.बी.बी.एस. डॉक्टरांच्या लेटरपॅडवर त्यांची सही, शिक्का असलेले प्रिस्क्रिप्शन आवश्यक असते. ही औषधे विकत घेऊन तशीच बॅगेत नेली तर विमानतळावरच ती नेण्यापासून तुम्हाला रोखले जाऊ शकते.

प्रवासातील आहार

१. देशातील अथवा परदेशातील प्रवासात जेवणाअगोदर हात स्वच्छ धुवायला विसरू नये, कारण त्यातूनच जंतुसंसर्ग होतो. सर्दी, खोकल्याचे आणि पोटाचे आजार त्यामुळेच होतात.
२. सहसा शिजवलेले ताजे अन्न खावे. परदेशात मासे आणि सलाड्स खाणे टाळावे. कारण बहुसंख्य भारतीयांना या खाद्यपदार्थांमुळे अंगावर पुरळ उठण्याचा नाहीतर पोट बिघडण्याचा त्रास होऊ शकतो.
३. आईस्क्रीम आणि दुधाचे पदार्थ टाळावेत.
४. रस्त्यावरचे अन्न खाऊ नये.
५. पाणी प्यायचे असेल तर मिनरल वॉटरचा आग्रह धरावा.

विशेष सूचना : पोहण्याच्या तलावातच पोहावे, इतरत्र पोहणे टाळावे. प्रवासादरम्यान पोहायची तयारी असेल तर आपला स्वतःचा कॉस्च्युम जवळ ठेवावा. त्या तलावावर ठेवलेले कपडे वापरू नयेत.

परदेशात भारताप्रमाणे कुठल्याही औषधी (मेडिकल) दुकानात जाऊन तुम्ही कोणतीही औषधे खरेदी करू शकत नाही. ती खूप महागही पडतात. त्यामुळे भारतातून जाताना आवश्यक ती औषधे सोबत ठेवावी. या औषधांमध्ये नार्कोटिक्सयुक्त औषधे नसावी कारण अनेक देशांत ती बेकायदेशीर समजली जातात.

या औषधांची बॅग तुम्ही प्रवासात जवळ बाळगावी. कारण अनेकदा औषधे घेतलेली असतात, पण त्यांची बॅग सिटी टूर करताना हॉटेलच्या रूममध्ये ठेवली जाते किंवा बसच्या सामानाच्या कप्प्यात राहते आणि वेळेला काहीच मिळत नाही.

- **लहान मुले :** लहान मुलांच्या बाबतीत त्यांचे लसीकरणाच्या नोंदी असलेले कार्ड सोबत असायलाच लागते. मोठ्यांप्रमाणेच लहान मुलांची औषधे बालरोगतज्ज्ञांकडून सही करून घेतलेल्या प्रिस्क्रिप्शनसह सोबत बाळगावी. दुधाची पावडर, पॅसिफायर सोबत बाळगावे. विमान आकाशात उडताना तसेच विमानाचे लॅण्डिंग होताना, बाळाच्या तोंडात पॅसिफायर द्यावे. परदेशात प्रवास करताना चाईल्ड सेफ्टी सीट्सचा वापर करावा.
- **गरोदर स्त्रिया :** भारतातील विमान कंपन्या गरोदर स्त्रियांना साधारणपणे ३२ आठवडे (आठ महिने) पूर्ण झाले असल्यास त्यानंतरच्या काळात हवाई प्रवास नाकारतात. काही कंपन्या ३५ आठवड्यांपर्यंत परवानगी देतात. सात महिने पूर्ण झालेल्या गरोदर स्त्रीला विमान आकाशात असताना प्रसूतिवेदना सुरू झाल्या तर मोठा बाका प्रसंग निर्माण होतो, त्यामुळे त्याबाबत यथायोग्य नियोजन करावे.

  परदेशप्रवास करताना लागणारा दीर्घ काळ लक्षात घेतला तर २४ ते ४८ तासांचा हवाई प्रवास गरोदर स्त्रीला आणि तिच्या पोटातील बाळाला धोकादायक ठरू शकतो, त्यामुळे साधारणतः सहाव्या महिन्यानंतर विमानप्रवास टाळावा.

  देशांतर्गत प्रवासाबाबतीतही रेल्वे किंवा बसचा दीर्घकालीन प्रवास आठव्या महिन्यानंतर टाळणे श्रेयस्कर ठरते.

गाडी लागणे

अनेकांना बसमध्ये, बोटीत, विमानात बसल्यावर उलट्या व्हायला लागतात. याला 'मोशन सिकनेस' म्हणतात. असा त्रास ज्यांना होतो, त्यांनी प्रवासाआधी तीन तास खूप जास्त जेवण करू नये, मर्यादित आहार घ्यावा. प्रवासादरम्यान हलके अन्न घ्यावे. प्रवासात मद्यपान, शीतपेये टाळावीत.हवाई प्रवासादरम्यान वाचन करणे किंवा टी.व्ही., व्हिडीओ

पाहणे यामुळे गरगरल्यासारखे होते, उलट्या होतात. शक्य असल्यास सीट सरकवून मागे रेलून बसावे. विमानातील हवेचा ब्लोअर सुरू ठेवावा.

हवाई प्रवासात घेण्याची काळजी

हवाई प्रवासात काहींचे कान दुखतात आणि कानात आवाज येतात. त्याकरिता विमान आकाशात झेपावण्यापूर्वी आणि लॅण्डिंग करण्यापूर्वी पाणी पिणे, गिळणे, चुईंगम खाणे किंवा वारंवार तोंड उघडण्याची क्रिया करावी. तोंड बंद ठेवून, नाकाद्वारे श्वास बाहेर सोडण्याचा प्रयत्न करावा.नाक बंद असेल तर नेझल स्प्रेचा वापर करावा. सर्वसाधारण इअर प्लग्सपेक्षा फिल्टर्ड इअर प्लगचा वापर करावा. प्रवासाला निघताना ते बरोबर घ्यायला विसरू नये.

काही जणांना पायांच्या रक्तवाहिन्यात रक्ताच्या गुठळ्या (थ्रॉम्बोसीस) निर्माण होण्याची शक्यता असते. हा त्रास गंभीर ठरू शकतो. या प्रवासाच्या आधी असा त्रास झालेला असेल तर डॉक्टरांच्या सल्ल्याने ॲस्पिरीन घ्यावे. सपोर्ट स्टॉकिंग्ज व सॉक्सचा वापर करावा. विमानाच्या खुर्चीत बसल्यावर पाय सतत ताणून सरळ करणे, गुडघे ताठ करणे, तळपाय, पायाची बोटे, गुडघे हलवत राहणे असे व्यायाम करावेत. दर तासाला पाच मिनिटे टॉयलेटपर्यंत फिरून यावे. याशिवाय भरपूर पाणी प्यावे, सैल कपडे घालावेत. विमानातल्या प्रवासात शूज घालणे टाळावे. पाय दुमडून बसू नये.

आरोग्यविमा अवश्य घ्यावा

भारतात काढलेला आरोग्यविमा परदेशात आजारी पडल्यास उपयोगी नसतो. साहजिकच बऱ्याच विमा कंपन्यांनी पर्यटनाच्या दृष्टीने अगदी पाच दिवसांइतक्या कमी कालावधीचा आरोग्य विमा उपलब्ध केला आहे. त्याचा वापर करावा. उदा. दुर्दैवाने परदेशात इस्पितळात दाखल होण्याची वेळ आली तर तुमच्यावर अतिरिक्त आर्थिक बोजा पडणार नाही. याकरता आंतरराष्ट्रीय प्रवासी आरोग्यविम्याचा जरूर वापर करावा. दीर्घकालीन आजार विमा घेताना आधीपासून असलेले आजार आणि त्रास त्यात प्रामाणिकपणे नमूद करावेत.

नेहमीच्या पठडीपेक्षा वेगळा आनंद मिळवण्यासाठी, काही तरी वेगळे अनुभवण्यासाठी किंवा रीलॅक्स होण्यासाठी पर्यटन केले जाते. आरोग्याबाबत त्यात काळजी घेतल्यास हा आनंद अबाधित राहू शकतो.

विभाग दुसरा

नवी आरोग्य आव्हाने

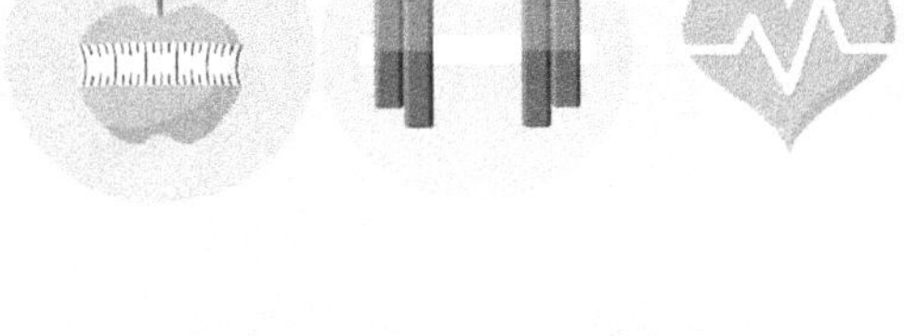

एअरकंडिशनर किती थंड? किती उष्ण?

साधारणतः तीस-चाळीस वर्षांपूर्वी अगदी कडाक्याच्या उन्हाळ्यातही पंख्याची गरज भासायची नाही. पल्लेदार वृक्षांची शीतल सावली ठिकठिकाणी असायचीच. सकाळी पूर्वेकडून आणि संध्याकाळी पश्चिमेकडून गार वारे वाहायचे. उन्हाळ्याच्या दिवसात गच्चीवर किंवा अंगणात झोपायला गेल्यावर पहाटे चार-पाचच्या सुमारास कुडकुडायला लागून घरात झोपायला यावे लागायचे.

त्या काळात घरातला पंखा ही एक चैनीची गोष्ट असायची. पण हळूहळू हवामान गरम होत गेले. शीतल छाया देणारे वृक्ष नाहीसे झाले. वाढत्या इमारतींच्या जंगलात सकाळ-सायंकाळचे वारे दुष्प्राप्य झाले. प्रत्येक घरात पंखे आले. काही वर्षांनी त्यांचा गारवाही कमी पडू लागला. साधारणतः २०००च्या सुमारास तोवर फक्त ऑफिसात असलेले एअरकंडिशनर घराघरात आले. आधी फक्त उन्हाळ्यात वापरले जाणारे एसी लवकरच वर्षातले ९-१० महिने वापरणे गरजेचे झाले. सर्वसामान्य माणसाला जागतिक स्वरूपाच्या या ग्लोबल वॉर्मिंगचे चटके बसू लागले.

या वर्षी तर या जागतिक उन्हाळ्याने कमालच केली. इंग्लंडमध्ये अनेक शहरातले रस्ते चक्क वितळले, अमेरिकेतील कॅलिफोर्निया राज्यात तापमानाचा पारा तब्बल ४९ अंश सेल्सियसपर्यंत वाढला, कॅनडामधील कयुबेक या एरवी शीतप्रदेश समजल्या जाणाऱ्या प्रांतात उष्माघाताने ७० लोक मृत्युमुखी पडले आहेत.

भारतातील परिस्थिती

गेल्या दहा वर्षांत भारतात सुमारे दहा हजार लोक उष्माघाताने मृत्युमुखी पडले आहेत. २००४ पासून आतापर्यंत या मृत्यूच्या कारणामध्ये ६१ टक्के वाढ झाली आहे. यात सर्वात जास्त संख्या आंध्रप्रदेश आणि तेलंगणा या राज्यातली आहे. उष्माघाताने या राज्यात उष्माघाताच्या मृत्यूच्या एकुणापैकी २० टक्के मृत्यू होतात.

भारतात साधारणपणे उन्हाळ्यात तापमानाचा पारा ४० अंशाच्या पुढे झेपावतो. भारतातल्या अनेक भागात, विशेषतः मध्य भारतात ५० अंशाच्या आसपासही तो घुटमळत राहतो. उन्हाळ्यातील या दाहक हवेमुळे शरीराचे तापमान वाढते. त्यामुळे सतत घाम येतो. त्याचवेळेस वातावरणातील उष्णतेने शरीरातील पाण्याचे बाष्पीकरण होत राहते आणि शरीरातील पाण्याचे तसेच क्षारांचे प्रमाण कमी होत जाते.

याचा परिणाम म्हणून कामातला उत्साह कमी होतो, एकाग्रता नष्ट होते आणि सतत मरगळल्यासारखे वाटते. क्षार व पाणी आणखी कमी झाल्यावर पायांना गोळे येणे, अंग दुखणे, मळमळणे, चक्कर येणे, डोके दुखणे असे त्रास जाणवू लागतात. पाण्याचे प्रमाण खूपच कमी झाले तर उष्माघाताचा झटका येऊन मनुष्य बेशुद्ध होऊ शकतो आणि वेळप्रसंगी कोमामध्ये जाऊन मृत्युमुखी पडू शकतो.

मात्र हे उष्णतेचे परिणाम आपल्या घरातील किंवा ऑफिसातील तापमान पाच ते दहा अंशाने कमी केल्यास टाळता येते. पंखा, झाडांची शीतल छाया, थंड पाण्याने अंघोळ, तलावात पोहणे यांचा याकरिता नक्की उपयोग होतो. मात्र

खबरदारीच्या काही गोष्टी

१. वातानुकूलित केलेल्या जागा म्हणजे ऑफिसेस, घरे, कार यांच्या खिडक्या रोज उघडून आतील हवा बाहेर जाणे गरजेचे असते. तसेच त्यात जमा होणारी धूळ, कचरा रोजच्या रोज स्वच्छ करावीत. अन्यथा एखाद्या बंद खोक्याप्रमाणे परिस्थिती उद्भवते. आपल्या उच्छ्वासातून बाहेर पडणारा कार्बन-डाय-ऑक्साईड, शिंका-खोकल्यातून बाहेर पडणारे जंतू आणि विषाणू, धूळ आणि त्या जागेत निर्माण होणारे अशुद्ध वायू पुनपुन्हा आपल्या श्वासात जाऊन आजार उद्भवू शकतात.

२. वातानुकूलित यंत्रणा बसवताना ती योग्य पद्धतीनेच बसवली गेली पाहिजे आणि तिचा नियमित मेंटेनन्स व्हायला हावा.

३. या यंत्रणेतील पाण्यात डेंग्यूचे डास वाढण्याची दाट शक्यता असते. त्याची नित्य तपासणी करत राहावे.

४. तापमान शक्यतो २४ अंशापर्यंत ठेवावे. लवकरच देशात विक्रीला येणाऱ्या एअरकंडिशनरचे 'सेटिंग' २४ अंश सेल्सिअसच असावे, असे भारत सरकारच्या ऊर्जा मंत्रालयाने ठरवले आहे.

वातावरणातील उष्म्याचा दाह कमी करण्यासाठी विज्ञानाने दिलेले एअर कंडिशनरसारखे साधन अतिरेकी वापराने पर्यावरणातील उष्णता वाढवायला कारणीभूत ठरत आहे. साहजिकच त्याचा यथायोग्य आणि गरजेपुरताच वापर करणे हे आपल्या आणि पुढच्या पिढीच्या आरोग्यासाठी हितावह ठरेल.

शरीराचे तापमान ३७ अंशांपेक्षा थोडे कमी राखले तर जास्त उत्साहवर्धक आणि तरतरीत वाटते. त्याकरता आजकाल एअरकंडिशनर वापरण्याकडे लोकांचा कल वाढू लागला आहे.

'मला एसीशिवाय ऑफिसमध्ये बसवतच नाही' किंवा 'रात्री फुल एसी लावल्याशिवाय झोपच येत नाही.' अशी लाडिक वाक्ये फेकणारा एक उच्चभ्रू वर्ग आज भारतात नक्कीच अस्तित्वात आहे. पण भारतात असा नियमितपणे घरात, ऑफिसात, वाहनात एअर कंडिशनर किती लोक वापरू शकतात? आकडेवारीनुसार फक्त २३ टक्के भारतीय लोकांना एअर कंडिशनर परवडू शकतो. मात्र ज्यांना त्याची खरी गरज असते असे असंख्य लोक या सुखापासून वंचित राहतात. उष्माघाताने मरण पावणाऱ्या या व्यक्ती एअर कंडिशनर वापरू न शकणाऱ्या गरीब गटातील आहेत.

शीतल एअरकंडिशनरचा विरोधाभास

आजच्या शहरी जीवनशैलीचा अविभाज्य भाग झालेल्या एअर कंडिशनर, रेफ्रिजरेटर, विविध पर्फ्युम्स अशा अनेक गोष्टीत सीएफसी, सीटीसी, कार्बन टेट्राक्लोराइड हे वायू वापरलेले असतात. यांच्या वापराने पर्यावरणातील ओझोन वायूच्या थराचा ऱ्हास होतो.

पृथ्वीच्या पृष्ठभागाच्या वर १५ ते ३० किलोमीटर उंचीवर ओझोन वायूचा थर असतो. ओझोनचा हा थर सूर्याच्या अतिनील (अल्ट्रा व्हायोलेट) किरणांपासून पृथ्वीचा बचाव करीत असतो. आपल्या आरोग्याला घातक अशा अल्ट्रा व्हायोलेट किरणांच्या पृथ्वीवरील प्रवेशाला हा थर पायबंद घालतो. या किरणांमुळे मनुष्याला कर्करोग होऊ शकतो, जनावरांमध्ये प्रजननाच्या समस्या उद्भवू शकतात आणि पृथ्वीचे तापमानही प्रमाणापेक्षा वाढून ग्लोबल वॉर्मिंग होते.

थोडक्यात भारतातील २३ टक्के लोक हे आपले जीवन सुखकर करण्यासाठी जो एसी वापरतात, त्याचा परिणाम ग्लोबल वॉर्मिंग होऊन उन्हाळ्याची तीव्रता वाढते आणि हा तीव्र उन्हाळा बाकीच्या ७७ टक्के लोकांना उष्माघाताकडे घेऊन जातो, हा एक गंभीर विरोधाभास आहे.

तात्पुरता गारवा देणारे एसीच आपल्या पृथ्वीचे तापमान वाढवत आहेत. एसी चालवायला जास्त वीज

लागते.अतिरिक्त विजेच्या या गरजेमुळेच पर्यावरणात उष्णतेचे प्रमाण वाढते आहे. अधिक तापमान वाढल्यावर अधिकाधिक लोक एसी वापरणार आणि मग तापमान आणखी वाढणार. असे हे दुष्टचक्र सुरूच राहील. पर्यावरण शास्त्रज्ञांच्या मते २००१ नंतरची १७ वर्षं सर्वाधिक तपमानाची ठरली आहेत. इंटरनॅशनल एनर्जी एजन्सीच्या अहवालानुसार २०५०पर्यंत एसीसाठी लागणाऱ्या विजेची मागणी तिप्पट होईल. म्हणजे जेवढी वीज आज अमेरिका, युरोपीय महासंघ आणि जपान एकत्रितरित्या वापरतात, तितकी वीज २०५० पर्यंत फक्त एसीसाठी लागेल.

एअरकंडिशनरचे फायदे-तोटे

एअरकंडिशनर वापरल्याने उन्हाच्या तीव्रतेपासून आणि पर्यायाने उष्माघातापासून सुटका नक्कीच होते. मात्र त्याचे आपल्या आरोग्यावर काही चांगले परिणाम आणि बरेच दुष्परिणाम होतात.

फायदे

१. अतिरिक्त तापमानाचा आपल्या बौद्धिक आणि शारीरिक क्षमतेवर परिणाम होत असतो. तापमान कमी असल्यास बौद्धिक आणि शारीरिक कामगिरी उत्तम होते. यासाठी अभ्यासाची खोली, महत्त्वाच्या चर्चा व निर्णय घेण्याची बोर्ड रूम, बौद्धिक कामे केली जाणारी ऑफिसेस, शारीरिक क्षमता वापरावी लागणारे कारखाने यात एसीचा उपयोग होऊन कामाचा दर्जा चांगला राहतो.

२. कला, मनोरंजनाचा आस्वाद घेण्यासाठी आणि तणाव कमी होण्यासाठी एसीची शीतलता उपयुक्त ठरते. उष्ण तापमानात चिडचिड आणि तणाव वाढतो.

३. एसी वापरत खोली बंद असणे गरजेचे असते, त्यामुळे धूळ, माती, परागकण यांच्या प्रदूषणापासून त्या खोल्या मुक्त राहतात. त्यामुळे धुळीपासून होणाऱ्या श्वसनाच्या आणि अन्य आजारांपासून सुटका होते आणि त्याचा चांगला परिणाम आरोग्यावर होतो.

४. वातानुकूलित खोली कीटक, पाली अशापासून मुक्त असते.

५. घाम कमी येतो किंवा येत नाही, त्यामुळे शरीरातील पाणी आणि क्षार कमी होऊन डीहायड्रेशन होण्याची शक्यता दुरावते.

६. योग्य काळजी घेऊन वातानुकूलित यंत्रणा बसवली असल्यास त्यामधील हवेचा दर्जा उत्तम राहतो आणि त्याचा आरोग्यावर अपेक्षित चांगला परिणाम होतो.

७. बाह्य वातावरणाचे तापमान जर शरीराच्या तापमानापेक्षा म्हणजे ३७ अंशापेक्षा सातत्याने जास्त असेल तर, कमीत कमी २६ अंशापर्यंत जर खोलीचे तापमान राहिले तर ते आरोग्याला उत्तम असते.

एसीचे तोटे

१. **अवयवांच्या क्षमतेवर परिणाम** : आपल्या शरीराचे तापमान ३७ अंश असते. २४ अंशापेक्षा कमी अशा अतिशीतल हवेत शरीराचे बाह्य आणि अंतर्गत तापमान तितकेच कमी होते. त्यामुळे रक्तवाहिन्या आकुंचन पावतात आणि परिणामतः रक्तपुरवठा मंदावतो. हातापायांना, स्नायूंना आणि शरीरातील सर्वच अवयवांना रक्तपुरवठा सुरळीत होत नाही आणि त्यांच्या क्षमतेवर विपरीत परिणाम होतो.

२. **डोकेदुखी** : एसीचे तापमान २४ अंशापेक्षा खूप कमी असल्यास सर्दी होऊन नाकातून पाणी वाहू लागते. त्याचबरोबर कवटीतील सायनसेसमध्ये स्राव निर्माण होऊन असह्य डोकेदुखी आणि चक्कर येऊ शकते.

३. **अंगदुखी आणि सांधेदुखी** : सतत एसीमध्ये बसल्याने अवयवांचा रक्तपुरवठा कमी झाल्याने अंगदुखी आणि सांधेदुखीच्या तक्रारी निर्माण होतात. त्याचबरोबर स्नायू आखडून कंबर, खांदे, पाठ यात चमक निर्माण होऊन अंग आखडणे, हात-पाय आखडणे अशा समस्या निर्माण होतात.

४. **ताप** : दिवसभर एसीत राहून बाहेर एकदम जास्त तापमानात गेल्याने शरीराचे तापमान नियंत्रण बिघडून तापयेण्याची शक्यता असते.बऱ्याचदा दुपारच्या वेळी एसीतून निघून बाहेरच्या गरम हवेत आल्यावर ताप येण्याची शक्यता वाढते.

५. **त्वचाविषयक समस्या** : वातानुकूलित यंत्रणेमुळे खोलीमधील हवेतील सर्व आर्द्रता शोषली जाते. सतत एसीमध्ये राहिल्याने त्वचेचा नैसर्गिक ओलावा कमी होतो आणि त्वचा कोरडी पडू लागते. त्यामुळे खाज सुटणे, पुरळ येणे, इसब वाढणे असे त्रास दिसू लागतात.

६. **लठ्ठपणा** : सातत्याने एसीमध्ये बसल्यामुळे शरीरातील ऊर्जेचा वापर कमी होतो. त्यामुळे लठ्ठपणा वाढू शकतो.

७. **श्वसनाचे विकार** :

- खोलीमधील वातानुकूलित यंत्रणा सुरू असताना खोलीची सर्व दारे, खिडक्या बंद ठेवल्या जातात. त्यामुळे ताजी हवा खोलीमध्ये प्रवेश करू शकत नाही आणि खोलीमधील हवा खेळती राहत नाही. अशा बंद, कोंदट हवेमुळे क्वचित डोकेदुखी, श्वास गुदमरणे असे त्रास होऊ शकतात.
- अति थंड हवेने श्वासनलिकेतील स्राव वाढतात तसेच श्वासनलिका आकुंचन पावते. यामधून दमा, खोकला, सीओपीडी असे विकार बळावतात.
- सातत्याने ज्या ठिकाणी बंद खोल्या आणि एसी वापरले जातात, तिथे काही विशिष्ट प्रकारच्या बुरशीची (मोल्ड) वाढ होते. यामुळे सर्दी, खोकला, दमा, न्युमोनिया असे श्वसनाचे आजार निर्माण होतात आणि ज्यांना पूर्वीपासून असे आजार असतात, त्यांच्यात ते गंभीर स्वरूप धारण करू शकतात.
- एअरकंडिशण्ड ऑफिसेस आणि घरांच्या दारे खिडक्या बंद असल्याने त्यात राहणाऱ्या एखाद्या व्यक्तीला जर श्वसनाचा सर्दी, खोकला, न्युमोनिया, क्षय रोग, स्वाईन-फ्लू अशापैकी एखादा आजार असेल, तर तो बंद खोल्यांत लगेच पसरतो.

- **गंभीर त्रास** : एसीच्या अतिशीत तापमानात सतत राहिल्यावर शरीराचे अंतर्गत तापमान ३७ अंशाच्या खाली जाऊ शकते. यामधून गंभीर अवस्था निर्माण होऊ शकतात.
  - ३६ अंश- थोडी हुडहुडी भरते.
  - ३५ अंश- कडाक्याची थंडी वाजून हातपाय बधिर होऊ लागतात. त्वचेच्या रक्तवाहिन्या आकुंचित पावल्याने

त्वचा निळसर पडू लागते. हृदयाच्या स्नायूंचे रक्ताभिसरण कमी झाल्याने छातीत धडधडू लागते.

- ३४ अंश- अंग थंड पडू लागते. बोटे निळसर-काळसर पडू लागतात. विचारशक्ती बधिर होते. बुद्धिविभ्रम होऊ लागतात.
- ३३ अंश- झोपाळल्यासारखे वाटू लागते. बुद्धिविभ्रम वाढतो. श्वासाचा वेग मंदावतो. हृदयाचे ठोके कमी पडू लागतात.
- ३२ अंश- भास होऊ लागतात. व्यक्ती अर्धवट बेशुद्धीत जाते.
- ३१ अंश ते २८ अंश- कोमा किंवा पूर्ण बेशुद्धावस्था येते.
- २६ ते २४ अंशांपर्यंत शरीराचे तापमान उतरल्यास व्यक्ती जिवंत राहू शकत नाही.

व्यावहारिकदृष्ट्या सर्वसामान्य माणसाबाबत एसीमध्ये शरीर एवढ्या कमी तापमानापर्यंत जाण्याची अजिबात शक्यता नसते. मात्र अतिशीत हवेत लहान मुले, वृद्ध जास्त काळ राहिले, तर त्यांच्यावर ही वेळ येऊ शकते.

संगणक वापरा पण आरोग्य जपा

आजचे युग हे तसे संगणक युग आहे. साधारणतः ऐंशीच्या जगात भल्या थोरल्या संगणकांपासून सुरुवात झालेल्या या युगाब्दात जेव्हा संगणकांचा मोबाईलशी संयोग होऊन स्मार्टफोन आला, तेव्हा त्यात आमूलाग्र क्रांती झाली. आज अन्न, वस्त्र आणि निवारा या तीन मूलभूत गरजांबरोबर संगणकाचा वापर ही तितकीच महत्त्वाची जरुरी बाब बनली आहे.

संगणक आणि त्यावरचे इन्टरनेटचे मायाजाल हे केवळ माहिती आणि ज्ञान मिळवण्यासाठी नव्हे तर जीवनातील अनेक गोष्टींशी निगडित आहे. विजेचे बिल, मोबाईल-लॅण्डलाईन टेलिफोनचे बिल, क्रेडिट कार्डाचे पैसे, विम्याचे हप्ते, महापालिकेचे कर, आयकर अशा महत्त्वाच्या गोष्टींचे शुल्क भरणे असो किंवा रेल्वे, विमानप्रवास, हॉटेलचे बुकिंग करणे, कुणाला महत्त्वाचा अर्ज पाठवायचा किंवा संदेश पाठवायचा असो, पैसे दुसऱ्याच्या खात्यात जमा करायचे असोत, आजमितीला सर्व क्षेत्रात संगणक वापरणे अत्यंत आवश्यक होऊन बसले आहे. त्यात पुन्हा फेसबुक, ट्विटर अशा सोशल मिडीयामुळे, ॲमॅझॉन, फ्लिपकार्ट अशा ऑनलाईन खरेदीच्या साईट्सवरील व्यवहारांसाठी आणि मनोरंजनासाठी चित्रपट किंवा तरतऱ्हेचे व्हिडीओ बघण्यासाठी याचा वारेमाप वापर होतो ते वेगळेच.

संगणकाच्या या सर्व वापरांमुळे, संगणक वापरणारे आणि या सेवा देण्यासाठी झटणाऱ्या संगणकाच्या तंत्रज्ञांचा वर्ग अशा दोन वर्गांमध्ये संगणकाचा सातत्याने वापर होऊ लागला आहे. आज कोणताही व्यवसाय असो, कुठलाही धंदा असो किंवा नोकरी असो; संगणकांचा वापर हा त्यातील पंचाहत्तर टक्के लोकांना करावा लागतो. कॉम्प्युटरच्या या वापरामुळे आपली अनेक जीवनावश्यक कामे खूपच सोपी झाली आहेत हे नक्की. तरीही अतिरेकी प्रमाणात तो वापरून निर्माण होणारे आरोग्यातील बिघाड आणि असंख्य विकार आज प्रामुख्याने समोर येऊ लागले आहेत.

संगणकामुळे होणारे विकार

कार्पल टनेल सिंड्रोम

संगणकावर काम करताना सतत की-बोर्ड आणि माऊसचा वापर करावा लागतो. अक्षरे टाईप करताना तासन्तास होणारी बोटांची हालचाल आणि की-बोर्डवर हात ठेवताना होणारी मनगटाची स्थिती यामुळे हा आजार होतो. मनगटाच्या आतून हाताकडे जाणारे मज्जातंतू आणि रक्तवाहिन्या यांच्यावर दबाव येतो. त्यामुळे मनगट, हातांची बोटे दुखणे, बधिर होणे, त्यांच्यातील शक्ती कमी होणे असे त्रास जाणवतात.

माऊस वापरताना तर मनगट वाकलेले असते आणि बोटे आखडून ठेवावी लागतात. त्यामुळे बोटे बधिर होतात. एवढेच नव्हे तर बोटांच्या पेरांना सूज येऊन ती वाकडी होतात. ज्या लोकांना त्यांच्या कामासाठी अत्यंत वेगाने काम करावे कागते, त्यांच्या बोटांची अशा वाकड्या स्थितीत दिवसातून लाखो वेळा अथक हालचाल होत असते. या

लोकात हा विकार मोठ्या प्रमाणात आढळतो. नव्या पद्धतीच्या संगणकात की-बोर्ड आणि माऊसला चाट देऊन 'टच स्क्रीन तंत्रज्ञान' वापरले जाते. कदाचित त्यामुळे हे विकार कमी होतील अशी अशा बाळगायला हरकत नाही.

दृष्टीवर परिणाम

कॉम्प्युटरच्या सतत वापराने डोळ्यांची आग होणे, डोळ्यांना खाज सुटणे, त्यांच्यात कोरडेपणा निर्माण होणे असे त्रास जाणवतात. खरे तर कॉम्प्युटरचा स्क्रीन आणि ती वापरणारी व्यक्ती यात किमान दोन फुटांचे अंतर असावे लागते. पण संगणकाची आणि त्याच्या पडद्याची (मॉनिटर) रचनाच अशी असते, की तो वापरताना हे अंतर फूटभरसुद्धा राहत नाही. स्क्रीनमधून उत्सर्जित होणारा प्रकाश तीव्र असतो. तसेच त्यातून किरणोत्सर्गी उष्णता बाहेर पडते. त्यामुळे डोळ्यांवर हे परिणाम होतात.

याशिवाय डोळे दुखणे, मध्येच अस्पष्ट दिसणे, दृष्टी मंद होऊन चष्मा लागणे किंवा चष्म्याचा नंबर वाढणे हा त्रास मोठ्या प्रमाणात आढळू लागला आहे. काही रुग्णात डोळ्याच्या आतील द्रावाचा दाब वाढून ग्लॉकोमा हा दुर्धर विकार होऊ शकतो.

पाठ-मान दुखणे

संगणक, त्याचा पडदा, की-बोर्ड, माऊस यांची रचनाच अशी असते की तो वापरताना पूर्णपणे ताठ बसणे अशक्य असते. साहजिकच पुढे झुकून, खांदे वाकवून, मान पुढे झुकवून, एक हात पुढे आणि दुसरा की-बोर्डवर अशी रचना करावी लागते. सातत्याने या पद्धतीने बसल्यामुळे मानेचा स्पॉण्डिलायटिस व्हायला वेळ लागत नाही. त्यामुळे मान दुखणे, दंड दुखणे, हात बधिर होणे, हातांना मुंग्या येणे अशी लक्षणे दृग्गोचर होऊ लागतात. याशिवाय खांदे दुखणे, सतत पाठ भरून येणे, कंबर दुखणे असे त्रास वरचेवर होऊ लागतात. एका वैद्यकीय पाहणीनुसार हे त्रास संगणकाचा वापर करणाऱ्या पुरुषांपेक्षा स्त्रियांमध्ये जास्त करून आढळून येतात.

ताणतणाव आणि झोप

वैद्यकीय संशोधनातून असे सिद्ध झाले आहे की कॉम्प्युटरच्या पडद्यातून बाहेर पडणाऱ्या प्रकाशामुळे शरीरातील 'मेलॅटोनिन' नावाचे संप्रेरक जास्त प्रमाणात स्रवते. त्याच्या परिणामाने झोपेचे प्रमाण खूप कमी होते. साहजिकच यामुळे ताणतणाव आणि त्याचे परिणाम वाढतात. याचा परिपाक मानसिक चिंता आणि नैराश्यात होतो. संगणक, टेलिव्हिजन आणि मोबाइल यामुळे हा परिणाम होतो हे आता सर्वांच्याच ध्यानात आलेले आहे. याशिवाय सततच्या वापराने या व्यक्तींचा लहरीपणा वाढतो, काही बौद्धिक गोष्टी समजण्याची आकलनशक्ती कमी होते आणि वागण्यातदेखील बदल दिसू लागतात. काही व्यक्तींमध्ये अस्तित्वात नसलेल्या गोष्टींचे विचित्र भास होण्याच्या तक्रारीदेखील आढळून येतात.

आभासी जग

सोशल मिडीयाच्या अती वापराने एकटेपणा वाढणे, संशयी स्वभाव होणे आणि नैराश्य वाटणे असे त्रास होतात. काही व्यक्तींमध्ये आत्महत्या करण्यास प्रवृत्त होण्याचे प्रकार घडतात.

संगणक वापराचे दुष्परिणाम टाळण्यासाठीचे उपाय

दीर्घकाळ कॉम्प्युटर वापरताना होणारे हे त्रास टाळण्यासाठी काही गोष्टींच्या सवयी बदलणे गरजेचे आहे.

१. बसण्याची ढब बदलावी. खूप काळ एकाच पद्धतीने बसू नये. खुर्चीत बसताना पुढे झुकून काम करण्याऐवजी पाठ मागे कलती ठेवून बसणे इष्ट.

२. दर तासाला पंचावन्न मिनिटे झाल्यावर पाच मिनिटांसाठी शॉर्टब्रेक घ्यावा. या काळात खुर्चीवरून उठून थोडे

फिरून येणे, प्रसाधनगृहात जाणे, पाणी पिऊन येणे अशा गोष्टी करव्यात. न चुकता या पाच मिनिटात अंगाला आळोखे-पिळोखे द्यावेत आणि स्ट्रेचिंग करावे.

३. शक्य झाल्यास टेबलखुर्चीऐवजी स्टॅण्डिंग डेस्क वापरावे आणि उभे राहून काम करावे.
४. कामापूर्वी किंवा नंतर पीटीचे व्यायाम, योगासने करावीत. यामुळे अंग सैल पडून दुखणी टळतात आणि स्नायू मजबूत होतात.
५. डेस्कटॉप कम्प्युटर वापरताना मॉनिटरची वरची कड आपल्या डोळ्यांच्या पातळीत समोर हवी, खाली किंवा वर नसावी. मॉनिटर १० अंशाने किंचितसा मागे कललेला असावा.
६. खांद्यापासून तुमचा हात सरळ केल्यावरच तुमच्या बोटांना स्पर्श होईल एवढ्या अंतरावर मॉनिटर असावा.
७. बसण्याची खुर्ची, पाठ मागे-पुढे आणि शरीर वर-खाली होईल अशी असावी. आजकाल खुर्चीऐवजी मोठे चेंडू (एक्झरसाईझ बॉल्स) वापरले जातात, ते याबाबत उत्तम ठरतात.
८. 'नमपॅड' नसलेले की-बोर्ड वापरावेत. त्याची लांबी कमी असल्याने माऊस त्याच्याशेजारी ठेवता येतो. त्यामुळे मनगटावर पडणारा तणाव कमी होतो.
९. एवढे करूनही पाठदुखी, मान, खांदे, कंबर दुखणे किंवा तत्सम त्रास होत असल्यास अस्थिरोगतज्ज्ञांचा डॉक्टरांचा सल्ला घ्यावा.

संगणकामुळे डोळ्यांना होणारे त्रास टाळण्यासाठी काही गोष्टी ध्यानात घ्याव्यात...

१. मॉनिटरवरील डिस्प्लेचा प्रकाश तीव्र नसावा.
२. मॉनिटरपासून होणारा किरणोत्सर्ग कमीत कमी असावा. त्याकरता मॉनिटर उत्तम प्रतीचा असावा.
३. अधून मधून डोळे वीस सेकंद मिटावेत.
४. २०-२०-२० हा नियम लक्षात ठेवा. म्हणजे दर वीस मिनिटांनी वीस फूट दूर अंतरावरची वस्तू वीस सेकंद पाहत राहावी. सतत मॉनिटरवर नजर लावून बसल्याने डोळ्यांच्या स्नायूंवर येणारा ताण कमी होतो. यासाठी दर वीस मिनिटांचा अलार्म लावून ठेवावा.
५. संगणक वापरण्याच्या खोलीतील प्रकाशाप्रमाणे संगणकाच्या पडद्याची तीव्रता कमी जास्त करावी. जेव्हा अंधार असेल तेव्हा पडद्यावरील प्रकाशाची तीव्रता कमी असावी.
६. संगणक वापरताना खोलीतील दिव्यांचा प्रकाश डोळ्यांवर येऊ नये.

७. दर सहा महिन्यांनी तज्ज्ञ डॉक्टरांकडून डोळे तपासून घ्यावेत.

संगणक वापरणाऱ्यांना येणाऱ्या मानसिक वैफल्याकरिता मेडीटेशन, मित्रमैत्रिणी आणि परिवार यांच्याशी मोबाईलवरील, सोशल मिडियावरून संपर्क ठेवण्याबरोबर वरचेवर प्रत्यक्ष भेटीगाठी घ्याव्यात. काही छंद विकसित करावेत.

वेळच्या वेळी जेवण, पुरेशी झोप आणि विश्रांती त्याचप्रमाणे दररोज किमान ३० मिनिटे शारीरिक व्यायाम केल्यास वरचेवर होणारे छोटेमोठे आजार तर टाळता येतातच, पण स्थूलत्व, उच्च रक्तदाब, मधुमेह अशा या संगणकीय बैठ्या जीवनशैलीतून उद्भवणारे आजार चार हात दूर लोटता येतात.

आज संगणक क्षेत्रात काम करणे हे सामाजिकदृष्ट्या प्रतिष्ठेचे लक्षण समजले जाते; पण ही प्रतिष्ठा, मानसन्मान खऱ्या अर्थाने अनुभवायचे असतील, तर त्यासाठी आरोग्य व्यवस्थित असायला हवे. संगणकामुळे आरोग्यावर होणारे परिणाम व स्वतःची प्रकृती एकदा नीट समजून घेतली आणि त्यानुसार जीवनशैली आखली, साध्या पण प्रभावी उपायांची योजना केली, तर आरोग्य तर टिकेलच आणि व्यवसायातील कार्यक्षमताही वृद्धिंगत होईल.

स्मार्ट गॅजेट्स आरोग्यासाठी कितपत 'स्मार्ट'

रोज येणारी नवनवीन गॅजेट्स, नवी माध्यमे, असंख्य प्रकारचे सोशल मीडिया उगवणारी नवनवी ॲप्स यांनी आजचे जीवन ओसंडून वाहतेय. आपल्या रोजच्या जीवनातली प्रत्येक गोष्ट एवढ्या अशक्य वेगाने बदलू लागली आहे की त्या गतीशी जुळवून घेणे सर्वसामान्य कुवतीच्या माणसांना खूप जड जाऊ लागले आहे. या तंत्रज्ञानाचे शारीरिक आणि मानसिक आरोग्यावर होणारे अनेक परिणाम हळूहळू सगळ्यांच्याच लक्षात येऊ लागले आहेत.

आधुनिक तंत्रज्ञानाने अनेकांच्या आयुष्यातले अनेक प्रश्न सोडवले आहेत. अनेक समस्यांवर उपाय शोधले आहेत आणि कोट्यावधी लोकांच्या आयुष्यात क्रांती घडवून आणली आहे. आज केवळ भारतातीलच नव्हे तर जगभरातील अब्जावधी लोक स्मार्टफोन आणि संगणकांवर इतके अवलंबून आहेत की त्यांच्याशिवाय आपल्या जीवनाची कल्पनाही करू शकत नाहीत.

अमेरिकन सायकॉलॉजिकल असोसिएशनने अमेरिकन नागरिकांचे गेल्या वर्षी एक सर्वेक्षण केले. 'स्ट्रेस इन अमेरिका सर्व्हे २०१७' या नावाने प्रसिद्ध केलेल्या या शास्त्रीय पाहणीत काही विस्मयकारक मुद्दे ध्यानात आले आहेत.

- ९९ टक्के लोकांकडे दैनंदिन वापरासाठी कुठले ना कुठले तरी इलेक्ट्रॉनिक गॅजेट आहे.
- ८६ टक्के लोकांकडे संगणक, ७४ टक्के लोकांकडे स्मार्टफोन आणि ५५ टक्के लोकांकडे टॅब्लेट आहेत.
- २००५ मध्ये सोशल मीडिया वापरणाऱ्यांचे प्रमाण ७ टक्के होते, ते २०१७ मध्ये ७५ टक्क्यांपर्यंत वाढले आहे.
- याच काळात १८ ते २९ वयाच्या मुलांमुलींमध्ये सोशल मीडिया वापरणारे १२ टक्क्यांपासून ९५ टक्क्यांपर्यंत वाढले.
- आजमितीला जगभरात जवळजवळ २ अब्ज व्यक्ती फेसबुक आणि इन्स्टाग्राम नियमितपणे वापरतात.
- असोसिएटेड प्रेसच्या 'एनओआरसी सेंटर फॉर पब्लिक अफेअर्स रिसर्च' यांनी केलेल्या संशोधनानुसार १३ ते १७ वयोगटातील तरुण-तरुणींचे आवडते सोशल मिडिया आहेत- स्नॅपचॅट आणि इन्स्टाग्राम.
- या पाहणीमध्ये ७६ टक्के तरुणवर्ग इन्स्टाग्राम वापरतो, ७५ टक्के स्नॅपचॅट, ६६ टक्के फेसबुक, ४७ टक्के ट्विटर आणि ३० टक्क्यांपेक्षा कमी युवक टंबलर किंवा लिन्क्डिन वापरतात.
- ९१ टक्के तरुण कुठल्याही साईटवरील मेसेजिंग वापरतात, ४० टक्के तरुण व्हॉट्सॲप वापरतात.
- सोशल मिडिया आणि मेसेजिंगचा वापर हा ७० टक्के तरुणांच्या आयुष्याचा अविभाज्य हिस्सा बनला आहे. आपल्या मित्रमैत्रिणींशी प्रत्यक्ष भेटी अगदी कमी, मात्र सोशल मिडीयावरून संपर्क आणि मेसेज जास्त अशी परिस्थिती आढळली.
- **सतत ऑनलाईन** : जगातील ४३ टक्के सुशिक्षित तरुण सातत्याने त्यांचे इमेल, टेक्स्ट आणि इतर मेसेजेस चेक करणे आणि त्याला उत्तर देणे यासाठी २४ तास ऑनलाईन असतात. आलेल्या संदेशाला उत्तर देण्यासाठी ते झपाटल्यासारखे, तहानभूक विसरून स्मार्टफोनला चिकटलेले असतात.

अमेरिकेतल्या संशोधन पाहणीत ६५ टक्के व्यक्ती सतत इमेल तपासत असतात. ५२ टक्के आलेले मेसेज तपासतात, तर ४४ टक्के सतत सोशल मिडियाची साईट पुन:पुन्हा बघत असतात. २८ टक्के लोक त्यांचे कामाचे इमेल सातत्याने बघत राहतात. या पाहणीत या सतत ऑनलाईन राहणाऱ्या स्मार्टफोनच्या गुलामांमध्ये १८ टक्के व्यक्ती या सवयीमुळे दैनंदिन जीवनात कमालीचा ताणतणाव अनुभवतात.

सोशल मीडियासाठी स्मार्टफोन सतत वापरण्याची सवय असलेल्या ४२ टक्के व्यक्ती त्यांच्या या सवयीमुळे सतत तणावाखाली असतात. याच उपयोगासाठी स्मार्टफोन दिवसभरात अधूनमधून वापरणाऱ्या २७ टक्के लोकांनाही या सोशल मिडियामुळे तणावाचा प्रसाद मिळतोच. सतत ऑनलाईन चेकिंग करणाऱ्यांपैकी ३३ टक्के व्यक्ती त्यांच्या कुटुंबाशी घरात असतानादेखील समरस होत नाहीत. मित्रमंडळींच्या सहवासातसुद्धा ते स्मार्टफोनच्या धुंदीत हरवलेले आढळतात.

- **डिजिटल संपर्क आणि आरोग्य** : संपर्क माध्यमांमध्ये सतत अडकून राहणाऱ्या या लोकांना तणावमुक्त राहण्यासाठी दिवसातून काही तास आपली संपर्क साधने म्हणजे फोन, संगणक वगैरे बंद ठेवणे हा उपाय असतो. ज्यांना या फोन्स, मेसेजेस आणि इमेल्सचा सतत त्रास होतो, त्यांनी आठवड्यातला किमान एक दिवस या साधनांच्या वायर्स गुंडाळून ठेवाव्यात असे सुचवले जाते. हा उपाय एकूण एक लोक तत्त्वतः मान्य करतात, पण फक्त २८ टक्के व्यक्तीच तो प्रत्यक्षात पाळतात.

सोशल मिडीयावरील संभाषण, पोस्ट्स आणि त्यावरील प्रतिक्रिया यामुळे ४८ टक्के लोकांचे मानसिक स्वास्थ्य डळमळीत होते. या लोकात एकाकीपणा, चिंता आणि नैराश्य ही त्रासदायक लक्षणे मोठ्या प्रमाणात आढळतात. हे सगळे पाहिल्यावर कधी कधी संभ्रम निर्माण होतो, की सोशल मीडियामुळे लोक निराश होतात? की फक्त निराश व्यक्तीच सोशल मिडिया वापरतात?

सोशल मिडीयावरील सुख आणि दुःख

- **वैषम्य** : सुप्रसिद्ध अभिनेते अमिताभ बच्चन यांनी ट्विटरवरील आपली मित्रमंडळींची इतर नटांच्या मित्र संख्येपेक्षा कमी झाल्याबद्दल नाराजी व्यक्त केली होती. त्यानंतर अनेकदा त्यांनी यावर भाष्य केले आहे. अमिताभ बच्चनसारख्या सुप्रसिद्ध सुपरस्टारची जर ही व्यथा, तर सर्वसामान्य तरुणांची काय वेगळी कथा असणार? जोहान बोल्लेन या इंडियाना विद्यापीठातील संशोधकाने केलेल्या पाहणीत आपल्या पोस्ट्सना कमी लाईक्स मिळाले तर लोकांना कमालीचा खेद होतो, असे आढळून आले आहे.

  ज्या व्यक्तींपेक्षा त्यांच्या मित्रांना अधिक लाईक्स मिळतात, त्यांच्या मनात मित्राबद्दल असूया निर्माण होते आणि कमालीच्या दुःखद भावना त्यांच्या मनात दाटून येतात. आपल्यापेक्षा मित्राचे फॉलोअर्स जास्त असतील तरी त्यांच्या मनात असूया आणि खेदाच्या भावना जागृत होतात. एरवी सुखी आणि आनंदी असलेल्या लोकांना आपल्यापेक्षा जास्त लाईक्स असलेला मित्र आपल्यापेक्षा अधिक आनंदी आहे, याचे वैषम्य वाटून त्यांच्या मनात खेद निर्माण होतो.
- **एकाकीपणा** : मनुष्य हा खरा समाजप्रिय प्राणी आहे. परंतु आजच्या जीवनशैलीत त्याच्या दैनंदिन गरजा भागवण्यासाठी तो समाजापासून विलग होतो. त्याच्या जीवनातील ही पोकळी तंत्रज्ञानाने दूर होण्याऐवजी वाढली आहे. दिवसातला जितका जास्त वेळ सोशल मीडिया आणि इतर संपर्क माध्यमांवर व्यतीत केला जातो, तितक्याच जास्त प्रमाणात त्या व्यक्तीला एकाकीपणा जास्त भासतो. तेवढ्याच मोठ्या प्रमाणात ती व्यक्ती समाजापासून दूर जाते. डॉ. ब्रायन प्रायमॅक या पिटस्बर्ग विद्यापीठातील वैद्यकीय महाविद्यालयातील संशोधकाने, १९ ते ३२ वयाच्या एक लाख तरुणांचे तीन वर्षे सर्वेक्षण करून हे सिद्ध केले आहे.

- **नैराश्य आणि आनंद :** सोशल मीडियावर जे युवक सतत असतात, दिवसातला एक तासापेक्षा जास्त वेळ त्यासाठी देतात, ते नैराश्यग्रस्त होण्याची शक्यता जास्त असते. सोशल मीडिया एक तासापेक्षा कमी वापरणाऱ्यांच्या तुलनेत त्यांना वैफल्याचा सामना २.७ पटीने जास्त वेळा करावा लागतो.

  'सायबर सायकॉलॉजी, बिहेविअर ॲण्ड सोशल नेटवर्किंग' या नियतकालिकाने केलेल्या संशोधनात, फेसबुक आणि तत्सम सोशल मिडीयामुळे युवकांतील नकारात्मक भावना जास्त वेळेस जागृत होतात, असे मान्य केले आहे. मात्र यासाठी सोशल मिडियाला आयुष्यातून हद्दपार करण्याची गरज नाही, असेही नमूद केले आहे. सॅनडिएगो, कॅलिफोर्निया येथील 'इंटरॅक्टिव्ह मिडिया इन्स्टिटयूट'च्या डॉ. ब्रेंडा वायडरहोल्ड यांच्या मते सोशल मिडियाचा विचारपूर्वक आणि योग्य वेळ वापर केला तर, मित्रांशी प्रत्यक्ष भेटून जेवढा आनंद मिळतो, तितकाच आनंद आणि तितकेच चैतन्य सोशल मिडीयावरून मिळू शकते.
- **पालक आणि मुले :** २००५ सालापर्यंत मुलांनी टेलिव्हिजन पाहण्यात किती वेळ घालवायचा यावर चर्चा रंगायच्या. १०वी, १२वीला ज्यांची मुले असायची, अशा कित्येक पालकांनी घरातला टीव्ही हद्दपार केला होता आणि केबल नेटवर्क बंद केले होते. पण स्मार्टफोनच्या वाढत्या संख्येमुळे आणि त्याला अनुषंगीक असलेल्या विविध सोशल मिडिया आणि नवनव्या आनुषंगिक ॲप्लिकेशन्समुळे, पालकांसाठी या बाबतीत मुलांवर निर्बंध घालणे जिकिरीचे होऊन बसले आहे.
  १. वस्तुस्थिती अशी आहे की मोबाईलचे आणि सोशल मिडियाचे वेड गरिबांपासून अतिसधन वर्गापर्यंत तितकेच फोफावले आहे. एवढेच नव्हे, तर पालक आणि पाल्य हे दोन्हीही त्यात तितक्याच प्रमाणात त्यात गुंतलेले आणि गुंगून गेलेले आहेत.
  २. मात्र टेलिव्हिजन पाहणे, स्मार्टफोनमध्ये दीर्घ काळ घालवणे, संगणकावर कामाव्यतिरिक्त उगाचच टाईमपास करणे यामुळे बरेच अनुचित परिणाम दिसून येतात.
  ३. २ वर्षाखालील मुलांना हातात धरून पाहण्याची टॅब्लेट किंवा स्मार्टफोनसारखी उपकरणे दिली तर ती उशिरा बोलायला लागतात.
  ४. झोपण्यापूर्वी स्मार्टफोन वापरणाऱ्या, कॉलेजमध्ये जाणाऱ्या वयोगटातील मुलांना झोप कमी लागते, अधून मधून सतत जाग येत राहते आणि गाढ झोपेचा आनंद मिळत नाही. याचे आरोग्यावर नक्कीच दुष्परिणाम होतात.
  ५. ९ ते २९ या वयोगटातल्या युवावर्गाला चिंता आणि नैराश्याने ग्रासण्याचे प्रमाण या प्रसार माध्यमांच्या सततच्या संपर्काने वाढते.
- **व्हिडिओ गेम्स :** संगणक आणि फोनवरील हिंसक खेळांच्या नादी लागून मुलांमधली आक्रमकता आणि

हिंसाचार वाढतो, असे आजकाल वरचेवर सांगितले जाते. मात्र यावर जाणीवपूर्वक संशोधन करून हे आक्षेप संशोधकांनी खोडून काढले आहेत. त्यांच्या मते, समाजातील वाढत्या हिंसाचाराची कारणे वेगळी आहेत. सोशल मिडियाच्या अवाजवी प्रभावामुळे समाजातील खऱ्या समस्या नजरेआड होतात. दारिद्र्य, उपासमार, शिक्षणाची आबाळ, युवकांमधली बेकारी या खऱ्या समस्या आहेत. वाढत्या हिंसाचाराची बीजे वास्तवात या समस्यांमध्ये आहेत. पूर्वी सिनेमा, मग टेलीव्हिजन आणि आता स्मार्टफोन यांच्यावर विनाकारण हे खापर फोडले जाते.

अमेरिकेतल्या बाल्टिमोरमधील जॉन हॉपकिन्स ब्लूमबर्ग स्कूल ऑफ पब्लिक हेल्थ या मान्यवर संस्थेने केलेल्या संशोधनपूर्ण प्रबंधात हे दाखवून देण्यात आले आहे. त्यांच्या मते, दररोज ४ तास व्हिडिओ गेम्स खेळल्यावर काही थोड्या जणांच्या मानसिकतेवर परिणाम होतो. यामुळे चिंता, नैराश्य वाढते, मात्र हिंसक वृत्ती वाढण्याची उदाहरणे दिसली नाहीत. मात्र या काळात या मुलांनी एकत्रित बसून एखादा खेळ खेळला, इतरांशी बोलणे सुरूच ठेवले, गप्पागोष्टी चालू ठेवल्या; तर वर्तमानाशी ते जोडलेले राहतात आणि या गेम्सचा त्यांच्या मनावर परिणाम होत नाही, उलट ती जास्त प्रफुल्लित होतात.

- **उपाय** : मात्र या बाबतीत तमाम संशोधकांचे आणि मानसशास्त्रज्ञांचे या परिणामांबाबत जसे एकमत आहे, तसेच त्यावरील उपायांबाबत. आजच्या घटकेला मुलांना या माध्यमांपासून पूर्ण वंचित करणे अयोग्य आहे. मात्र आधुनिक तंत्रज्ञानाने दिलेल्या या वरदानांचा वापर जितका संयमपूर्ण आणि मर्यादित असेल, तितके त्याचे फायदे अधिक होतील आणि तोटे कमी.

  'काट्याने काटा काढावा' असे म्हणतात तशीच एक वैशिष्ट्यपूर्ण गोष्ट या संपर्क माध्यमांवर उपाय म्हणून सामोरी आली आहे. संगणक आणि स्मार्टफोनवर आलेली नवीन 'हेल्थ ॲप्स' हा यावरील उपाय ठरू शकेल असे अनेक जाणकारांचे म्हणणे आहे. ही आरोग्यविषयक संसाधने व्यायाम, तणाव, चिंता, नैराश्य, झोप याविषयी क्षणोक्षणी मार्गदर्शन करू शकतात. सोशल मिडियाऐवजी जर ही साधने वापरली, तर स्मार्टफोन वापरूनही त्याचे परिणाम टाळता येऊ शकतील.

फेसबुक वापरणाऱ्या सव्वा कोटी ग्राहकांच्या एका सर्वेक्षणात, जुने मित्र, नातेवाईक, स्नेही यांचा सहवास लाभल्याचा आनंद ९० टक्के युजर्सना मिळतो असे लक्षात आले आहे. त्याचबरोबर इंटरनेट बंद पडले, रेंज नसली, डेटा लिमिट संपले या कारणांनी लोकांचा रक्तदाब वाढल्याचेसुद्धा अनेक संशोधनात दिसून आले आहे.

जगातल्या तंत्रज्ञानविषयक भावी काळाचा विचार केला तर इन्टरनेटचे जाळे अधिकाधिक व्यापक होत जाणार आहे, त्याचा वेग दिवसेंदिवस गतिमान होत जाणार हे नक्कीच. २-जी, ३-जी, ४-जी आणि आता ५-जी अशी त्याची उन्नती त्याच्या प्रत्येक जनरेशननुसार 'दिवसा दुप्पट आणि रात्री चौपट' प्रमाणात होणार हेसुद्धा नक्कीच. याशिवाय आपल्या आयुष्यातील प्रत्येक गोष्ट, प्रत्येक व्यवहार आणि एकूणच जीवनातील प्रत्येक कानाकोपरा या संपर्क माध्यमांनी व्यापला जाणार हे काळ्या दगडावरची रेघ आहे.

थोडक्यात सांगायचे झाले तर माणसाच्या सुखांसाठी, त्याच्या गैरसोयी दूर करण्यासाठी तंत्रज्ञान निर्माण झाले. माणसातील भौगोलिक अंतरांचा दुरावा दूर करण्यासाठी संपर्क माध्यमे निर्माण झाली. त्याच्या योग्य अशा वापराने या सुखसोयी प्राप्त होतच आहेत, पण त्याचे व्यसन बनून जेव्हा आयुष्य व्यापून जाते, तेव्हा अमृतवल्लीची विषवल्ली बनते.

प्रदूषण पर्यावरणाचे आणि आरोग्याचे

'आजकाल पाऊस जास्त का पडतो?' 'संसर्गजन्य रोगांच्या एवढ्या साथी वारंवार का येतात?', 'सध्या अन्नधान्याची गुणवत्ता का ढासळली आहे?' या तिन्ही प्रश्नांचे बिरबलाच्या भाषेत उत्तर द्यायचे झाले, तर 'पर्यावरणाच्या प्रदूषणामुळे' असे देता येईल. सध्या व्यापक स्वरूपात घडणाऱ्या कुठल्याही विपरीत गोष्टीची कारणमीमांसा शोधायला गेलात तर त्याचे मूळ बिघडलेल्या पर्यावरणात सापडते.

- **पर्यावरणाची व्याप्ती :** खरे तर पर्यावरण किंवा एनव्हायरॉनमेंट ही भौगोलिक शास्त्रातून आलेली संकल्पना. पर्यावरणाचे मुख्य घटक म्हणजे सूर्य, पाणी, जमीन, हवा आणि यांच्या संयोगातून निर्माण झालेली सर्व सजीव सृष्टी. मात्र वनस्पती आणि प्राणी आणि मानवजातीशी हे पर्यावरण संबंधित असल्याने जीवशास्त्र आणि वैद्यकशास्त्राशी त्याचा संबंध जोडला जातो.

जीवसृष्टी, मानव आणि त्यांच्या परिसरातील सर्व घटकांना एकत्रित करून पर्यावरणाची संकल्पना निर्माण होते. पृथ्वीवरील सर्व वनस्पती, प्राणी, पर्वत, नद्या असे नैसर्गिक घटक, अभयारण्ये, उद्याने, उपवने, पुनःप्राप्त जमीन, धरणे, कारखाने असे मानवनिर्मित घटक, तसेच सांस्कृतिक आणि सामाजिक घटकांचा समावेश पर्यावरणात होतो.

- **पर्यावरण आणि आरोग्य :** हवा, पाणी, जमीन इत्यादी पर्यावरणातील घटकांमध्ये इतर पदार्थ मिसळले जाऊन त्या घटकांच्या भौतिक, रासायनिक आणि जैविक गुणधर्मामध्ये बदल होतो. या बदलांमुळे या घटकांचा प्राणिमात्रांच्या आरोग्यालाही धोका पोहोचतो. ही प्रक्रिया आणि तिचा परिणाम म्हणजे प्रदूषण. प्रदूषणाचे आरोग्यावरील परिणाम पाहिले, तर प्रत्येकाचे आरोग्य आज किती धोक्यात आहे हे लक्षात येईल.
  - मानवाच्या आरोग्यातील अनेक घटकांवर पर्यावरणातील असमतोलाचे दुष्परिणाम आज प्रकर्षाने जाणवत आहेत. जागतिक आरोग्य संघटनेने २०१२ साली प्रकशित केलेल्या पर्यावरणविषयक एका अहवालानुसार
  - दरवर्षी सुमारे १ कोटी २६ लक्ष लोक पर्यावरणातील प्रदूषणामुळे मृत्युमुखी पडतात. ही संख्या जगभरातील एकूण मृत्यूंच्या २३ टक्के आहे.
  - विविध कारणांनी अपंग किंवा विकलांग होणाऱ्या लोकांपैकी २२ टक्के लोक पर्यावरणातील कारणांमुळे अपंग होतात.
  - जर पर्यावरण सुधारले तर जगभरात होणाऱ्या बालमृत्यूंची संख्या २६ टक्क्यांनी कमी होईल.
  - पर्यावरणातील मानवनिर्मित दोष दूर केले, तर कोट्यावधी लोकांना होणारे अनेक आजार आणि विकार टळतील. पर्यावरण दोषांमुळे होणाऱ्या आजारांची आणि अपघातांची आकडेवारी पाहिली तर अंगावर काटा येईल-

१. सर्दी खोकल्याचे ५ कोटी २० लाख रुग्ण

२. उलट्या जुलाबांचे ५ कोटी ७० लाख रुग्ण
३. मलेरियाचे २ कोटी ३० लाख रुग्ण
४. जन्मजात आजारांचे २ कोटी ६० लाख बालके,
५. कर्करोगाचे ४ कोटी ९० लाख
६. मानसिक आजारांचे ८० लाख रुग्ण
७. हृदयविकाराचे १ कोटी १९ लाख रुग्ण
८. सीओपीडीचे ३ कोटी २० लाख आणि दम्याचे १ कोटी १० लाख रुग्ण
९. सांधे आणि हाडांचे २ कोटी ३० लाख रुग्ण
१०. रस्त्यावरील अपघातात दगावणारे ३ कोटी १० लाख रुग्ण
११. घरगुती अपघातात सापडणारे ७ कोटी ३० लाख
१२. कामात जखमी होणारे ८० लाख रुग्ण

वायूप्रदूषण

वायुप्रदूषण म्हणजे वातावरणाचे प्रदूषण. मानवासह पर्यावरणाशी संबंधित असलेले प्राणी, पक्षी, वनस्पती, जीवजंतू यांना हानिकारक असलेले घटक जेव्हा हवेमध्ये मिसळतात, तेव्हा वायुप्रदूषण होते.

वायुप्रदूषणाचे स्त्रोत

- **कार्बन डायऑक्साईड** : कार्बन डाय ऑक्साईडचे वातावरणातील प्रमाण ०.३ टक्के इतके अपेक्षित आहे. मोठ्या प्रमाणातील वृक्षतोडीने पृथ्वीवरील वनस्पतींची कार्बन डाय ऑक्साईडचे ऑक्सिजनमध्ये परिवर्तन करण्याची क्षमता कमी झाली. परिणामी वातावरणातील कार्बन डाय ऑक्साईडचे प्रमाण वाढत आहे. सध्याचे वातावरणातील कार्बन क्साईडचे प्रमाण ०.३८५ टक्के इतके आहे.
- **नैसर्गिक स्त्रोत**
  १. **ज्वालामुखी** : सल्फर डाय ऑक्साईड, इतर अनेक वायू व मोठ्या प्रमाणावरील धूलिकण
  २. **दलदली** : मिथेन
  ३. **नैसर्गिकरीत्या लागणारे जंगलातील वणवे** : कार्बन डाय ऑक्साईड व सूक्ष्म धूलिकण
- **मानवनिर्मित स्त्रोत**
  १. **वाहने** : नायट्रोजन डाय ऑक्साईड, नायट्रोजन डाय ऑक्साईड, व्होलॅटाइल ऑरगॅनिक कम्पाउन्डस, कार्बन मोनॉक्साईड, कार्बन डाय ऑक्साईड, सूक्ष्म व अतिसूक्ष्म धूलिकण,
  २. **कारखाने** : व्होलॅटाइल ऑरगॅनिक कम्पाउन्डस, कार्बन ऑक्साईड,
  ३. **वीजनिर्मिती व सिमेंट प्रकल्प** : मोठ्या प्रमाणावर कार्बन डाय ऑक्साईड, सल्फर डाय ऑक्साईड, नायट्रोजन डाय ऑक्साईड, काजळी, सूक्ष्म धूलिकण
  ४. **कचरा व सांडपाणी** : मिथेन
  ५. **पेट्रोलपंप** : व्होलॅटाइल ऑरगॅनिक कम्पाउन्डस.
  ६. **शेती** : शेतीजन्य उत्पादनातून तयार होणारे व्होलॅटाइल ऑरगॅनिक कम्पाउन्डस, शेतामधील कामांमधून तयार होणारे धूलिकण.
- **घरातील वायू प्रदूषण** : आजकाल जवळजवळ सर्वजण दिवसाचा बराच वेळ ऑफिसेस, कामाची ठिकाणे,

घरात, गावातील अंतर्गत किंवा बाहेरील प्रवासात घालवतात. घरांत होणाऱ्या प्रदूषणाचा आरोग्यावर होणारा परिणाम जास्त असतो. स्वयंपाक करताना दिली जाणारी फोडणी, हवा खेळती राहील अशा योग्य प्रकारे न बनवलेल्या दारे-खिडक्या, खूप वेळ दारे खिडक्या बंद ठेवल्याने घरात वाढणारे कार्बन डाय ऑक्साईडचे प्रमाण, ग्रामीण भागात होणारा चुलीचा वापर, भिंतींना व फर्निचरला रंग दिल्यानंतर घरात वाढणारे व्होलॅटाइल ऑरगॅनिक कम्पाउन्डसाचे प्रमाण यामुळे गृहंतर्गत प्रदूषण हा महत्त्वाचा घटक ठरतो आहे.

आरोग्यावरील परिणाम

- **वायुप्रदूषण** : वायुप्रदूषणाचे सर्वात घातक परिणाम श्वसनसंस्थेवर होतात.
    - ओझोन, नायट्रोजन डाय ऑक्साईडमुळे फुफ्फुसांवर दुष्परिणाम होतात आणि दमा, खोकला, सीओपीडी हे आजार वाढतात.
    - नायट्रोजन ऑक्साईड श्वासनलिकेत आणि फुफ्फुसांत गेल्यावर श्वसनसंस्थेत निर्माण होणारा श्लेष्म (कफ) वाढून खोकला, सीओपीडी बळावतात.
    - कार्बन मोनॉक्साईड रक्तातल्या हिमोग्लोबिनमध्ये ऑक्सिजनऐवजी मिसळतो आणि सर्व शरीरात पसरतो. यामुळे रुग्ण बेशुद्ध होणे, श्वसनक्रिया थांबून मृत्यू ओढवणे संभवते.
    - निसर्गातील घटकांवर प्रदूषणाचे विपरीत परिणाम होतात. सल्फर डाय ऑक्साईड व नायट्रोजन डाय ऑक्साईडमुळे अम्लधर्मी पाऊस पडतो. त्याचा विपरीत परिणाम जमिनीवर, वनस्पतींवर, पिकांवर आणि पर्यायाने आरोग्यावर होतो.
- **जलप्रदूषण** : पृथ्वीवरील यच्चयावत सजीवांसाठी पाणी हे जीवन असते. पृथ्वीवरील एकूण पाण्याच्या साठ्यापैकी सुमारे ९८ टक्के पाणी समुद्र आणि बर्फाच्या स्वरूपात आहे. केवळ २ टक्के पाणी मानवाला वापरता येते. या पाण्यात अनेक पाण्यात प्रदूषणकारक पदार्थ मिसळले जाऊन ते दूषित बनते.
- **जलप्रदूषणाचे स्रोत**
    १. कारखान्यांद्वारे पाण्यात सोडले जाणारे औद्योगिक रासायनिक पदार्थ,
    २. पाण्यात सोडली जाणारी गटारे, सांडपाणी आणि मैला,

३. पुरामध्ये आणि नदीच्या प्रवाहामध्ये सामील होणारी किनाऱ्याची माती आणि घाण,
४. पाण्यात मिसळली जाणारी रासायनिक खते, कीटकनाशके,
५. पाण्यातील मासे तसेच इतर जलचर मृत होऊन कुजल्याने,
६. कचरा, निर्माल्य किंवा अडगळीचे पदार्थ पाण्यात टाकल्याने,
७. जनावरे, कपडे, भांडी नदीच्या ठिकाणी धुतल्याने, मृत जनावरे नदीत टाकल्याने,
८. रासायनिक रंगकाम केलेल्या,प्लास्टर ऑफ पॅरिस पासून बनविलेल्या मूर्तींच्या विसर्जनाने.

- **दुष्परिणाम**

१. जलप्रदूषणामुळे पाण्यामध्ये जिवाणू निर्माण होतात. त्यामुळे जुलाब, उलटी, कावीळ, विविध प्रकारचे ताप, कॉलरा, मलेरिया, खोकला, सर्दी यासारखे रोग उत्पन्न होतात.
२. रासायनिक पदार्थयुक्त पाणी प्यायल्याने मूत्रपिंडे, यकृत निकामी होऊ शकतात.

ध्वनिप्रदूषण

प्राणी, मनुष्य, यंत्र यांच्यामुळे वातावरणात निर्माण होणारे आवाज ठरावीक पातळीच्या पुढे आरोग्याला बाधा पोहोचवितात.

- **ध्वनिप्रदूषणाचे स्रोत**
  - वाहतुकीचा एकत्रित आवाज,
  - लहान मोठ्या कारखान्यामधील यंत्र सामुग्रीचा आवाज लोकांचा गोंगाट,
  - गाड्यांचे हॉर्न, सायरन,
  - **फटाके** : दिवाळीच्या काळात भारतभर उडणाऱ्या फटक्यांनी कमालीचे ध्वनीप्रदूषण होते
  - **ध्वनिवर्धक** : सणासुदीला, लग्नांना, समारंभांना, राष्ट्रीय कार्यक्रमांना मोठ्यांने वाजणारी साउंडसिस्टीम
  - **रेडिओ** : दूरचित्रवाणी संचांतून बाहेर पडलेले आवाज
  - सार्वजनिक ठिकाणी होणारा लोकांचा आरडाओरडा

ध्वनिप्रदूषणाचे दुष्परिणाम

ध्वनिप्रदूषणामुळे मानसिक आणि शारीरिक स्वास्थ्य या दोघांवर परिणाम होतो. शारीरिक आणि मानसिक ताणतणाव वाढतो. झोपेवर परिणाम होतो. रक्तदाब वाढतो, छातीचे ठोके वाढणे, ठोके चुकणे, धडधडणे असे हृदयविकार वाढतात. हृदयरोग असलेली व्यक्ती मोठमोठ्या ध्वनिवर्धकाच्या आवाजाने दगावू शकते. सैन्याच्या पाणबुडीत वापरल्या जाणाऱ्या सोनार ध्वनिलहरींमुळे काही प्रजातींचे मासे मृत्युमुखी पडतात.

भूमी प्रदूषण

जमिनींच्या भौतिक, रासायनिक किंवा जैविक गुणधर्मात जेव्हा अनावश्यक परिवर्तन होते किंवा केले जाते आणि त्याचा सजीवांवर परिणाम घडून येतो, तसेच जमिनीचे नैसर्गिक गुणधर्म आणि उपयोग नष्ट होतात, त्याला भूमी प्रदूषण म्हणतात.

कारणे

१. घरगुती व सार्वजनिक घनकचरा
२. सांडपाणी

३. औद्योगिक कचरा
४. वापरलेली टाकाऊ रसायने,
५. कृषीकचरा : खते, कीटकनाशके
६. शेतीसाठी जंगले नष्ट झाली. नंतर घरे, कारखाने, खाणी, धरणे, कालवे अशा गरजा भागविण्यासाठी उत्तम प्रतीची शेतजमीनही वापरात आणली जाते.
७. खाणींसाठी, तेलविहिरींसाठी जमिनीचे उत्खनन केले जाते.
८. दगड, खडी मिळवण्यासाठी डोंगर खोदले जातात
९. वाळूसाठी समुद्राचा, नदीचा किनारा नष्ट केला जातो.

विटा तयार करण्यासाठी मातीचा वापर होतो.

भूमी-प्रदूषणाचे परिणाम

१. जमिनीवर रासायनिक कचरा साठत राहिल्याने जमिनीची प्रत कमी होऊन ती नापीक होते.
२. दुर्गंध, दलदल, घाण यांमुळे डास, उंदीर, घुशी अशा रोगराई पसरवणाऱ्या प्राण्यांचा सुळसुळाट होतो.
३. जमिनीखालच्या पाण्याची पातळी कमी होते.
४. जमिनीतील क्षारांचे प्रमाण वाढून ती नापीक होते.
५. जमिनीवरील वृक्ष-वनस्पतींच्या वाढीवर, अन्नधान्यांच्या उत्पादन पातळीवर, प्रतीवर परिणाम होतो.

प्रदूषण आणि विविध आजार

साथीचे आणि संसर्गजन्य आजार

- **श्वसनसंस्थेचे विकार** : हवेचे प्रदूषण, घरगुती प्रदूषण, वाहनांचा आणि कारखान्यांचा धूर, धूम्रपान यामुळे हे आजार कमालीचे वाढले आहेत.
- **जुलाब-उलट्या** : पाण्याचे प्रदूषण, अस्वच्छता, सांडपाणी, पर्यावरणातील बदल आणि शेतमालाची साठवण यामुळे हे आजार वाढतायत.
- **मलेरिया - डेंगी** : पाण्याच्या साठ्यांचे, घरगुती पाण्याच्या साठवणीचे, सांडपाणी, डबकी यांचे योग्य नियोजन न झाल्याने डास वाढून मलेरिया, डेंगी, चिकुनगुन्या, झिका, जपानी मेंदूज्वर अशा आजारांच्या साथी वारंवार मोठ्या प्रमाणात येऊन असंख्य लोक बाधित होत आहेत.
- **क्षय रोग** : दाट लोकवस्ती, झोपडपट्टी आणि त्यात असलेल्या मूलभूत सुविधांची आबाळ, हवेचे प्रदूषण, अस्वच्छता यामुळे टीबीचे रुग्ण जास्त आढळत आहेत.
- **एचआयव्ही एड्स** : पर्यावरणातील बदलांमध्ये वाढती लोकसंख्या हे प्रमुख कारण आहेच. अशा वाढत्या शहरांमुळे कामासाठी दूरगावी जाणाऱ्या व्यक्ती, सेक्स वर्कर्स, अनिर्बंध आणि असुरक्षित लैंगिक संबंध यांच्यामुळे हे आजार आणि त्या अनुषंगाने होणारे हीपॅटायटीस-बी व सी आणि लैंगिक संबंधातून पसरणारे इतर आजार वाढीस लागले आहेत.

कीटक आणि जंतांमुळे होणारे आजार

- **पोटातील जंत आणि कृमी** : सांडपाणी, मैला, अस्वच्छता आणि त्याचे पिण्याच्या पाण्यातील प्रदूषण यामुळे भारत आणि इतर विकसनशील देशात पोटातील जंताचे आणि कृमींचे आजार आढळतात

- **ट्रॅकोमा** : घरगुती वापराचे पाणी दूषित पाण्यामुळे, त्याच्या अभावामुळे, माश्या वाढल्याने आणि स्वच्छता नीट न पाळल्याने विकसनशील देशात हा नेत्रविकार वाढीस लागला आहे.
- **नारू** : भारतात आज क्वचितच आढळणारा हा आजार अप्रगत देशात आजही मोठ्या प्रमाणात आहे. दूषित पाण्यातून पसरणारा पाण्यातील एक जंत शरीरातील आतडी, यकृत यांच्या कार्यात बिघाड करून पायाच्या, घोट्याच्या त्वचेतून बाहेर पडतो आणि पाण्यात मिसळून दुसऱ्या व्यक्तीच्या शरीरात प्रवेश करत राहतो.
- **चागास डिसीज** : एका प्रकारच्या कीटकापासून पसरणाऱ्या या आजारात डोळा आणि डोळ्याभोवतालचा भाग खूप सुजतो. दक्षिण अमेरिकेत हा मोठ्या प्रमाणात आढळतो.

याशिवाय तलाव आणि पायऱ्या असलेल्या विहिरीमुळे पसरणारा हत्तीरोग; गरिबी, दाट लोकवस्ती, जंगलतोड, नवी धरणे यामधून जन्म घेणारा आणि रक्तपिपासू माश्यांच्या चाव्यातून पसरणारा काला आजार (लिश्मानियासिस); आफ्रिकन आणि दक्षिण अमेरिकेतील देशात अंधत्व निर्माण करणारा आणि वेगाने वाहणाऱ्या नद्यांच्या किनाऱ्यावर एका काळ्या माशीमुळे फोफावणारा ऑन्कोसर्कीयासिस असे आजार पर्यावरणाच्या प्रदूषणाचे शापच आहेत.

बालकांचे आजार

वायूप्रदूषण, घरगुती प्रदूषण, आहारातील अन्नघटक, जीवनसत्त्वांची कमतरता, प्रसूतिपूर्व काळजीचा अभाव, प्रसूतिगृहांची उपलब्धता हवी तितकी नसणे यामुळे लहान मुलांमध्ये मुडदूस, रातांधळेपणा, प्रोटीन-कॅलरी मालन्युट्रिशन, सततचे जुलाब, क्षय रोग, दमा, ॲनिमिया असे अनेक आजार होतात.

दूषित हवा, किरणोत्सर्ग, रासायनिक पदार्थ खाण्यापिण्यात आल्याने गर्भवती मातांवर परिणाम होऊन जन्मजात व्यंग आणि जनुकीय दोषांचे प्रमाण वाढत आहे.

भारतीयांचे राहणीमान सुधारले.... पण आरोग्य?

आपल्या देशाला स्वातंत्र्य मिळून ७० हून अधिक वर्षे पूर्ण झाली, पण तरीही बहुसंख्य भारतीय नागरिक निरोगी आयुष्य जगण्यासाठी आणि आरोग्यविषयक मूलभूत सोयी-सुविधांसाठी झगडत आहे. भारतीय नागरिकांचे हे युद्ध त्याच्या जन्मापासूनच सुरू होते. मातेच्या गर्भातच त्याला अशुद्ध पाणी, पोषणमूल्यरहित आहार आणि प्रदूषित पर्यावरण या गोष्टींना सामोरे जावे लागते. आरोग्याबाबत अल्प-स्वल्प किंबहुना काहीच विशेष काळजी न घेता बाळाची तारुण्यापर्यंत वाढ होते. त्यानंतरही मध्यमवयात आणि वृद्धापकाळात हे अनारोग्याचे चक्र असेच अविरत चालू राहते.

स्वातंत्र्यानंतरच्या काळात आरोग्यविषयक झालेल्या प्रमुख गोष्टी पाहिल्या तर-

- १९४६मधील भोर कमिटीच्या प्रस्तावानुसार प्राथमिक आरोग्य दक्षतेच्या उद्देशाने ग्रामीण आरोग्यसेवा कल्पना पूर्णत्वास आणली.
- १९५२ मध्ये प्राथमिक आरोग्य केंद्रे (प्रायमरी हेल्थ सेंटर्स) अस्तित्वात आली. त्यांची संख्या १९५६ ते १९९३ या कालावधीत ७२५ वरून २१,०२४ वर गेली. तसेच त्याच्या सबसेन्टर्सची संख्या १९७१ ते १९९३ मध्ये २८,४८९ पासून १,३१,४७१ पर्यंत पोहोचली तर २०१७ मध्ये ती १,८७,००० झाली आहे.
- १९६० दशकात लोकसंख्या नियंत्रण कायदा अस्तित्वात आला,
- नाले, गटारे, सॅनिटेशन, पिण्याचे पाणीविषयक कार्यक्रम पाचव्या पंचवार्षिक योजनेअंतर्गत सादर केला गेला.
- बालविकास कार्यक्रम (इन्टिग्रेटेड चाइल्ड डेव्हलपमेंट प्रोग्रॅम, आय.सी.डी.पी.) बालक आणि गर्भवती स्त्रियांसाठी आहार व आरोग्यविषयक कार्यक्रमाची आखणी आणि अंमलबजावणी १९७५ मध्ये झाली.
- कुटुंब नियोजन, स्त्री-पुरुष नसबंदी १९७० ते १९७७च्या काळात जोमाने राबवली गेली.
- महात्मा जोतीबा फुले जनआरोग्य योजना, राजीव गांधी जीवनदायी आरोग्य योजना, जननी सुरक्षा योजना, केंद्र सरकार आरोग्य योजना, मध्यान्ह भोजन योजना, आरोग्य विमा योजना अशा अनेक योजना भारत सरकारने अमलात आणल्या.
- पोलिओ, मलेरिया, एड्स, क्षय रोग, कुष्ठ रोग, अंधत्व नियंत्रण, लहान मुलांचे जुलाब, युवकांचे आरोग्य असे अनेक रोग नियंत्रण योजना गेल्या सत्तर वर्षांत कार्यान्वित झाल्या.
- **महत्त्वाचे टप्पे** : स्वातंत्र्यानंतरच्या काळात मूळ अन्न-वस्त्र-निवारा या मूलभूत गरजेच्या गोष्टींची बहुतांश गरज भागायला लागल्याने आरोग्यातील इतर प्रगतीसुद्धा दिसून आली. भारतीयांच्या जीवनमानात आणि राहणीमानात स्वातंत्र्योत्तर काळात अनेक क्षेत्रात प्रकर्षाने सुधारणा झाल्या आहेत.

१. **शिक्षण** : भारताच्या साक्षरतेत चांगलीच वाढ झाली असली, तरी जागतिक पातळीवरील दर्जाच्या प्रमाणात ती काकणभर कमीच भरते. याच बरोबर १९८० नंतर भौतिक शास्त्र, रसायन शास्त्र, वैद्यक शास्त्र आणि इतर तंत्र शिक्षणाच्या असंख्य सुविधा भारतात उपलब्ध झाल्या. प्राथमिक आणि माध्यमिक शिक्षण सर्वत्र

उपलब्ध होऊ लागले. भारतीय युवकांना उच्च शिक्षणाच्या आणि परदेशी शिक्षणाच्या अनेक प्रकारच्या संधी प्राप्त झाल्या. उत्तम शिक्षण घेऊन चांगल्या नोकऱ्या मिळाल्यामुळे मध्यमवर्गाची सुबत्ता वाढली.

२. **संपर्क साधने :** मोबाईल, टेलिफोन्स, संगणकप्रणाली, टेलिव्हिजन यांचे मोठे जाळे भारतभर निर्माण झाले. छोट्यामोठ्या शहरात, गावात आणि खेड्यातही संगणक आणि मोबाईल्स मोठ्या प्रमाणात वापरले जाऊ लागले आहेत. संगणक साक्षरता वाढीस लागली आहे.

३. **दळणवळण** : रस्ते, महामार्ग, रेल्वे आणि हवाईमार्ग यांचे जाळे सर्वत्र वाढले. त्यामुळे प्रवास सुखकर झाला.

४. **उदयोग-व्यवसाय** : स्वतंत्र भारतात लघुउद्योग, मोठे उद्योग वाढले. भारतीय यंत्रे, मोटारी, अन्नप्रक्रिया, कापड उद्योगांची भरभराट झाली. संगणक क्षेत्रातील प्रगतीमुळे एक नवे क्षेत्र निर्माण झाले. त्याचा फायदा नव्या पिढीतील युवकांना होऊन एकूणच राहणीमान उंचावले.

५. **उंचावलेले आयुर्मान**

- स्वातंत्र्यापूर्वी भारतीयांचे सरासरी आयुष्य ३३ वर्षांचे होते. १९९२ मध्ये ते ६१ वर येऊन पोहोचले आणि आजमितीला ६५.४८ आहे.
- बालमृत्यू होण्याचे प्रमाण १००० बाळांमध्ये १४६ असे होते, ते १९९२ मध्ये ७४ वर येऊन पोहोचला. कुपोषित मृत्यूंची संख्या १००० मध्ये २३६ होती, ती १९९२ मध्ये १०९ वर आली, आज हा आकडा दर हजारी ३० पर्यंत खाली आला आहे.

अनेक अडीअडचणींना तोंड देत झालेली ही प्रगती भारताच्या दृष्टीने ही खूपच महत्त्वाची आहे. मात्र वाढती महागाई, ओले आणि सुके दुष्काळ यांच्याबरोबरच भारताच्या दृष्टीने आरोग्याबाबत अनेक समस्या आज आ वासून उभ्या आहेत.

- **अनुत्तरित आरोग्य समस्या** : जगातील सर्वात मोठी संसदीय लोकशाही असलेल्या भारतापुढे अनेक आरोग्य समस्या जीवनाच्या विविध क्षेत्रात दिसून येतात आणि त्यांचे स्वरूपही बहुढंगी आहे.

- **संसर्गजन्य साथीचे आजार** : प्रत्येक ऋतूत दरसाली येणाऱ्या संसर्गजन्य आजारांच्या साथी म्हणजे भारतीयांच्या आरोग्यासमोर असलेले एक आव्हान आहे. पावसाळ्यातील डासांनी पसरणारे मलेरिया, डेंग्यू, चिकनगुन्या, जॅपनीज एन्केफेलायटीस; बाजारातील उघड्यावरच्या अन्नावरील माश्यांनी पसरणारे विषमज्वर, कावीळ, जुलाब हे आजार दरवर्षी डोके वर काढतात. त्यांच्या प्रतिबंधाचे ठोस उपाय सक्षमपणे होत नाहीत. ना सरकारी पातळीवर ते होतात, ना नागरिकांमधील सुजाणपणा जागृत होऊन ते त्याचा प्रतिबंध करतात.

सार्वजनिक पाणी पुरवठा व्यवस्थेमध्ये पिण्याच्या पाण्याचे निर्जन्तुकीरण व्यवस्थित होत नाही; उपाहारगृहे, हॉटेल्स, सार्वजनिक समारंभ यामध्ये नागरिकांना मिळणारे अन्न, खाद्यपदार्थ आणि पाणी यांच्या शुद्धतेवर सरकारी आरोग्यखात्याचा कोणताही निर्बंध नसतो. त्यामुळे विषाणूजन्य तसेच जंतुजन्य उलट्या-जुलाब, अन्नातून होणारी विषबाधा, आमांश अशा आजारांच्या साथी बाराही महिने आढळून येतात. आजही पाच वर्षे वयाखालील बालकांच्या मृत्यूचे सर्वात प्रमुख कारण 'जुलाब' हेच आहे.

- **क्षय** : या रोगाच्या विळख्यापासून भारतीयांची सुटका अजूनही झालेली नाही. गेली सत्तर वर्षे सातत्याने त्याविरुद्ध उपचार उपलब्ध करूनही लोकांमधील अनास्थेमुळे चाळीस टक्क्यांहून अधिक रुग्ण औषधोपचारच टाळतात. औषधे अनियमित घेणे आणि अपुऱ्या कालावधीसाठी घेणे, यामुळे आज कोणत्याही औषधांना दाद न देणारा क्षय रोगाचा एक्सडीआर हा प्रकार भारतात दिसून येऊ लागला आहे. सर्वात लाजिरवाणी गोष्ट म्हणजे जगामध्ये सर्वात जास्त क्षय रोगाचे रुग्ण भारतात आहेत.
- **बालकांचे श्वसनरोग** : भारतातील पाच वर्षे वयाखालील बालकांच्या मृत्यूचे आणखी एक कारण म्हणजे श्वसनाचे गंभीर आजार. मृत्यू पावणाऱ्या या वयोगटात दर शंभर बालकांतील १३ बालके श्वासाच्या विकारांनी दगावतात. कोणत्याही इस्पितळात दाखल होणाऱ्या बालकांत १३ टक्के बालके श्वसनाच्या आजारांकरता दाखल झालेली असतात. स्ट्रेप्टोकॉकस न्यूमोनिया, हिमोफिलस एन्फ़्लुएन्झी, स्ट्रेप्टोकॉकस ऑरीयस हे जंतू आणि मीझल्स, एन्फ़्लुएन्झा, पॅरा एन्फ़्लुएन्झा, व्हेरिसेला हे विषाणू यासाठी कारणीभूत ठरतात. यांच्या प्रतिबंधासाठी असलेले लसीकरण आर्थिकदृष्ट्या न परवडल्याने बहुतेक भारतीय बालकांना ती मिळत नाहीत.
- **एचआयव्ही-एड्स** : या महाभयंकर जीवघेण्या रोगाने अवघ्या जगभरात थैमान घातले असतानाच भारतात गेल्या दशकात नवीन व्यक्तींच्या एचआयव्ही संसर्गाच्या प्रमाणात ५७ टक्क्यांनी घट झाली आहे. २०११- १२ मध्ये एचआयव्ही पॉझिटीव्ह व्यक्तींची संख्या २.८५ लाख होती. ती २०१६-१७ मध्ये २.३९ लाखावर आली. २०१२ ते २०१७ या काळात राबवलेल्या राष्ट्रीय एड्स नियंत्रण कार्यक्रम- ४ अंतर्गत नागरिकांच्या आरोग्याची काळजी घेतानाच नवीन व्यक्तींचे एचआयव्ही आणि एड्स संक्रमणाचे प्रमाण ५० टक्क्यांपर्यंत कमी करण्याचे सरकारचे व्यापक उद्दिष्ट होते. दरवर्षी सुमारे ८ लक्ष रुग्णांना मोफत प्रतिबंधात्मक उपचाराची सुविधा उपलब्ध करून दिली जाते. यापैकी ४३,२१७ रुग्ण १५ वर्षांखालील असतात. आंध्रप्रदेश, महाराष्ट्र आणि कर्नाटक राज्यांमध्ये एचआयव्ही-एड्सबाधित रुग्णांची संख्या मोठी आहे. एकुणातील संख्या कमी झाली तरी, रोगाची औषधे न घेण्याने तसेच अनियमित घेण्याने होणाऱ्या मृत्यूची संख्या मोठी आहे.
- **पोषणविषयक आजार** : मध्यमवर्गातील सुबत्ता, वाढते यांत्रिकीकरण आणि सुखासीन वृत्ती यामुळे भारतातील स्थूलत्व वाढत चालले आहे, पण त्या वेळेच कुपोषणाच्या प्रश्नाची व्याप्ती अजूनही कमी झालेली नाही. १९८० ते २०१५ या काळात भारतातील स्थूल व्यक्तींची संख्या तिप्पट झाली आहे. याच वेळेस ५१ टक्के भारतीय स्त्रियांचे वजन जरुरीपेक्षा खूप कमी भरते, तर २३ टक्के स्त्रिया स्थूल आहेत.

कुपोषण ही भारतातील अतिशय महत्त्वाची समस्या आहे. गेल्या ७० वर्षांत भारतीय बालकांतील कुपोषणाचे

प्रमाण ४७ टक्क्यांवरून फक्त ४० टक्क्यांपर्यंत कमी झाले आहे. कुपोषणामुळे व्यक्तीची रोगप्रतिकारक शक्ती कमी होऊन सांसर्गिक रोगांची लागण लवकर होते. अन्नसेवन व त्याचे पचन-पोषण यावर विपरीत परिणाम होऊन शरीरातील रोगप्रतिकारक शक्तीचा ऱ्हास होतो.

६० टक्के गर्भवती स्त्रियांमध्ये योग्य पोषणाच्या अभावाने रक्तातील हिमोग्लोबिन कमी भरून ॲनेमिया आढळतो. प्रसूतीदरम्यान आणि प्रसूती झाल्यानंतर स्त्रियांमध्ये होणाऱ्या मृत्यूचे प्रमुख कारण आजही ॲनेमिया हेच आहे. कुपोषित मातांच्या बालकांमध्ये साहजिकच कुपोषणाचे, जन्मतः कमी वजन असण्याचे, अंधत्वाचे आणि बालमृत्यूचे प्रमाण अधिक असते.

जगभरात आलेली स्थूलतेची लाट भयावह प्रमाणात वाढते आहे. कुपोषण आणि एड्स यांना मागे टाकत स्थूलता वरचा क्रमांक पटकावू पाहतेय. मुलांमधील स्थूलतेचे हे प्रमाण भारतातील शहरी आणि ग्रामीण भागात तसेच आर्थिकदृष्टद्धा सबल आणि दुर्बल गटांमध्ये एकाच वेळी वाढते आहे, ही विशेष काळजीची बाब आहे. आजमितीला भारतातील २० टक्के मुलांमध्ये स्थूलता आणि अतिरिक्त वजनवाढ आढळून येते आहे.

- **सार्वजनिक स्वच्छता** : पुरेशा प्रमाणात पाण्याची उपलब्धता नसण्यामुळे भारतात सार्वजनिक ठिकाणच्या स्वच्छतेचा मोठा प्रश्न असतो. त्याचबरोबर ग्रामीण भागातील शौचालयांचा आणि स्वच्छतागृहाचा अभाव हीदेखील आरोग्यविषयक महत्त्वाची समस्या आहे. याच वेळेस भारतातील बहुसंख्य शहरांमध्ये मैला, सांडपाणी आणि औद्योगिक कारखान्यातून निर्माण होणारी रसायने नदीच्या पाण्यात सोडण्याची पद्धत बंद झालेली नाही. मोठ्या आणि मध्यम विस्ताराच्या शहरातील सांडपाण्याच्या, कचऱ्याच्या आणि मलमूत्राच्या विसर्जनाच्या अयोग्य पद्धती भारतीय नागरिकांच्या अनेक आजारांचे मूळ आहे.
- **पर्यावरण** : हवा, पाणी, जमीन यांचे वाढते प्रदूषण श्वसनाच्या, पोटाच्या अनेक आजारांना कारणीभूत ठरते आहे. दिल्ली हे शहर केवळ भारताचीच नव्हे तर प्रदूषणाची जागतिक राजधानी बनली आहे. प्रदूषणाच्या समस्येने मागील वर्षी दोन ते तीन वेळा संपूर्ण दिल्ली शहर ठप्प झाले होते.
- **जीवनशैलीचे आजार** : अमेरिकन संस्कृतीचे अंधानुकरण करत आपल्याकडे आलेल्या, आधुनिक फास्टफूड, जंकफूड, डबाबंद खाद्ये, प्रक्रियायुक्त खाद्ये आणि पेये यामुळे भारतीय नागरिकांचेही आरोग्य धोक्यात येते आहे. गेल्या ५०-६० वर्षांत भारतीयांमधील मधुमेह, उच्च रक्तदाब, हृदयविकार, कर्करोग आणि स्थूलत्व या जीवनशैलीतून निर्माण होणाऱ्या आजारांचे प्रमाण तिपटीने वाढले आहे. भारतीयांचे आयुर्मान जरी वाढले असले, तरी स्वास्थ्यपूर्ण आरोग्याची पातळी घसरलेली आहे.
- **वैद्यकीय उपचार** : भारतातील वैद्यकीय उपचारात दोन मोठ्या त्रुटी आढळतात. शहरे आणि खेडी यांच्यामधील वैद्यकीय उपचारांच्या व्याप्तीत आणि उपलब्धीत कमालीची तफावत आहे. खेड्यातील रुग्णांना आजही साध्या आजारांच्या निदानासाठी आणि उपचारांसाठी शहरांकडे धाव घ्यावी लागते. त्याचबरोबर आर्थिकदृष्ट्या दुर्बल घटकांना आज उच्च स्तरावरील अनेक उपचारांपासून वंचित राहावे लागते.

अन्न, वस्त्र आणि निवारा याप्रमाणेच आरोग्य हादेखील प्रत्येक नागरिकाचा मूलभूत हक्क असतो. आणि त्यासाठी लोककल्याणकारी सरकारने त्यासाठी नियोजनबद्ध कार्यक्रम आखावा लागतो. अशा कार्यक्रमांसाठी आणि योजनांसाठी आवश्यक ती आर्थिक तरतूद करावी लागते. स्वातंत्र्यापासून भारताच्या जी. डी. पी.च्या केवळ १ टक्का खर्च सरकारतर्फे आरोग्यावर होतो. साहजिकच सर्वांगीण आरोग्य सुधारण्यासाठी आवश्यक असलेल्या गोष्टी पूर्णत्वास जात नाहीत. यामध्ये प्राथमिक आणि उच्च आरोग्यसेवा देणारी सरकारी इस्पितळे, लोकसंख्येच्या प्रमाणात पुरेशा संख्येने डॉक्टर्स व परिचारिका, त्यांना प्रशिक्षण देणारी सरकारी वैद्यकीय महाविद्यालये, मोफत किंवा वाजवी दरातली

औषधे, लसीकरण, नव्या आजारांचा बंदोबस्त करण्यासाठी लागणारी यंत्रणा, रोगांचे निदान करणारी सेवा अशा अनेक गोष्टींना भारतीय जनता गेली सात दशके मुकते आहे. त्यामुळे आज ८० टक्के गरीब आणि मध्यमवर्गीय भारतीयांना आपल्या आरोग्यासाठी खाजगी आरोग्यसेवेवर अवलंबून राहावे लागते.

- **लोकसंख्या :** 'फ्रेंच इन्स्टिटयूट ऑफ डेमोग्राफिक स्टडीज' या लोकसंख्येचा अभ्यास करणाऱ्या जागतिक संस्थेने २०१३ मध्ये प्रसिद्ध केलेल्या आपल्या द्वैवार्षिक अहवालात नमूद केले होते की, इ.स. २०५० पर्यंत भारत हा लोकसंख्येच्या दृष्टीने जगात सर्वात मोठा देश असेल. भारताची लोकसंख्या १ अब्ज ६० कोटी होऊन या काळात चीनची लोकसंख्या मात्र १ अब्ज ३० कोटी राहील.

लोकसंख्येचा स्फोट झाल्याने मानवी जीवनातील सुखसोयींवर विपरीत परिणाम होऊन राहणीमानाचा दर्जा खूपच खालावू शकतो, कारण...

१. अन्नपाण्यासारख्या जीवनावश्यक गोष्टींचे मोठ्या प्रमाणावर वाटप होऊन त्यांची कमतरता भासू लागते.

२. मानवी वस्तीसाठी जंगले नष्ट केली जातात. डोंगर, टेकड्या केल्या जातात आणि पर्यावरणाचा समतोल बिघडतो.

३. खाणारी तोंडे आणि मूलभूत सेवा-सुविधा वापरणाऱ्या व्यक्ती वाढल्याने राष्ट्रीय अर्थनियोजनाचा बोजवारा उडतो. साहजिकच, विकासदर खूप खालावतो.

४. अन्न, वस्त्र, निवारा, आर्थिक व्यवस्था आणि आरोग्य या सर्व बाबतीतील भारताच्या नियोजनांचा बोजवारा केवळ वाढत्या लोकसंख्येमुळेच उडतो. १९७५ ते ७७ या आणीबाणीच्या काळातील कुटुंब नियोजनातील सक्तीच्या अनुभवाने, दुधाने तोंड भाजल्यावर ताकही फुंकून पिण्याचे धोरण सर्वच सरकारांनी अनुसरले. साहजिकच या समस्येकडे तसे दुर्लक्षच होत आहे.

एकविसाव्या शतकात एक महासत्ता म्हणून उदयाला येण्याची मनीषा बाळगणाऱ्या भारतीय अस्मितेला आरोग्याच्या या समस्या जखडून ठेवते आहे. आरोग्यातील या साठा प्रश्नांची कहाणी पाचा उत्तरी सुफळ संपूर्ण करण्याचे सामाजिक ध्येय भारतापुढे असणे आवश्यक आहे.

हेल्मेट : सर सलामत तो पगडी पचास

मनुष्य हा एक बुद्धिमान प्राणी आहे. कुठल्याही प्राण्यापेक्षा जास्त विकसित झालेला मेंदू हा त्याच्या चौफेर बुद्धिमत्तेचा कर्ता असतो. मात्र 'पिंडे पिंडे मतिर्भिन्न:' म्हणतात तसे या बुद्धीतून निर्माण होणारे विचार प्रत्येकाच्या बाबतीत वेगळे असतात. सध्या दुचाकीस्वारांसाठी जी हेल्मेटसक्ती केली जाते आहे, त्याबाबतचे उलटसुलट मतप्रवाह ऐकले, त्याबाबत निघणारे मोर्चे पाहिले, ठिकठिकाणची पोस्टर्स पाहिली की याची चांगलीच प्रचिती येते.

ब्लॅक ॲण्ड व्हाईट टीव्हीच्या जमान्यातली दूरदर्शनवरील एक जाहिरात आठवते? एका कलिंगडावर हातोडा मारला जातो आणि कलिंगडाचा चक्काचूर होतो. नंतर त्या कलिंगडावर हेल्मेट घालून हातोडा मारला जातो. ते सुरक्षित राहते. अगदी थोडक्या वेळेत कमालीची परिणामकारकता साधणारी ही जाहिरात होती. दूरदर्शनची त्या काळातली व्यापकता पाहता ही जाहिरात जनमानसात घर करणारी ठरली, पण प्रत्यक्ष परिणाम साधू शकली नाही.

गेल्या १०-१५ वर्षांत भारतभरात वाहनांची जी अपरिमित वाढ झाली, त्यामध्ये ८० टक्क्यांहून जास्त दुचाकी वाहने आहेत. आकडेवारीनुसार २०१७-१८ मध्ये भारतातल्या दुचाकींची संख्या २ कोटी होती. वाहनांची संख्या वाढल्याने अपघात वाढले आणि साहजिकच त्यात दुचाकीस्वारांची संख्या जास्त भरू लागली. २०११ पासून दरवर्षी होणाऱ्या अपघातांची, त्यात होणाऱ्या मृत्यूंची आणि गंभीर जखमी होणाऱ्या व्यक्तींची आकडेवारी पाहिली तर हे लक्षात येईल.

साल	दुचाकी अपघात	मृत्यू	गंभीर जखमी
२०११	१५,२७७	३,४०६	१०,८७४
२०१२	१७,५४१	३,४७७	१०,४४०
२०१३	१८,९४६	३,५००	१०,०५२
२०१४	१८,७५४	४,०६८	११,३१०
२०१५	२१,३११	९,३९९	१४,७७१

(संदर्भ - भारत सरकारची data.gov.in वेबसाईट)

- **अपघातांचे स्वरूप** : भारतात स्वयंचलित वाहनांमध्ये दुचाकी वाहनांची संख्या ६९ टक्के आहे. वाहनांच्या अपघातात दुचाकी स्वार ठार होण्याची शक्यता ३० पटीने जास्त असते. दुचाकी वाहनांच्या अपघातामुळे मृत होणाऱ्या व्यक्तींमध्ये ७२ टक्के २० ते ३० वयाचे तरुण असतात.

दुचाकी वाहनांचे जे अपघात होतात, त्यात चालक रस्त्यावर फेकला जाऊन 'हेड इंज्युरी' म्हणजे डोक्याला

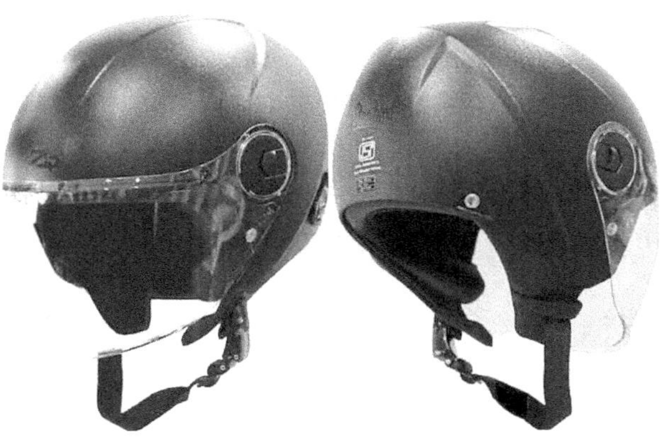

मार बसून मेंदूला इजा होण्याचे प्रमाण जास्त असते. त्याचबरोबर हातापायांची हाडे मोडणे, मणक्यांना इजा होणे, पोटाला अंतर्गत इजा होणे या गोष्टी घडतात. यातील ७५ टक्के ते ८८ टक्के अपघातात डोक्याला मार बसतो. अशा अपघातांमध्ये इलाज मोठ्या इस्पितळात इंटेन्सिव्हकेअर युनिट (आयसीयू)मध्ये करावा लागतो. आणि इस्पितळातून घरी आल्यावरही बरेचसे रुग्ण अंथरुणाला खिळून राहण्याची शक्यता असते. २५ टक्के रुग्णांमध्ये दीर्घकालीन अपंगत्व किंवा मेंदूच्या कार्यात दोष राहू शकतात. या साऱ्या उपचारांचा खर्चही प्रंचड असतो.

आज पुण्यासह अनेक शहरात रोजच्या कामांसाठी सार्वजनिक वाहनव्यवस्था मुळीच सोयीची नाही. चारचाकी घेणे सर्वांनाच परवडत नाही. आणि त्या मोटारी गर्दीतून चालवणे एकतर महाकर्मकठीण झाले आहे शिवाय त्यांचे पार्किंग हा आणखी एक गहन विषय आहे. रिक्षा आणि टॅक्सी हा पर्याय रोजच्या रोज वापरला तर खिशाला मोठीच चाट बसते. साहजिकच आजच्या जीवनशैलीत शहरांतर्गत रस्त्यावरील दैनंदिन कामांसाठी प्रवास करायला सर्वांना दुचाकीचाच पर्याय राहतो.

- **अपघाताची कारणे** : रस्त्यात आणि हमरस्त्यावर वेगाने जाणाऱ्या मोटारी, ट्रक्स, बसेस जो रस्ता वापरतात तोच रस्ता दुचाकी वापरतात. भरधाव वेगाने जाणाऱ्या या वाहनांना दुचाकी स्वार पटकन दिसत नाहीत. आणि अपघात होण्याची शक्यता जास्त असते. त्यात तरुण पिढीला सुरक्षित पद्धतीने, वाहतुकीचे नियम पाळून वाहन चालवण्याऐवजी जीवावर उदार होऊन बेभानपणे गाड्या चालवण्यात भूषण वाटते. शिवाय या जोडीला रस्त्यावरील खड्डे, अशास्त्रीय वळणे यांची भर असते. मद्यप्राशन करून वाहने चालवणे हेसुद्धा वाहनांच्या अपघातांचे एक महत्त्वाचे कारण असते.

आपण दुचाकी वापरणे टाळू शकलो नाही, तरी हेल्मेट वापरून त्यातून उद्भवणाऱ्या हेड इंज्युरीज नक्कीच टाळू शकतो.

अपघातात डोक्याला मार बसण्याचे दोन प्रकार असतात. पहिल्या प्रकारात डोक्यावर एखादी गोष्ट धडकून प्रत्यक्ष इजा होऊ शकते. म्हणजे समोरील वाहनाचा एखादा भाग, रस्ता, रस्त्यांवरील दगड, खांब किंवा डोक्यावर आदळणारी कोणतीही कठीण गोष्ट. आणि दुसऱ्या प्रकारात वाहनांची धडक झाल्यामुळे डोक्याला हिसका बसून अप्रत्यक्ष इजा होते. यामध्ये मेंदूवरील दोन आवरणांच्या मधील द्रवपदार्थ हलतो, त्याचा दाब वाढून मेंदूवर दबाव येतो.

हेल्मेट वापरण्याने हे दोन्ही प्रकारचे त्रास तर टळू शकतात. पण इतर त्रासही टाळले जाऊ शकतात.

१. हेल्मेटचे बाह्य आवरण आघात झेलणाऱ्या पॉलि कार्बोनेट प्लास्टिक आणि कठीण फायबर ग्लासने बनलेली असतात आणि त्यात कार्बन फायबर वापरून टणक केलेली असतात. त्यामुळे बाह्य आघातांनी होणारी

हेल्मेटबाबत निकष

भारत सरकारच्या रस्ते परिवहन आणि राज्य महामार्ग मंत्रालयाने दुचाकी चालकांच्या सुरक्षेसाठी हेल्मेटसाठी नवीन निकष तयार केले आहेत. यानुसार

१. १५ जानेवारीनंतर फक्त आयएसआय प्रमाणित हेल्मेट्सची विक्री करावी लागणार आहे.
२. ही हेल्मेट्स ब्यूरो ऑफ इंडियन स्टँडर्डच्या आयएस ४१५१:२०१८ च्या निकषांवर उतरणे गरजेचे आहे.
३. या निकषांनुसार, नवीन हेल्मेटचे कमाल वजन १.५ किलो करण्यात आले आहे.
४. वाहन चालवताना इंडस्ट्रियल हेल्मेट्स परिधान करणाऱ्यांवर कारवाई करण्यात येणार आहे.
५. रस्ते परिवहन आणि राज्यमार्ग मंत्रालयानद्वारे जारी करण्यात आलेल्या अधिसूचनेनुसार, हेल्मेट तयार करणाऱ्या कंपन्यांना, हेल्मेटची विक्री करणाऱ्यांना आणि हेल्मेटच्या वितरकांना १५ जानेवारीपासून या निकषांचे पालन करणे आवश्यक ठरणार आहे.

या नियमांचे पालन केले नाही तर संबंधितांना २ वर्षे कारावास आणि २ लाख रुपयांचा दंड आकारण्यात येणार आहे.

डोक्याची आणि पर्यायाने मेंदूची इजा टळू शकते.

२. हेल्मेटच्या आतल्या बाजूने इपीएस फोमने म्हणजेच एक्स्पांडेड पॉलिप्रॉपिलिन किंवा पॉलिस्टायरिनने बनलेला अंतस्थ थर असतो. जेव्हा एखादा आघात होतो, तेव्हा त्याचा प्रहार झेलून या इपीएस फोमचे तुकडे होतात आणि डोक्याला होणारी अप्रत्यक्ष इजा होत नाही.
३. जागतिक पातळीवरील आकडेवारीनुसार, हेल्मेट वापरल्याने अपघातात होणाऱ्या मृत्यूची शक्यता ३९ टक्क्यांनी कमी होते.
४. अपघाताचा धोका आणि होणाऱ्या गंभीर इजेचा धोका ७२ टक्क्यांनी कमी होतो.
५. हेल्मेटच्या दर्शनी भागातील पारदर्शक प्लास्टिक भागामुळे चेहऱ्याला होणाऱ्या इजा टळतात.
६. रस्त्यावरील रहदारीत इतर वाहनांच्या चाकांनी उडणारे दगड दुचाकी स्वारांच्या डोक्याला, डोळ्यांना, चेहऱ्याला लागून इजा होऊ शकते. हेल्मेट वापरणाऱ्या व्यक्तींना हा त्रास होत नाही.
७. कडक ऊन, पाऊस, थंड हवा, धूळ, प्रदूषणयुक्त धूर यापासून संरक्षण होते.
८. अनेकदा रस्त्यावरील कीटक, कचरा यांचा त्रास टळतो.

हेल्मेट वापरल्यास जे अपघात आणि इजा कमी होतील त्यामुळे या अपघातग्रस्त रुग्णांवर होणारा वैद्यकीय खर्चही कमी होईल.ही रक्कम अंदाजे २५ हजार कोटी रुपये म्हणजे भारताच्या जीडीपीच्या किमान १ टक्का असेल. थोडक्यात भारतीयांचे केवळ आयुर्मानच नव्हे तर जीवनमानदेखील उंचावू शकेल.

हेल्मेट न वापरण्याची कारणे

आज जे लोक हेल्मेट वापरायला विरोध करत आहेत, त्यांच्या विधानांची दुसरी बाजूदेखील पाहू या.

१. मी व्यवस्थित वाहन चालवतो, मला काय गरज हेल्मेटची?
२. अपघात हे अकस्मात होत असतात. तुमचे वाहन हाकणे व्यवस्थित असले, तरी समोरचे वाहन व्यवस्थितपणे चालवले जात असतेच असे नाही.

३. हमरस्त्यावर आणि हायवेवर हेल्मेट ठीक आहे, पण शहरात थोड्या अंतरावर फिरताना हेल्मेट नको. अपघातांच्या आकडेवारीत शहरामध्ये तितक्याच प्रमाणात अपघात होतात आणि त्यातून होणाऱ्या हेड इंज्युरीज आणि इजा तितक्याच जीवघेण्या असतात.
४. दिवसभर हेल्मेट बाळगणे अडचणीचे असते.
५. वाहनावर हेल्मेट लावा किंवा त्यासाठी साखळीचे कुलूप वापरा.
६. हेल्मेट वापरल्याने खूप गरम होते, मान दुखते
७. हे त्रास नित्याच्या वापराने दूर होतात.
८. हेल्मेटमुळे मानेच्या मणक्यांचा स्पॉण्डिलोसिस होतो, केस गळतात, डोळे खराब होतात, डोके दुखते हे सारे चुकीचे आणि अशास्त्रीय समज आहेत.
९. हेल्मेट्स खूप महाग असतात. गाड्यांच्या किमतीपेक्षा आणि आपल्या जिवापेक्षा महाग नाहीत.

हेल्मेटची उपयुक्तता आणि त्यामुळे मिळणाऱ्या सुरक्षा याबाबत अनेकांना शंका नाही, मात्र त्याच्या वापराच्या सक्तीला त्यांचा विरोध आहे. अपघात विम्यात हेल्मेट वापरणे आवश्यक ठरवावे, नसल्यास अपघात विम्याची रक्कम न मिळण्याची तरतूद ठेवावी. हेल्मेट नसल्यास पेट्रोल पंपावर पेट्रोल देऊ नये अशा प्रकारच्या सक्तीला आज समाजात विरोध आहे. याउलट हेल्मेट्सचा वापर वाढावा याकरिता समाजप्रबोधन करावे, जनतेत जागरूकता आणि सकारात्मक जाणीव निर्माण करावी. शक्य असल्यास हेल्मेट वापरण्यासाठी काही इंसेंटिव्ह्ज द्यावीत. त्याचबरोबर शालेय आणि महाविद्यालयीन विद्यार्थ्यांमध्ये वाहतुकीच्या नियमांबाबत सतर्कता जागृत व्हावी म्हणून शिक्षण देणे योग्य ठरेल.

बिघडते पर्यावरण घसरते आरोग्य

पर्यावरणाच्या समतोलावर सजीवसृष्टीचे आणि साहजिकच माणसाचे जीवन म्हणजेच पर्यायाने अस्तित्व अवलंबून असते. पर्यावरणातील घटकांचा नाश होऊन हा समतोल बिघडला तर सजीवांच्या शारीरिक क्रियांवर विपरीत परिणाम होतो. यामध्ये प्राथमिक पातळीवर आरोग्य बिघडते किंवा ते प्राणी नष्टही होऊ शकतात. ज्वालामुखी उद्रेक, भूकंप, वादळे, महापूर अशा नैसर्गिक आपत्तींमध्ये डायनोसॉरसारख्या सजीवांच्या अनेक प्रजाती नष्ट होत गेल्या. मात्र असे निसर्गनिर्मित अपवाद वगळता इतर सजीवांपेक्षा मानवच पर्यावरणाची हानी करण्यात अग्रेसर राहिला आहे. पर्यावरणाबाबतच्या विध्वंसक स्वरूपाच्या मानवी कृतींमुळे पर्यावरणाचा ऱ्हास आणि त्यामुळे मानवी आरोग्यावर होणारे परिणाम आज पर्यावरण शास्त्रातल्या संशोधनात अधोरेखित होत आहेत.

पर्यावरण स्वास्थ्य

दैनंदिन जीवनात प्रत्येक माणसाचा पर्यावरणाशी निरनिराळ्या प्रकारे सातत्याने संबंध येत असतो. यातूनच मानवी जीवनाचा दर्जा, मानवाची आयुर्मर्यादा आणि एकंदरीत स्वास्थ्य आकाराला येते.

जागतिक आरोग्य संघटनेच्या मते मानवी आरोग्याचे पर्यावरणाशी खूपच जवळचे नाते असते. प्रत्येक प्रदेशातल्या पर्यावरणातील भौतिक, रासायनिक आणि जैविक घटकांचा मानवाच्या आरोग्यावर आणि आरोग्यविषयक वर्तनावर दूरगामी परिणाम होत असतो. जगभरातील एकूण मृत्यूंपैकी २३ टक्के आणि ५ वर्षाखालील बालकांच्या बाबतीत २६ टक्के मृत्यू हे पर्यावरणातील घटकांच्या परिणामांमुळे होतात. हे सारे मृत्यू टाळता येण्याजोगे असतात. तरतऱ्हेचे आजार, दुखापती आणि शारीरिक अपंगत्व टाळण्यासाठी किंवा त्यांच्यावर नियंत्रण राखण्यासाठी पर्यावरणाचे रक्षण करणे आवश्यक असते. यालाच 'पर्यावरण स्वास्थ्य' किंवा 'एन्व्हायर्मेन्टल हेल्थ' असे संबोधले जाते.

पर्यावरण बिघडते तेव्हा आरोग्याची पातळी घसरते. या संदर्भात काही गोष्टी मानवनिर्मित गोष्टीतून उत्पन्न होतात आणि माणसांनाच प्राणघातक ठरतात. यामध्ये...

- आरोग्याला विघातक गोष्टींच्या वापरामुळे हवा, पाणी, माती आणि अन्न प्रदूषित होणे,
- मानवनिर्मित मोठ्या दुर्घटना उदा. आगी, युद्ध, हिंसाचार, इमारती, पूल कोसळणे, विषारी वायूची गळती, अणुस्फोट, आण्विक कारखान्यातील विस्फोट,
- पर्यावरणाचा नाश करणे- वृक्षतोड, नद्या बुजवणे, भूगर्भजल जास्त वापरणे, पाण्याचा अपव्यय, कचऱ्याचे गैरव्यवस्थापन,
- व्यावसायिक दुर्घटना आणि त्यातील प्राणघातक धोके,
- मानवनिर्मित टोलेजंग इमारती, त्यातील कृत्रिम सुखसोयी,

जगाच्या पर्यावरण स्वास्थ्याबाबत अकरा बाबी निर्देशक म्हणून मानल्या आहेत. या गोष्टींचा मानवी आरोग्यावर

चांगला-वाईट परिणाम होत असतो. त्या म्हणजे...

१. आरोग्यसेवेची उपलब्धता
२. प्रतिबंधात्मक आरोग्यसेवा
३. पर्यावरणाचा दर्जा
४. अपघात, दुखापती आणि हिंसाचारावर नियंत्रण
५. माता-बाल आरोग्य
६. मानसिक आरोग्य
७. अशास्त्रीय सामाजिक रूढी
८. मौखिक आरोग्य
९. व्यसने
१०. लैंगिक आणि पुनरुत्पादन संस्थेचे आरोग्य
११. आहारविषयक पोषण आणि शारीरिक व्यायाम

यामध्ये पर्यावरण स्वास्थ्याला पहिल्या तीन गोष्टीत महत्त्व दिल्याचे लक्षात येते.

पर्यावरणाशी आरोग्याचे नाते

पर्यावरणातील बिघाडामुळे जगभरात आरोग्याची हानी होताना आपण पाहतोच आहोत. वैद्यकीय तज्ज्ञांच्या मते पर्यावरणातील सहा गोष्टींवर भर देऊन त्यातील सुधारणांवर लक्ष केंद्रित केल्यास जगातील यच्चयावत नागरिकांच्या आरोग्यामध्ये सुधारणा होऊ शकेल.

१. वायू प्रदूषण : प्रदूषित हवेमुळे मृत्युदर वाढतो आहे. कार्बनमोनॉक्सॉइड, मिथेन आणि अशा इतर वायूंच्या प्रदूषणामुळे कर्करोग, फुफ्फुसांचे दीर्घकालीन आजार, हृदयविकार यांनी पीडित रुग्णांची संख्या दिवसेंदिवस वाढत चालली आहे.

२. जल प्रदूषण : नद्या, तलाव, समुद्र असे जमिनीवरील पाण्याचे साठे आणि भूगर्भजल या दोन्ही जलस्त्रोतांमध्ये आज प्रदूषण पाहायला मिळते आहे. विविध प्रकारचे जिवाणू, विषाणू आणि रसायने त्यासाठी कारणीभूत ठरत आहेत.

३. विषारी रसायने, पदार्थ आणि घातक कचरा व टाकाऊ पदार्थ : अन्न, पाणी, श्वास आणि या घटकांशी होणाऱ्या संपर्कातून या गोष्टी मानवी शरीरात प्रवेश करतात. यामधून असंख्य प्रकारचे आजार उत्पन्न होतात.

४. घरे, शाळा, कार्यालये : याला वैद्यकीय भाषेत, 'बिल्ट एन्व्हायर्नमेंट' म्हणतात. आजच्या आधुनिक जीवनात प्रत्येक व्यक्तीचा दिवसातील जास्त वेळ घर, शाळा-कॉलेज किंवा कार्यालयात जातो. या ठिकाणी जर अंतर्गत प्रदूषण, हवा व्यवस्थित खेळू शकेल अशी दारे-खिडक्या, पंखे किंवा एसी नसेल तर आरोग्याच्या तक्रारी सुरू होतात. अशा ठिकाणाचे बांधकामातील दोष, विद्युतप्रवाहामधील दोष, किंवा वायरिंगमधील दोष, आगीपासून संरक्षण करण्याची यंत्रणा नसणे, घरांच्या भिंतींना शिसेमिश्रित रंगकाम असणे यामुळे आरोग्यावर विपरीत परिणाम होऊन अनेक व्याधी उत्पन्न होतात. साहजिकच निरामय घरे आणि परिसर हा पर्यावरण स्वास्थ्याचा अविभाज्य भाग ठरतो.

आरोग्यविषयक पायाभूत सुविधा

पर्यावरणातील घातक गोष्टींपासून जनतेचे रक्षण करण्यासाठी सरकारी आरोग्यसेवा सर्व पातळीवर कार्यक्षम असावी

लागते. यामध्ये प्राथमिक आरोग्यकेंद्रे, जिल्हा सरकारी इस्पितळे, राज्य आणि केंद्र पातळीवरील आरोग्यविभाग, या साऱ्या पातळीवरील वैद्यकीय आणि आरोग्य कर्मचारी पर्यावरण स्वास्थ्याबाबत जागरूक आणि कार्यक्षम असावे लागतात. कोणत्याही आजाराबाबतचे प्रतिबंधक प्रशिक्षण, त्याबाबतची जागरूकता, विविध आजारांच्या संभाव्य रुग्णांची देखरेख याबाबत सर्व पातळीवर जय्यत तयारी असावी लागते. पर्यावरणामुळे होणाऱ्या आजारांचे त्वरित निदान होऊन त्यावर नियंत्रण आणण्यासाठी उपचारांची साखळी तातडीने कार्यान्वित होणे नितांत गरजेचे असते.

नवी आव्हाने

आज जगातील जीवनशैली वेगाने बदलत आहे. त्याबरोबरच पर्यावरण स्वास्थ्य शास्त्रापुढे अनेक नवनवीन समस्या उभ्या राहत आहेत. त्यांचे निराकरण करण्यासाठी आणि पर्यावरण स्वास्थ्याच्या रक्षणासाठी गेल्या पन्नास वर्षांत कित्येक नवीन गोष्टींचा विचार करावा लागतो आहे. येत्या काळात या समस्यांमध्ये अधिकाधिक भर पडताच जाणार आहे.

- **ग्लोबल वॉर्मिंग** : जागतिक तापमानवाढीचा परिणाम समुद्राच्या पाण्याच्या पातळीवर, हवेच्या शुद्धतेच्या गुणधर्मांवर, संसर्गजन्य आणि साथीच्या आजारांच्या पद्धतींवर होतो. ग्लोबल वॉर्मिंगचा परिणाम म्हणून महापूर, दुष्काळ, वादळे निर्माण होतात. याचे पर्यावरण स्वास्थ्यावर विपरीत परिणाम होतात. हे प्रमाण यापुढे वाढत जाईल असा अंदाज आहे.
- **आपत्ती निवारण योजना** : पर्यावरण स्वास्थ्यावर नैसर्गिक आपत्ती आणि मानवनिर्मित आपत्तीचे दूरगामी परिणाम होत असतात. या दोन्ही प्रकारच्या आपत्तींमुळे निर्माण होणाऱ्या विपदांचा सामना योजनाबद्ध पद्धतीने करावा लागतो. या योजनांमध्ये आरोग्यसेवेच्या सर्वंकष तयारी सोबत पायाभूत सुविधा म्हणजे रस्ते, दळणवळण आणि संपर्क साधने, पाण्याचे नियोजन या गोष्टींचाही बारकाईने विचार करावा लागतो. पर्यावरण स्वास्थ्यासाठी अशी आपत्तीनिवारण योजना जगातील प्रत्येक देशात सर्वत्र आणि सर्वदूर उपलब्ध व्हायला हवी. हे अत्यंत जिकिरीचे काम आहे.
- **नॅनो तंत्रज्ञान** : या नव्या तंत्रज्ञानाचा वापर केल्यास अनेक महत्त्वाच्या गोष्टींवर नियंत्रण मिळवता येईल. मुख्यत्वेकरून निरनिराळ्या आजारांचे निदान, उपचार, प्रतिबंधक उपाय यांच्याबाबत महत्त्वाची माहिती

संकलित करून निर्णय घेता येतात. वातावरणातील प्रतिकूल घटकांमुळे निर्माण होणाऱ्या समस्यांचे अचूक मोजमाप करता येते. याशिवाय इलेक्ट्रॉनिक्स, उत्पादन क्षेत्र तसेच ऊर्जाक्षेत्राचा सक्षमतेने वापर करून पर्यावरण स्वास्थ्याचे संवर्धन करता येऊ शकेल. मात्र या तंत्रज्ञानाच्या वापरानेदेखील भविष्यकाळात काही अनपेक्षित दुष्परिणाम आरोग्यावर आणि पर्यावरणावर होण्याची शक्यता टाळता येत नाही.

- **नवनवीन तंत्रज्ञान आणि वैज्ञानिक प्रगती** : आज विज्ञानाच्या प्रगतीने अनेक नवीन रासायनिक पदार्थ, नवीन उत्पादने, करमणुकीची आणि नित्य वापरासाठी अनेकविध साधने, ॲप्स, गेम्स लोकांसमोर येऊन ठाकत आहेत. यांच्या दुष्परिणामांची कल्पना आताच येत नाही, मात्र त्यासाठी या नव्या गोष्टींचे काळजीपूर्वक परिशीलन करून संभाव्य त्रासांबाबत संशोधन होणे गरजेचे आहे. किंबहुना अशी खात्री दिल्याशिवाय या गोष्टींच्या वापराला परवानगी मिळू नये.
- **दैनंदिन वापरातील वस्तू** : घरातील भिंतींना अनेक आकर्षक रंग दिले जातात. घरात लहान मुले असतील तर ती या भिंती चाटतात किंवा ते भिंतींना हात लावून तो तोंडात घालतात. वरून दिलखेचक दिसणाऱ्या या रंगामध्ये शिसे असते. त्यामुळे पाच वर्षांखालील या मुलांना शिशाची विषबाधा होते. अमेरिकेत २०१७ मध्ये झालेल्या एका सर्वेक्षणात या वयोगटातील चाळीस लाख मुलांच्या रक्तात शिसे अतिशय धोकादायक पातळीपर्यंत वाढलेले दिसले. आजही अशा आणखी अनेक गोष्टी आहेत की ज्या पर्यावरण स्वास्थावर परिणाम करू शकतात.

पर्यावरणामध्ये उपलब्ध असलेल्या घटकांचा वापर करताना मानवाने आपल्याबरोबरच इतर सजीवांचा विचार करायला हवा, तरच पर्यावरणाचा समतोल बिघडणार नाही आणि भविष्यात येणाऱ्या पर्यावरण स्वास्थ्य समस्यांना सामोरे जावे लागणार नाही. मात्र आज पर्यावरणीय समस्या दिवसेन्‌दिवस वाढत चालल्या आहेत. मोठ्या प्रमाणावर पर्यावरणाची हानी होताना दिसत आहे. पर्यावरणातील प्रत्येक सजीव घटकाचे संवर्धन करणे ही प्रत्येकाचीच एक सामाजिक जबाबदारी आहे हे विसरता कामा नये. जनजागृती म्हणून आपण प्रत्येकाने पर्यावरण रक्षणाच्या मोहिमेत सहभागी होऊन आपले कर्तव्य पार पाडल्यास पर्यावरणाचे आणि जगातील प्रत्येकाच्या आरोग्याचे संरक्षण आणि संवर्धन व्हायला मदत होईल.

ई-सिगारेट : एक टळलेली पीडा

दि. २७ नोव्हेंबर २०१९ रोजी लोकसभेमध्ये इ-सिगारेट म्हणजे इलेक्ट्रॉनिक सिगारेटवर बंदी घालणारे विधेयक आवाजी मतदानाने मंजूर झाले. या विधेयकाचे कायद्यामध्ये रूपांतर झाल्यानंतर-सिगारेटचे उत्पादन, आयात आणि विक्री गुन्हा ठरणार आहे. १८ सप्टेंबर २०१९ रोजी ई-सिगारेटच्या उत्पादनावर आणि विक्रीवर बंदी घालणारा अध्यादेश सरकारने काढला होता.

आता ई-सिगारेटच्या उत्पादन, आयात, निर्यात, वाहतूक, विक्री, वापर, पणन, साठा, जाहिरात या सर्व बाबींना मज्जाव करणारे नवीन विधेयक या अध्यादेशाची जागा घेईल. या कायद्यान्वये पहिल्यांदा गुन्हा केल्यास आरोपीला एका वर्षाची शिक्षा आणि एक लाख रुपये दंड किंवा दोन्ही शिक्षा होऊ शकतात. दुसऱ्यांदा आरोपी पकडला गेला तर पाच लाखांपर्यंत दंड किंवा तीन वर्ष तुरुंगवास किंवा दोन्ही शिक्षा. लोकसभेमध्ये सर्वच पक्षाच्या बहुसंख्य खासदारांनी या विधेयकाला पाठिंबा दिला.

भारत सरकारने केंद्रीय स्तरावर बंदी जाहीर करण्यापूर्वी पंजाब, कर्नाटक, बिहार, महाराष्ट्र, तामिळनाडू, झारखंड, हिमाचल प्रदेश, मेघालय, राजस्थान, ओडिशा, नागालँड, केरळ, जम्मू-काश्मीर, उत्तर प्रदेश, मिझोराम या राज्यांनी आणि पुडुचेरी या केंद्रशासित प्रदेशाने ई-सिगारेटवर बंदी घातली होती.

ई-सिगारेटवर बंदी घालण्यासाठी भारतातल्या २४ राज्यांतील सुमारे १,०६१ डॉक्टरांनी मार्च महिन्यात पंतप्रधान नरेंद्र मोदींकडे अर्ज केला होता. विविध आरोग्यसेवांशी निगडित असलेल्या देशभरातील ३० संस्थांनी एकत्रित येऊन ई-सिगारेटच्या विरोधात लढा पुकारला होता. या संघटनांनी केंद्रीय माहिती आणि तंत्रज्ञान मंत्रालयाशीसुद्धा संपर्क केला होता.

धूम्रपान रोखण्यासाठीचा पर्याय म्हणून इ-सिगारेटकडे पाहिले जात होते; परंतु त्यात अपयश आल्याने बंदीचा निर्णय घेण्यात आला आहे. २०१६ ते २०१९ या काळात सुमारे दीड कोटी रुपयांच्या ई-सिगारेटी भारतात आयात केल्या होत्या. जपान, ब्राझील, कॅनडा, सिंगापूर यासह अनेक देशांमध्ये ई-सिगारेटवर बंदी आहे.

ई-सिगारेट म्हणजे काय

जिच्यामधून धूर येत नाही, तंबाखू किंवा तंबाखूच्या पानांऐवजी द्रवरूपातले निकोटिन वापरले जाते, अशी सिगारेट म्हणजे 'ई-सिगारेट' किंवा 'इलेक्ट्रॉनिक सिगारेट'. तंबाखूजन्य सिगारेट न ओढता तंबाखूमध्ये असलेलं निकोटिन द्रव स्वरूपात त्यामध्ये असते. हे निकोटिन शरीरात घेण्याचा एक मार्ग म्हणून ही सिगारेट वापरली जाते.

ई-सिगारेट पेटवण्यासाठी लायटर किंवा काडेपेटी लागत नाही, त्याऐवजी या ई-सिगारेटमध्ये उपकरण वापरले जाते. या उपकरणात एका लहानशा बॅटरीचा समावेश असतो. या बॅटरीचा वापर करून एक कॉईल तापवली केली जाते. जेव्हा सिगारेट ओढण्याची कृती केली जाते, तेव्हा द्रवरूपातील निकोटिनची या तप्त कॉईलच्या माध्यमातून वाफ

बनवली जाते आणि ती सिगारेटसारखीच ओढली जाते. निकोटिनयुक्त विद्युत उपकरणांमध्ये निकोटिनपासून वाफ निघत असल्याने याला 'व्हेपिंग' म्हटले जाते.

इलेक्ट्रॉनिक निकोटिन डिलिव्हरी सिस्टीम वर (एनडीएस) आधारित असलेल्या ई-सिगारेट, ई-हुक्कासारख्या धूम्रपानाच्या साधनांचा युवकांकडून मोठ्या प्रमाणात वापर होत आहे. ई-सिगारेट, ई-सिग, व्हेप्स, ई-हुक्का, व्हेप पेन्स, ई-शीशा, फ्लेवर हुक्का अशा अनेक साधनांचा एनडीएसमध्ये समावेश होतो.

ई-सिगारेटमध्ये जो निकोटिनचा द्राव असतो, त्याला ई-ज्यूस म्हणतात. त्यात प्रॉपिलीन ग्लायकॉल, व्हेजिटेबल ग्लिसरीन आणि निकोटिन यांचे मिश्रण असते. या वाफेला प्रत्यक्ष धूम्रपान केल्यासारखा वास नसतो. सिगारेट प्रत्यक्ष पेटवली जात नसल्यामुळे त्यापासून राखही तयार होत नाही.

ई-सिगारेटच्या टोकाला एक छोटा एलईडी दिवा असतो. सिगारेट ओढताना जळणाऱ्या खऱ्या सिगारेटप्रमाणे तो दिवा प्रकाशमान होतो. त्यावर निकोटीनच्या वाफेचा खऱ्या सिगारेटसारखा धूर येत असल्याने सिगारेटचे व्यसन सोडण्यासाठी प्रयत्न करणाऱ्यांना ई-सिगारेटचा पर्याय दिला जातो. ई-सिगारेटमुळे दातांवर काळे पडत नाही.

ई-सिगारेटचा आकार व बाह्यस्वरूप अत्यंत आकर्षक असते. अनेकदा हा आकार खऱ्या सिगारेट, सिगार किंवा पाईपसारखा बनवला जातो. काही कंपन्यांनी तर कीचेन, बॉलपेन्स किंवा शिट्टीसारखे आकारही दिलेले आढळतात. त्यामुळे तरुणाई याकडे मोठ्या प्रमाणावर आकर्षित होत असते. अमेरिकेमध्ये ई-सिगारेट ओढण्याची मोठी लाट आली असून, दुर्दैवाने त्यात किशोरवयीन शालेय विद्यार्थ्यांचे प्रमाण खूप वाढल्याचे दिसून आले आहे. २०१९ सालात अमेरिकेत शालेय विद्यार्थ्यांच्या ई-सिगारेट ओढण्याच्या प्रमाणात ७७.८ टक्क्यांनी वाढ झाली आहे. अमेरिकेतील काही राज्यांत ई-सिगारेटवर बंदी आहे, डोनाल्ड ट्रम्प या अमेरिकन माजी राष्ट्राध्यक्षांच्या १३ वर्षीय मुलाला याचे व्यसन लागल्याची वदंता आहे. साहजिकच अमेरिका लवकरच ई-सिगारेटवर देशव्यापी बंदी घालण्याची शक्यता आहे.

ई-सिगारेटचे दुष्परिणाम

जागतिक आरोग्य संघटनेने (डब्ल्यूएचओ) २०१४ मध्येच ई-सिगारेटच्या दुष्परिणामांवर अभ्यासपूर्ण अहवाल सर्व जगापुढे मांडला होता. त्यानुसार-

- ई-सिगारेटचे दुष्परिणाम त्यामध्ये वापरल्या जाणाऱ्या इलेक्ट्रॉनिक सर्किटवरही अवलंबून असतात. व्हेपिंग जास्त प्रमाणात होण्यासाठी हे सर्किट जास्त कडक तापणारे बनवले जाते. त्यामुळे त्याचा स्वादही जास्त कडक होतो. मात्र यामुळे त्यातील द्रावाचा विषारी परिणाम शरीरावर होऊ शकतो. अशा 'स्ट्रॉन्ग' ई-सिगारेटचे व्यसनही पटकन लागते आणि ते सुटता सुटत नाही.
- ई-सिगारेटच्या धुरात निकोटिनसोबत फॉर्माल्डीहाईड, ॲक्रोलिन अशी घातक आणि विषारी द्रव्ये असतात. ज्यामुळे कर्करोग होतो. निकोटिनच्या द्रावणामुळे फुफ्फुसाचे आणि इतर कर्करोग, उच्च रक्तदाब आणि हृदयविकार, श्वसनसंस्थेचे दीर्घकालीन आजार उद्भवतात.
- निकोटिनच्या दीर्घ वापरामुळे मज्जातंतू अकार्यक्षम आणि मज्जापेशी मृत होऊ शकतात.
- लहान आणि किशोर वयाच्या मुलांच्या बाबतीत, गर्भवती स्त्रियांच्या अर्भकांच्या मेंदूची वाढ खुंटू शकते.
- ई-सिगारेटमुळे श्वासावाटे आणि त्वचेवाटे जास्त प्रमाणात निकोटीन शरीरात जाते. त्याचा ओव्हरडोस होऊन विषबाधा होऊ शकते. ई-सिगारेटचा आणि इएनडीएसचा वापर जसजसा वाढला आहे, तसतसे असे विषबाधेचे अधिकाधिक रुग्ण युरोप आणि अमेरिकेत आढळू लागले आहेत.

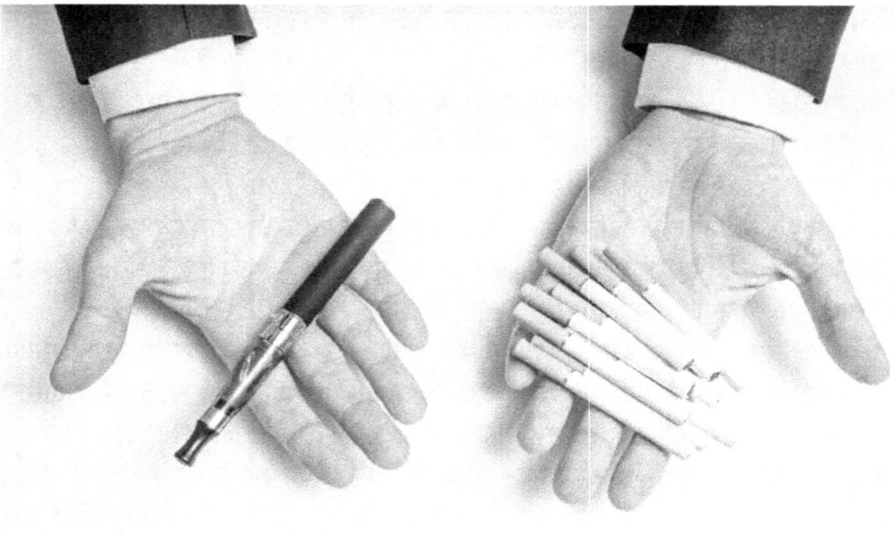

- नवीन व्यक्तीने ई-सिगारेट ओढता क्षणी घशात जळजळ होणे, मळमळणे, ठसका येणे असे त्रास सुरू होतात.
- तंबाखू सेवनाने होणारे आजारच ई-सिगारेटमुळे होतात. कर्करोग, हृदयविकार, रक्तवाहिन्यांचे आजार, फुफ्फुसाचे आजार (सीओपीडी), दमा, अस्थमा, किडनी खराब होणे, ॲसिडिटी, आतड्यांचे आजार, इ-सिगारेटमुळे होऊ शकतात.

ई-सिगारेट वापरणाऱ्या व्यक्तीच्या आजूबाजूला असलेल्या व्यक्तींना पॅसिव्ह धूम्रपानाचा त्रास होऊ शकतो. अशा व्यक्तींना त्यामुळे धूम्रपानाने होणारे हृदयरोग, श्वसनसंस्थेचे आजार, कर्करोग इ. सर्व आजार होण्याचा तितकाच धोका असतो. असा पॅसिव्ह धूराचा गर्भवती स्त्रिया, अर्भके, लहान मुले यांना आरोग्याच्या दृष्टीने धोकादायक असते.

ई-सिगारेट आणि प्रजनन शक्ती

अनेक संशोधनातून सिद्ध झाले आहे की सिगारेट ओढण्याचा महिलेच्या प्रजनन शक्तीवर परिणाम होतो. प्रजनन करण्याची क्षमता कमी होते किंवा प्रजनन करण्यासाठी खूप वेळ लागण्याची शक्यता असते. पती आणि पत्नी दोघेही सिगारेट ओढत असतील, तर त्याचा प्रजनन शक्तीवर खूप जास्त परिणाम होतो. पण, दुसऱ्या व्यक्तीने ओढलेल्या सिगारेटचा धूर (पॅसिव्ह स्मोकिंग) आपल्या शरीरात गेल्यानेही प्रजनन क्षमतेवर परिणाम होतो.

संशोधनातून आणखीही एक गोष्ट दिसून येते, ती म्हणजे सिगारेट ओढण्याचा परिणाम महिलेच्या बीजांडकोषावर होतो. एखादी महिला किती काळ आणि किती सिगारेट ओढते, याप्रमाणे होणारा परिणाम कमी-जास्त असतो. सिगारेट ओढल्यामुळे महिलेच्या बीजांडकोषातील स्त्रीबीजे कमी होतात आणि रजोनिवृत्ती लवकर येण्याची शक्यता वाढते.

सिगारेटमध्ये असलेल्या घटकांचा परिणाम महिलांच्या अंडपेशींवर होतो. सिगारेटमुळे अचानक गर्भपात होण्याची शक्यता असते. ज्या महिला गर्भारपणात सिगारेट ओढतात, अशा महिलांचे जन्माला येणारे बाळ कमी वजनाचे किंवा प्रिमॅच्युअर म्हणजेच वेळेआधी जन्माला येण्याची शक्यता असते. एवढेच नाही तर ज्या घरात सिगारेट ओढणारी व्यक्ती असेल, अशा महिलांच्या प्रसूतीवेळी अचानक बाळांचा मृत्यू होण्याची शक्यता असते.

कृत्रिम गर्भधारणेत सिगारेट न ओढणाऱ्या महिलांपेक्षा सिगारेट ओढणाऱ्या महिलांना दुप्पट वेळेस गर्भधारणेसाठी प्रयत्न करावे लागतात. ज्या महिलांचे वय जास्त असते, अशा महिलांमध्ये सिगारेटचे दुष्परिणाम पाहायला मिळतात.

- **पुरुषांवर होणारा परिणाम :** सिगारेट ओढणाऱ्या व्यक्तींमध्ये शुक्राणूंची संख्या कमी होते. शुक्राणूंच्या मृत्यूचे प्रमाण जास्त असते आणि शुक्राणू योग्य आकारात नसतात. पुरुषांनी सिगारेट ओढल्यामुळे महिलेच्या शरीरात धूर जाऊन महिलेवर याचा परिणाम होतो.
- धूम्रपान सोडण्यासाठी ई-सिगरेटचा उपयोग होतो असे त्याचे प्रवर्तक म्हणत असतात. पण जागतिक आरोग्य संघटनेच्या मते हे तितकेसे खरे नाही. ई-सिगारेट वापरून धूम्रपानाची सवय सुटली अशी उदाहरणे फारशी नाहीत, याबाबत कोणतेही संशोधनपूर्ण सर्वेक्षण नाही आणि धूम्रपानाची सवय सुटण्यासाठी जे प्रमाणित वैद्यकीय उपाय केले जातात, त्यात ई -सिगारेट हा उपाय कोणतीही मान्यताप्राप्त वैद्यकीय संस्था सुचवत नाहीत.
- भारतातून ई-सिगारेट हद्दपार होणार यात शंकाच नाही. पण वैषम्य एकाच गोष्टीचे वाटते, ई-सिगारेटवर तातडीने बंदी आणणारे सरकार धूम्रपान आणि तंबाखूजन्य पदार्थांवर मात्र बंदी आणत नाही.

मरावे परी देहरूपी उरावे

जीवन ही आपल्याला मिळालेली एक अलौकिक देणगी असते. आपल्या शरीराद्वारे जीवनाचा अद्भतरम्य प्रवास आपण करत असतो. मातेच्या गर्भातून जन्म घेतल्यानंतर शरीरातील चेतना संपेपर्यंत हा प्रवास चालूच असतो. अखेरच्या क्षणी हृदयाची धडधड विसावली, श्वास संपला, मेंदूतील विद्युल्लहरी अस्त पावल्या की जीवनाची ही सफर संपते. लौकिक अर्थाने मनुष्य गतप्राण होतो.

मृत्यूनंतरही जीवन असते की नाही यांवर तत्त्ववेत्त्यांमध्ये अनादिकालापासून चर्चा होत आली आहे. 'आपण पुण्यकार्य करत राहावे म्हणजे मृत्यूनंतर कीर्तिरूपाने आपण जिवंत राहतो. मरावे परी कीर्तिरूपे उरावे,' असा उपदेश संत-महात्म्यांनी केला आहे. पण आधुनिक वैद्यकशास्त्राने केलेल्या देदीप्यमान प्रगतीमुळे, एका व्यक्तीच्या अंगप्रत्यंगाचा वापर त्याच्या मृत्यूनंतरही 'अवयव प्रत्यारोपण' शस्त्रक्रियेद्वारे दुसऱ्या व्यक्तीच्या शरीरात करणे शक्य झाले आहे. या आधुनिक शास्त्रीय उपलब्धीमुळे 'मरावे परी देहरूपे उरावे' असा एक माणुसकीचा मार्ग साकार झाला आहे. अंगदान किंवा अवयवदानाद्वारे मृतावस्थेपर्यंत पोहचलेल्या व्यक्तीचे अवयव दुसऱ्याला दिले जाऊन दुसऱ्या मरणासन्न व्यक्तीचा पुनर्जन्म साधला जातो.

अवयवदान

मृत्यूनंतर आपले वेगवेगळे अवयव इतर गरजू रुग्णांकरिता वापरण्याची इच्छा दर्शवणे, म्हणजे अवयवदान. हे मुख्यत्वे तीन प्रकारे केले जाते.

- **मृत्युपश्चात अवयवदान** : कुठल्याही कारणाने किंवा आजाराने एखादी व्यक्ती मरण पावल्यानंतर त्या व्यक्तीचे नेत्रदान, त्वचादान, हृदयातील झडपा, हाडे दान करता येतात. फक्त मृत व्यक्ती एच.आय.व्ही., काही प्रकारचे कर्करोग किंवा हिपॅटायटिस-बी अगर हिपॅटायटिस-सी सारख्या अतिसंसर्गजन्य आजाराने पीडित नसावी.
- **ब्रेन डेथ** : एखादी व्यक्ती रस्त्यावर होणाऱ्या अपघातामुळे, किंवा अन्य अपघातामुळे मेंदूला इजा होऊन रुग्णालयात दाखल झालेली असते. अतिशय गंभीर अवस्थेतील हा रुग्ण रुग्णालयाच्या आयसीयूमध्ये दाखल झालेला असतो. डॉक्टरांच्या तपासणीत लक्षात येते की या रुग्णाचा मेंदू पूर्ण निकामी झाला आहे. त्याला 'व्हेंटिलेटर'सारख्या कृत्रिम यंत्रणेच्या मदतीशिवाय श्वास घेता येत नाही. पण त्याचे हृदय, मूत्रपिंडे, यकृत, फुप्फुसे असे इतर अवयव व्यवस्थित अवस्थेत असून रक्ताभिसरणही यथोचित चालले आहे. अशा अवस्थेला 'ब्रेन डेथ' म्हणतात.

अपघाताप्रमाणे काही विशिष्ट आजारांमध्येही असा मेंदू निकामी, पण इतर अवयव व्यवस्थित अशी अवस्था आढळते. अशा रुग्णांमध्येदेखील त्यांचा मेंदू मृत असल्याने 'ब्रेन डेथ'चे निदान केले जाते.

याचवेळी हृदय, मूत्रपिंडे, यकृत, आतडी, फुप्फुसे, स्वादुपिंड अशा महत्त्वाच्या अवयवांचे आजार कमालीचे बळावल्याने ही इंद्रिये निकामी, झालेले लाखो रुग्ण मरणासन्न अवस्थेत असतात. मेंदू मृत झालेल्या व्यक्तीचे हेच महत्त्वाचे अवयव त्या दुसऱ्या गंभीर स्थितीत असणाऱ्या रुग्णाला देऊन त्याचे प्राण वाचवले जाऊ शकतात.

- **जिवंतपणी अवयवदान :** दुसऱ्या व्यक्तीच्या शरीरात प्रत्यारोपण करण्याजोगे निरोगी अवयव आणि ऊती यांचे दान दाता जिवंत असतानाही करणे शक्य असते. यकृताचा काही भाग किंवा एक मूत्रपिंड यांचे दान जिवंतपणीही करता येते. मात्र यासाठी अवयवदान करणाऱ्याचे रुग्णाशी जवळचे नाते असावे लागते. कोणत्याही निरोगी व्यक्तीला जिवंतपणी त्याचे आई-वडील, भाऊ-बहीण, मुलगा-मुलगी, पती/पत्नी, आजी-आजोबा, नातवंडे यांनाच आपले मूत्रपिंड किंवा इतर अवयव देता येतात.

दाता-प्राप्तकर्ता

ज्या रुग्णाचे अवयव दुसऱ्यांना दिले जातात, त्याला 'दाता' किंवा डोनर म्हणतात. तर हे अवयव ज्या रुग्णासाठी वापरले जातात त्याला 'प्राप्तकर्ता' किंवा रेसिपियंट म्हणतात. अशा रुग्णांचे हे महत्त्वाचे अवयव निकामी झालेले असतात. मृत दात्याच्या शरीरातील चांगले अवयव या रुग्णांना मिळाल्यावर खरोखरीच संजीवनी मिळाल्याप्रमाणे त्यांच्या आजारात फरक पडतो आणि कित्येकदा ते पूर्ण बरे होऊन त्यांच्या दैनंदिन आयुष्याची एक नवी सुरुवात करतात.

अवयवदानाची गरज

भारतात दरवर्षी पाच लाख रुग्ण अवयव न मिळाल्याने मृत्युमुखी पडतात.

१. पंच्याऐंशी हजार लोक यकृताच्या आजाराने मरण पावतात, पण यकृताचे प्रत्यारोपण फक्त ३ टक्के (अडीच हजार) रुग्णांत होते.
२. दरसाली दोन लाख मूत्रपिंडाच्या रुग्णांना मूत्रपिंडदानाची गरज असते, पण त्यातील फक्त ४ टक्के रुग्णांनाच (आठ हजार) ती मिळतात.
३. दरवर्षी पन्नास हजार रुग्ण हृदय निकामी होऊन मरण पावतात, पण गेल्या पंचवीस वर्षांत एकूण फक्त ३५० हृदयरोपण शस्त्रक्रिया झाल्या.
४. आज दहा लाख अंध रुग्ण नेत्रदानाच्या प्रतीक्षेत आहेत.
५. सव्वा अब्ज लोकसंख्या असलेल्या या देशात, आज वर्षाकाठी फक्त जास्तीत जास्त एक हजार मृतांचे अवयवदान होते. यातही बहुसंख्येने असलेले नेत्रदाते वगळता इतर बाबतीत ही संख्या अगदीच तोकडी आहे.

अवयवदानात भारत मागे का?

जगातल्या इतर देशांच्या तुलनेत आणि आपल्या देशातील गरजेच्या मानाने आपण खूपच मागे आहोत. दर दहा लाख नागरिकांच्यामागे आपल्या देशात फक्त ०.००८ जण अवयवदान करतात, याउलट जगातील इतर राष्ट्रांचे आकडे पहिले तर, दर दहा लाख व्यक्तीत स्पेन-३५, क्रोएशिया- ३४.८, बेल्जियम- २७ अमेरिका- २६, सिंगापूर- २०, फ्रान्स- १७, जपान- १३, एवढे आहे. भारतीयांच्या अनास्थेची कारणे पाहू गेल्यास-

१. व्यक्ती मयत झाल्यानंतर, त्याचे शोकाकूल नातेवाईक अवयवदानाचे महत्त्व समजून घेण्याच्या मनःस्थितीत नसतात. त्यामुळे त्यावेळच्या अवयवदानाच्या सूचनांना ते विरोध करतात.

२. मनुष्य मृत झाल्यानंतर त्याचे अवयव काढणे म्हणजे त्यांच्या शरीराची विटंबना करणे असा बहुसंख्य लोकांचा समज असतो. याच कारणामुळे कित्येकदा लोक मरणोत्तर शवचिकित्सा (पोस्टमॉर्टेम) करण्यासही नकार देतात.
३. अनेक देशात मृत व्यक्तीने मरण्याआधी जर आपले अवयवदान करू नये असे स्पष्ट जाहीर केले असेल तरच त्या व्यक्तीचे अवयवदान केले जात नाही. अन्यथा प्रत्येक व्यक्तीची या अवयवदानाला मान्यता आहे असेच मानून त्वरित कार्यवाही केली जाते. आपल्या देशात अशी व्यवस्था नाही.
४. मृत व्यक्तीच्या अवयवदानाबद्दल आपल्या देशातील १९९४चा कायदा कडक आहे. त्यात २०१४मध्ये काही बदल करून तो थोडा शिथिल करण्यात आला.
५. अवैध अवयवदान आणि 'मूत्रपिंड तस्करी'च्या अनेक घटना घडल्यामुळे नागरिकांच्या मनात अवयवदानाबद्दल अनेक गैरसमज प्रचलित आहेत.

कसे कराल अवयवदान

- **नेत्रदान :** आपल्याला मृत्युपश्चात जर नेत्रदान करायचे असेल तर मान्यताप्राप्त नेत्रपेढीमध्ये आपण विहित नमुन्यात अर्ज भरावा. डोळे तसेच इतर अवयवदानाकरिता वर दिलेल्या संस्थांशी संपर्क साधून, त्यांचा विनाशुल्क अर्ज भरून तुम्ही स्वतःच्या नावाची नोंदणी करावी. या संस्था एक डोनर कार्ड देतात. ते जपून ठेवून, आपल्या वारसांना त्याची कल्पना देऊन, आपली अंतिम इच्छा म्हणून त्या गोष्टीला मान देण्याची सूचना करून ठेवावी.
- **देहदान :** सरकारी वैद्यकीय महाविद्यालयातील शरीरशास्त्र (ॲनॅटॉमी) विभागाच्या प्रमुखांकडे देहदानाची नोंदणी करावी लागते.
- **अवयवदानाची नोंदणी :** १८ वर्षावरील कोणताही भारतीय नागरिक अवयवदान करू शकतो. अवयवदानासाठी भारत सरकारच्या www.notto.gov.in या वेबसाईटवर जाऊन अवयवदानाची प्रतिज्ञापूर्वक नोंदणी करता येते.

इतर काही संस्थांच्या वेबसाइटवर उदा. donatelifeindia.org, www.organindia.com येथेसुद्धा अशी नोंदणी करता येते. रोटरी डिस्ट्रिक्ट ३१३१ने जाहीर केलेल्या www.giftlife.co.in या वेबसाइटवरदेखील ही नोंदणी सुलभरित्या करता येईल. ही नोंदणी झाल्यावर एक डोनर कार्ड मिळते, ते भरून जपून ठेवावे लागते. आपल्या नातेवाईकांना त्याची पूर्वकल्पना देऊन ठेवावी.

ही नोंदणी करताना सर्वच अवयव दान करता येतात, पण एखाद्याला फक्त १-२ अवयवांचे दान करायचे असेल, तर तशीही सोय या नोंदणी नमुन्यात असते. मृत्युपश्चात फक्त त्याच अवयवांचा वापर केला जाईल.

एखाद्याने असा डोनेशन फॉर्म भरला, तरी तो नंतर नाकारण्याचा अधिकारही त्याला असतो. मृत्यूनंतर नातेवाईकांची तयारी नसल्यास अवयवदानाची शस्त्रक्रिया केली जात नाही.

आपली प्रिय व्यक्ती जर अपघाताने किंवा इतर कुठल्याही कारणाने अकाली मृत्यू पावल्यास या संस्थांशी संपर्क साधल्यास, वेळ न दवडता कार्यवाही केली जाते आणि ते अवयव योग्य रीतीने शरीरापासून विलग करून सुरक्षितरीत्या जतन केले जातात. योग्य वेळेत ते अवयव गरजू व्यक्तींच्या प्रत्यारोपणासाठी वापरले जातात. भारतातील मोठ्या शहरांमधील सर्व प्रमुख रुग्णालयांत प्रत्यारोपण शस्त्रक्रियेची सोय होते आहे.

अवयवदानाबाबत काम करणाऱ्या संस्था

झोनल ट्रान्सप्लांट को-ऑर्डिनेशन सेंटर, मुंबई - अवयवदानाच्याबाबतीत अवयवदाता आणि अवयवांचा लाभार्थी यांचा समन्वय करणारी, विभागीय अवयवदान समन्वय केंद्र, ही महाराष्ट्र सरकारच्या २००१ मधील एका कायद्यायोगे तयार झालेली पंजीकृत संस्था आहे. या संस्थेमार्फत ज्यांना अवयवदानाची आवश्यकता आहे अशा रुग्णांची पूर्ण खातरजमा करून एक यादी तयार केलेली जाते. तसेच ज्यांचे नातेवाईक आपल्या ब्रेन डेथ झालेल्या मृत व्यक्तीचे अवयवदान करू इच्छितात, अशा वेगवेगळ्या रुग्णालयातील मृतांची यादीदेखील त्या रुग्णालयाच्या सहकार्याने तयार ठेवते. जेव्हा आवश्यक असेल त्यावेळेस त्या अवयवरोपणाची शस्त्रक्रिया, या समितीच्या देखेरेखीखाली मान्यताप्राप्त रुग्णालयामध्ये कायदेशीरपणे केली जाते. जेव्हा एखादी जिवंत व्यक्ती आपले मूत्रपिंड अगर एखादा अवयव रुग्णाला देऊ इच्छिते, तेव्हा त्याबाबतसुध्दा पूर्ण शहानिशा करून ती शस्त्रक्रिया करण्यासाठी ही समिती पुढाकार घेते.

अवयवदानाबद्दल लोकजागृती आणि विविध कार्यक्रमदेखील या संस्थेमार्फत केले जातात. काही वर्षांपूर्वी २९ मार्चला, या संस्थेच्यावतीने एक हृद्य सोहळा झाला. स्वतःच्या प्रियजनांच्या दुखःद मृत्यूनंतर त्यांचे अवयव इतर गरजू रुग्णांना देण्याचा निर्णय घेणाऱ्या बावीस कुटुंबाचा तो सत्कार समारंभ होता. यात कुणी आपल्या पत्नीचे, तरुण मुलाचे, दुर्दैवी मुलीचे अवयव इतरांना देण्याचा मोठेपणा दाखवला होता. प्रसिद्ध अभिनेते आमीर खान आणि शरद पोंक्षे यांच्या हस्ते हा सत्कार झाला. या बावीस जणांनी दान केलेल्या वेगवेगळ्या शारीरिक अवयवांमुळे सुमारे पावणे दोनशे गंभीर रुग्णांच्या आयुष्यात आशेची एक नवी पहाट उगवू शकली होती.

या संस्थेचा पत्ता, एल.टी.एम्.जी.हॉस्पिटल, नवी कॉलेज बिल्डिंग, पहिला मजला, मेडिकल स्टोअर शेजारी, सायन पश्चिम, मुंबई ४०००२२, असा आहे. आणि वेबसाइट www.ztccmumbai.org अशी आहे.

याचप्रमाणे मोहन फौंडेशन, चेन्नई; शतायू फौंडेशन अहमदाबाद आणि बडोदा या संस्थादेखील अवयवदानाबाबत सामाजिक प्रबोधन, ते करणाऱ्या व्यक्तींची नोंदणी अशा गोष्टी करतात.

६. अवयवदानाबद्दल जनजागृतीच्या मोहिमा आजवर मोठ्या प्रमाणावर हाती घेतल्या गेलेल्या नाहीत.
७. अवयवदाते आणि लाभार्थी यांची एक देशव्यापी सूची असते. त्यातील नावांची संख्या अद्ययावत व्हावी यासाठी मोठ्या प्रमाणात कार्य घडून आले पाहिजे.

अवयवदान का करावे ?

आपल्या स्वतःच्या किंवा प्रियजनांच्या मृत्यूनंतर देता येण्यासारखे अवयव दान देऊन आपण तब्बल आठ व्यक्तींना जीवनदान देऊ शकलो, तर त्यापेक्षा अधिक आनंदाचे असे काय असेल?

अवयवदान केल्यानंतरदेखील मृत व्यक्तीच्या पार्थिवावर त्याच्या धर्मात लिहिल्याप्रमाणे अंत्यसंस्कार करता येतात. त्या व्यक्तीच्या धार्मिक परंपरेनुसार तिचे अंत्यसंस्कार विधिवत केले जाऊ शकतात. अवयव दानानंतर मृत्यू पावलेल्या व्यक्तीचा आत्मा पंचतत्वात विलीन होईलच, पण मेल्यावरदेखील आपल्या अवयवांमुळे किमान आठ जणांना जीवनदानाचे पुण्य त्याला लाभेल. एवढेच नव्हे तर तो अवयव रूपाने आणखीन काही काळ या जगात वावरत राहील.

'ब्रेनडेथ' व्यक्तीचे अवयवदान

ब्रेन डेथचे निदान फक्त रुग्णालयातील आयसीयूमध्येच करता येते. प्रत्यारोपणाशी संबंधित नसलेल्या चार डॉक्टर्सच्या

पथकाने हे निदान करायचे असते. ब्रेन डेथ झाली आहे असे निदान करण्यासाठी या पथकाने सहा तासांच्या आत ठरावीक तपासण्या दोन वेळा करायच्या असतात. हे निदान झाल्यावर रुग्णाच्या नातेवाईकांना ते त्वरित कळवायचे असते. त्यानंतर यासाठी असलेल्या एका विशिष्ट फॉर्मवर विहित नमुन्याप्रमाणे रुग्णाच्या नातेवाईकांची संमती घ्यायची असते. नातेवाईकांची अशी लेखी परवानगी मिळाल्यावर रुग्णाची स्थिती व्हेंटिलेटर, सलाईन, औषधे यांच्याद्वारे स्थिर ठेवायची असते. याकाळात रुग्णाच्या अत्यावश्यक असलेल्या असंख्य रक्त तपासण्या करत राहाव्या लागतात. यानंतर रुग्णाचे कोणते अवयव शाबूत आहेत त्याप्रमाणे प्रत्यारोपणाबाबत असलेल्या शासकीय समितीला कळवले जाते. नंतर-

१. ऑपरेशन थियेटरमध्ये रुग्णाला आणून त्याचे अवयव मान्यताप्राप्त शल्यतज्ज्ञांकडून शरीराबाहेर काढले जातात.
२. विशिष्ट रासायनिक पदार्थांमध्ये हे अवयव ठेवून ते त्वरित आवश्यक त्या गावी आणि रुग्णालयात पाठवले जातात.
३. अवयव पाठवताना उशीर होऊ नये म्हणून सर्व रहदारी थांबवून ते विमानतळावर पोचवले जातात. तिथे जय्यत तयारी असलेल्या विमानातून आवश्यक त्या गावी पाठवले जातात. याला 'ग्रीन कॉरीडॉर' असे म्हणतात.
४. त्या गावी, त्या रुग्णालयात ज्या प्राप्तकर्त्याला हे अवयव द्यायचे असतात, त्याच्या शस्त्रक्रियेची तयारी करून ठेवलेली असते. दात्याकडून अवयव आले की क्षणाचाही विलंब न करता त्या रुग्णावर प्रत्यारोपण शस्त्रक्रिया करून ते अवयव बसविले जातात.
५. इकडे दात्याच्या शरीरावर केलेल्या शस्त्रक्रियेची सांगता करून त्याच्या शरीराचे बाह्यरूप पूर्ववत राखले जाते.
६. त्याचा व्हेंटिलेटर आणि इतर जीवसहाय्यक औषधे बंद करून त्याला मृत म्हणून घोषित केले जाते. आणि अंत्यसंस्कारासाठी नातेवाईकांच्या ताब्यात दात्याचा देह दिला जातो.
७. जर दात्याचा अपघात झाला असेल तर न्याय-वैद्यकीय तपासणी (पोस्ट मॉर्टेम) करून देह ताब्यात दिला जातो.
८. कायद्यानुसार दाता आणि प्राप्तकर्ता यांची माहिती एकमेकांना दिली जात नाही.
९. या साऱ्या प्रक्रियेसाठी दात्याला कोणताही खर्च करावा लागत नाही. संपूर्ण खर्चाची जबाबदारी फक्त प्राप्तकर्त्यावर असते.

भारतातील नागरिकांचा अवयवदानाकडे पाहण्याचा रोख निश्चितच बदलत आहे, तो अजूनही आश्वासकरित्या बदलायला हवा. पुणे आणि रायगड जिल्ह्यात कार्यरत असलेल्या रोटरी डिस्ट्रिक्ट ३१३१ने दि. ९ ऑगस्ट रोजी १ लाख लोकांची नोंदणी त्या एकाच दिवशी करण्याचा महत्वाकांक्षी आणि स्तुत्य कार्यक्रम जाहीर केला होता. आणि तो यशस्वी ही केला.

जैन धर्मियांमध्ये अवयवदानाबाबत सकारात्मक दृष्टिकोनाचा प्रचार झाला आहे. एक धार्मिक बाब म्हणून नेत्रदानाचा स्वीकार त्यांनी केलेला दिसून येतो, त्यामुळे मोठ्या प्रमाणात दाते आज सामोरे येताना दिसतात. इतर धर्मियांनीदेखील हा आदर्श गिरवण्याची गरज आहे. अनुकूल कायदे, योग्य सरकारी धोरण, तत्पर आणि सुसज्ज रुग्णालये आणि माणुसकीची जाण ठेवणारे नागरिक या साऱ्यांच्या सहभागाने, भावी काळात अवयवदात्यांच्या संख्येत पुरेशी वाढ होऊन एकाही गरजू व्यक्तीला विन्मुख राहायची वेळ येता कामा नये.

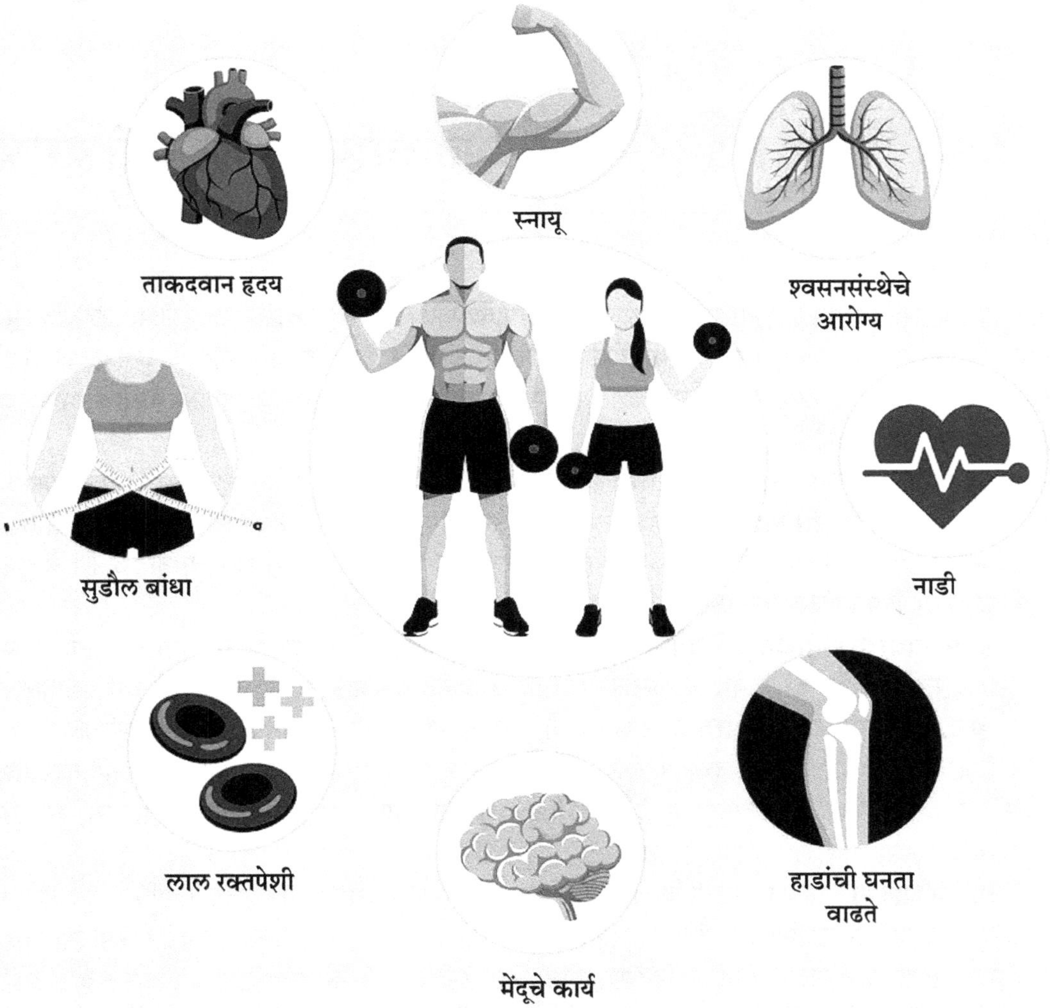
स्नायू
ताकदवान हृदय
श्वसनसंस्थेचे आरोग्य
सुडौल बांधा
नाडी
लाल रक्तपेशी
हाडांची घनता वाढते
मेंदूचे कार्य

विभाग तिसरा

व्यायाम

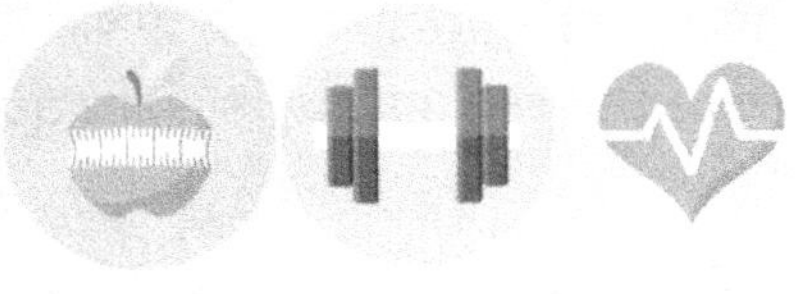

नियमित व्यायाम, मन करी प्रसन्न

नियमित व्यायाम हा निरामय आरोग्यासाठी असलेला एक अत्यावश्यक घटक आहे. स्वास्थ्य उत्तम राहावे, हृदयविकार, मधुमेह असे आजार होऊ नयेत; स्नायू बळकट होऊन शरीर सुडौल व्हावे, अशा अनेक प्रकारच्या दृश्य फायद्यांसाठी बहुसंख्य जण व्यायाम करतात. मात्र या पलीकडे व्यायामाचे काही अनपेक्षित आणि विशेष असे बौद्धिक, मानसिक आणि व्यावसायिक लाभही होतात.

जगभरात झालेल्या अनेक अभ्यासपूर्ण संशोधन चाचण्यांचे निष्कर्ष पडताळून पाहिले, तर असे असंख्य प्रकारचे फायदे व्यायामामुळे होत असल्याचे निष्पन्न होते. त्यातही महत्त्वाची गोष्ट म्हणजे, हे लाभ व्यायाम करणाऱ्याचे वय, त्याचा फिटनेस यांच्याशी निगडित नसतात. आंतरिक, वैयक्तिक आणि बाह्य जगाशी संबंध सुधारतात आणि आयुष्य निरोगी आणि आनंदमय होऊन जाते असे शास्त्रीयदृष्टद्या सिद्ध झालेले आहे.

- **ताणतणावांचे नियोजन** : दिवसभराच्या ऑफिसच्या कामाने डोके पिकून गेलंय? तासभर पायी भरभर चालायला जा, नाहीतर जिममध्ये चाळीस-पंचेचाळीस मिनिटे वर्कआउट करा. तुम्ही थोडे तरी तणावमुक्त व्हाल. व्यायामाचा सर्वात महत्त्वाचा लाभ म्हणजे शारीरिक आणि मानसिक ताणतणावांपासून मुक्तता.

ताणतणावांशी सामना करताना मेंदूची प्रतिक्रिया नॉरएपिनेफ्रीन नावाच्या द्रव्याने संतुलित होते. व्यायाम केल्यावर हे द्रव्य जास्त स्रवते, साहजिकच व्यायामामुळे शरीराची तणावांशी दोन हात करण्याची ताकद तर वाढतेच, पण त्या क्षणी असलेला असह्य तणावही सुसह्य होऊ शकतो.

- **आनंदी भावना** : धावणे, जॉगिंग किंवा सायकलिंगसारखे एरोबिक व्यायाम केल्यावर 'एंडॉर्फिन' नावाचे एक विशेष द्रव्य मेंदूतील पिट्युटरी ग्रंथीतून पाझरते. या द्रव्याने शरीराला जाणवणाऱ्या वेदना तर कमी होतातच, पण मनामध्येही आनंदाच्या भावना निर्माण होतात. त्यामुळे एखाद्या घटनेने जेव्हा मनाला अतोनात दुःख झाले असेल, तेव्हा थोडे जॉगिंग करून या; त्या दुःखाच्या आणि मानसिक वेदनांच्या भावना दूर होतील. एवढेच नव्हे, तर नियमितपणे केला जाणारा व्यायाम, नैराश्य दूर करणाऱ्या औषधांइतकाच प्रभावी ठरू शकतो. त्यामुळे रोज ३०-४० मिनिटे चाला, धावा, जॉगिंग करा किंवा जिममध्ये ट्रेडमिल करा; तुमचा मूड नक्कीच आनंदी राहील.

व्यायाम आणि इतर खेळ खेळताना, मौजमजा होत असते, आयुष्यात अनेक आनंदी प्रसंग घडत राहतात. त्याचा परिणाम म्हणून आयुष्यातील दुःखद भावना आणि वैयक्तिक त्रास विसरले जाऊन आनंदी भावना निर्माण होतात.

- **आत्मविश्वास** : नियमित व्यायाम करताना आपली छाती फक्त श्वासानेच भरून जात नाही, तर नव्याने निर्माण होणाऱ्या एका अनोख्या आत्मविश्वासानेदेखील व्यापून जाते. अगदी मूलभूत विचार केला, तर व्यायामाने मिळणाऱ्या शरीरस्वास्थ्यामुळे आपला स्वाभिमान आणि आपली सकारात्मक स्वप्रतिमा वृद्धिंगत होतात. यामध्ये व्यायाम करणाऱ्या व्यक्तीचं वय, वजन, उंची, काहीही असो; ती स्त्री असो वा पुरुष, व्यायामाची

पद्धत कुठलीही असो, स्वतःबद्दलचा त्याचा विश्वास वाढतो.

- **दीर्घ तारुण्य** : जसजसे वय वाढत जाते, तसतसा मेंदूचा तल्लखपणा थोडा थोडा कमी होत जातो. वयाच्या ४५व्या वर्षानंतर मेंदूच्या पेशी नष्ट होत जातात. उतारवयात होणाऱ्या अल्झायमरसारख्या आजारात तर मज्जापेशी वेगाने नष्ट होत जातात. परंतु वयाच्या २५ ते ४५ वर्षापर्यंत केलेल्या व्यायामामुळे मेंदूतील हिप्पोकॅम्पस या स्मरणशक्ती आणि आकलनशक्तीशी संबंधित असणाऱ्या भागातील पेशी नष्ट होण्याचे प्रमाण थोडे मंदावू शकते. आणि त्यानंतरही व्यायाम सुरू असेल तर या पेशी अधिक काळ सक्षमपणे कार्यरत राहतात. म्हणजेच तारुण्यापासून जितका जास्त काळ व्यायाम केला असेल, तितके दीर्घकाळ तारुण्य लाभू शकते.
- **चिंता** : साधारणपणे २० मिनिटे जॉगिंग केल्यास, पोहल्यास, सायकलिंग केल्यास किंवा ट्रेडमिलवर चालल्यास, सतत वाटणारी चिंता आणि तदनुषंगाने होणारे मानसिक त्रास नियंत्रित होतात. याचे कारण व्यायामाआधी आणि नंतरसुद्धा जी रासायनिक द्रव्ये शरीरात स्रवू लागतात, त्यांचा हा परिणाम असतो.
- **बौद्धिक क्षमतेत वाढ** : प्रयोगशाळेतल्या प्राण्यांवर आणि माणसांवर झालेल्या प्रयोगातून, बी.डी.एन.एफ. (ब्रेन डिराइव्हड न्युरोट्रॉफिक फॅक्टर) नावाची प्रथिने जोमदार व्यायाम केल्याने शरीरात तयार होतात. या प्रथिनांमुळे मेंदूतील नव्या मज्जापेशी तयार होतात आणि एकुणातच मज्जापेशींची कार्यक्षमता वाढते.
- **स्मरणशक्तीची जोपासना** : एका अभ्यासचाचणीत असे निदर्शनास आले की, स्प्रिंट करणाऱ्या म्हणजे थोडे अंतर वेगवान धावण्याने मेंदूतील हिप्पोकॅम्पस नावाच्या भागातील पेशींमध्ये नवनिर्मिती होते. मेंदूचा हा हिस्सा स्मरणशक्ती आणि आकलन शक्तीशी संबंधित असतो. साहजिकच अशा व्यायामाने लहान मुलांच्या आणि प्रौढांच्या स्मरणशक्तीत वाढ होऊ शकते.
- **व्यसनमुक्ती** : व्यायामामुळे शरीरात डोपामिन नावाचे द्रव्य मोठ्या प्रमाणात निर्माण होते. त्यामुळे नशिल्या पदार्थांबद्दलची आसक्ती कमी होते. याच बरोबर व्यसनाधीन व्यक्तीने व्यसन सोडल्यावर त्याला पुन्हा ते करण्याची हुक्की येते, त्यावरसुद्धा नियंत्रण करता येते. साहजिकच नियमित व्यायाम करणाऱ्या व्यक्ती व्यसनांच्या नादी लागण्याची शक्यता कमी असते. पण ज्यांना कोणतेही व्यसन सोडायचे आहे, त्यांनी व्यायाम सुरू केल्यास त्यांच्या व्यसनमुक्तीच्या संकल्पात चांगले आंतरिक पाठबळ मिळते, त्यांची इच्छाशक्तीदेखील वाढते.

काही व्यसनाधीन व्यक्तींच्या वैयक्तिक सवयी व्यसनांवर अवलंबून असतात. उदाहरणार्थ, मद्यप्राशन

केल्याशिवाय झोप लागत नाही, तंबाखू खाल्ल्याशिवाय किंवा धूम्रपान केल्याविना शौचाला होत नाही वगैरे अशा व्यसनाधिष्ठित सवयी व्यायामामुळे सुटू शकतात.

- **निवांत झोप** : सकाळी किंवा संध्याकाळी नियमितपणे केलेल्या व्यायामामुळे शरीरातील अतिरिक्त ऊर्जा कारणी लागते. त्यामुळे काही काळानंतर ठरावीक वेळी एखादे बटन दाबून विजेचा दिवा बंद करावा तशी तत्काळ झोप येते. एखादी झोपेची गोळी घेतल्यावर येते, तशी शरीरातील स्नायू सैलावून रात्री निवांत आणि निर्विघ्न झोप येते. त्याचा परिणाम दिवसभराच्या ताणतणावावर काबू मिळवण्यासाठी होऊ शकतो.
- **कार्यक्षमतेत वाढ** : व्यायाम करणाऱ्या व्यक्तीमध्ये कामातील उत्साह आणि कार्यक्षमता खूप जास्त असते असे अनेक संशोधनपूर्ण चाचण्यांत आढळून आले आहे. मोठ्या जबाबदारीच्या कामात अतिशय व्यस्त असतानाही, वेळ काढून दुपारच्या वेळी व्यायाम करणाऱ्या व्यक्तींच्या शारीरिक क्रियांमध्ये उत्तम सुधारणा होते असाही निष्कर्ष एका चाचणीत दिसून आला आहे.
- **कल्पनाशक्ती आणि विचारशक्ती** : एखाद्या सर्जनशील बौद्धिक कामात, जेव्हा काही सुचत नसते किंवा नक्की काय करावे याबाबत गोंधळ उडत असतो, त्या वेळेस खुल्या निसर्गात थोडेसे चालून आले किंवा जॉगिंग केले तर नवनवीन कल्पना सुचतात. लेखक, कवी, चित्रकार, आधुनिक जगात कार्य करणारे कंपनी एक्झिक्युटिव्हज यांच्या बौद्धिक कामातील असे अडथळे शारीरिक व्यायामाने दूर होतात, हे नवल वाटले तरी सत्य आहे.
- **सांघिकता** : अनेक कंपन्यांमध्ये, संस्थांमध्ये किंवा संघटनांमध्ये एकी आणि संघभावना आवश्यक असते. अशांनी एकत्रित व्यायाम केल्याने, सांघिक खेळ खेळल्याने आणि काही छोट्या-मोठ्या स्पोर्ट्स इव्हेंट्समुळे शारीरिक व्यायामाबरोबर संघभावनेमध्ये वृद्धी होते. एकमेकांना सहकार्य करून संघाला विजय मिळवून देण्याची जिद्द अनेक बाबतीत नक्कीच प्रभावी ठरते. याचा फायदा त्या संस्थांच्या कामातील उत्पादन आणि परिणामकारकता वाढवण्यात होतो.
- **समन्वय** : आपल्या शरीरामध्ये हात, पाय इत्यादी अनेक अवयव दोन-दोन असतात, तर मेंदू, हृदय यामध्ये दोन भाग असतात. म्हणजे डावे आणि उजवे अशा दोन प्रकारात विभागल्या गेलेल्या या महत्वाच्या अवयवांमध्ये समन्वय जितका चांगला असेल, तितकाच आरोग्याचा आणि आपल्या जीवनाचा दर्जा उत्तम राहतो व्यायामामुळे या डाव्या-उजव्यात उत्तम समन्वय राहतो.

सर्वंकष आरोग्यामध्ये शरीर आणि मन या दोन्ही गोष्टी येतात. व्यायाम ही अशी गोष्ट आहे की ज्यात या दोन्हींचे संवर्धन होते. त्यामुळे निरोगी शरीर आणि प्रसन्न मन यांची सांगड घालून आनंदी आणि यशस्वी आयुष्य जगण्यासाठी नियमितपणे केल्या जाणाऱ्या व्यायामाची प्रत्येकालाच नितांत आवश्यकता असते.

व्यायाम करू... आजार मिटवू

कुठलाही आजार झाल्यावर औषधपाणी आणि विश्रांती या दोन गोष्टी आवश्यक असतात, असे मानले जाते. पण असे अनेक आजार असतात की ज्यामध्ये जर डॉक्टरांच्या सल्ल्याने योग्य व्यायाम घेतले, तर आजार तर काबूत राहतोच; पण औषधांची किंवा शस्त्रक्रियेची गरज उरत नाही. अगदी औषधे बंद झाली नाही, तरी ती नाममात्र प्रमाणापर्यंत आणता येतात. उच्च रक्तदाब, हृदयविकार, मधुमेह, सीओपीडी, पाठदुखी किंवा कंबरदुखी, गुडघेदुखी अशा अनेक आजारात हा आरोग्यविषयक फायदा प्राप्त होऊ शकतो. परंतु बहुसंख्य रुग्णांकडून याबाबत समजून उमजून दुर्लक्ष होते आणि आजार बळावत जातात.

डॉ. टॅमी हॉफमन हे ऑस्ट्रेलियामधील क्वीन्सलँड येथील बॉण्ड युनिव्हर्सिटीमध्ये प्राध्यापक आहेत. 'एव्हिडन्स बेस्ड मेडिकल प्रॅक्टिस' या विषयाचे म्हणजे प्रत्यक्ष प्रमाणानुसार करावयाच्या वैद्यकीय सेवेचे ते गाढे संशोधक आणि अभ्यासक आहेत. त्यांच्या मते, 'रुग्णांना दिले जाणारे विशिष्ट व्यायाम हा या आजारांसाठी एक उपचार असतो. हे व्यायाम कुठल्याही औषधाच्या आणि शस्त्रक्रियेच्या तोडीस तोड असतात आणि त्यांच्यामुळे रुग्णाला कुठलाही अन्य त्रास होण्याची शक्यता कमी असते. दुर्दैवाने जगभरातल्या बहुसंख्य डॉक्टरांना आणि त्यांच्या रुग्णांना या सत्याची जाणीवच झालेली नाही.'

या विषयावर कॅनेडियन मेडिकल जर्नलच्या मार्च २०१६च्या अंकामध्ये प्रसिद्ध केलेल्या एका संशोधनपूर्ण पाहणीमध्ये डॉ. हॉफमन म्हणतात, अनेक जुन्या आजारांच्या उपचारात व्यायाम हे अतिशय उपयुक्त असूनही, डॉक्टर्स आपल्या रुग्णांना, औषधे आणि शस्त्रक्रियांच्या तुलनेत व्यायामांची शिफारस खूपच कमी प्रमाणात करतात. याची तीन मुख्य कारणे आहेत :

१. डॉक्टरांमध्ये वेगवेगळ्या प्रकारच्या विशिष्ट व्यायामाच्या उपयुक्ततेबाबत जागरूकता नाही. तसेच रुग्णांनाही डॉक्टरांनी फक्त औषधे द्यावीत आणि आजार बरे करावेत असे वाटते, त्यांना व्यायाम नकोसे वाटतात.

२. डॉक्टरांच्या वैद्यकीय शिक्षणात औषधोपचार आणि शस्त्रक्रियांवर जसा भर दिला जातो, पण या व्यायामांचा अंतर्भाव मात्र जगभरात केला जात नाही. तसेच वैद्यकीय पदवी मिळाल्यानंतरही त्याबाबत डॉक्टरांचे प्रशिक्षण होत नाही. त्यामुळे डॉक्टर या व्यायामांबद्दल स्वतःही अचूक सल्ला देत नाहीत आणि यासाठी ते अशा व्यायामांबाबत तज्ज्ञ डॉक्टरांकडे आजाराच्या सुरुवातीच्या काळात पाठवत नाहीत.

३. निरनिराळ्या आजारांच्या उपचारांवर संशोधन केले जाते, त्यातसुद्धा व्यायामांनी ते आजार कसे काबूत आणता येतात याचा समावेश नसतो.

या गोष्टी टाळण्यासाठी आणि रुग्णांच्या हितासाठी, डॉक्टरांनी या व्यायामाबद्दल विशेष प्रशिक्षण घ्यायला पाहिजे. रुग्णाला फक्त औषधे लिहून दिल्याने तो बरा होत नाही, तर त्याला विविध शारीरिक हालचाली उद्युक्त करणारे व्यायाम हासुद्धा उपचाराचाच एक हिस्सा आहे, हे फॅमिली डॉक्टरांनीदेखील रुग्णाला समजून सांगायला हवे. रुग्णावर उपचार

व्यायामांबाबत सतर्कता

अनेकदा उत्साहाच्या भरात रुग्णांकडून अति व्यायाम होण्याची शक्यता असते. त्यामुळे आपण कुठला व्यायाम करावा आणि किती करावा याबद्दल डॉक्टरांचा सल्ला घेणे आवश्यक असते. काही रुग्णांना काही व्यायाम टाळणे गरजेचे असते, तर काही वेळेस व्यायामादरम्यान त्रास झाल्यास लगेच वैद्यकीय सल्ला घेणे नितांत आवश्यक ठरते. उदाहरणार्थ, कंबरदुखी, पाठदुखी असेल तर चालणे किंवा पोहणे हे व्यायाम चांगले असतात. मात्र टेकडीवर जाणे, सायकल चालवणे टाळावे लागते. जर एखाद्याला दम्याचा त्रास असेल तर खूप श्वास लागेल असे व्यायाम करण्याऐवजी, टेनिस, बॅडमिंटन असे खेळ त्याला उपयुक्त ठरतात, कारण त्यात थोड्या अवधीने हालचाली होत असतात. अशा व्यक्तींनी आपल्याबरोबर दम्यासाठी लागणारा इनहेलर व्यायाम करताना बाळगणे इष्ट ठरते. जर एखाद्याला संधिवात असेल, तर त्याने डॉक्टरांच्या सल्ल्याने दुखणाऱ्या सांध्यांची हालचाल करणारे ठरावीक व्यायाम शिकून घ्यावेत. सरसकट व्यायाम त्यांना वेदनादायी ठरू शकतो.

तुम्हाला मधुमेह असेल, तर सकाळी व्यायामाला जाण्यापूर्वी आपली रक्तशर्करा किती आहे, हे पाहणे जरुरीचे असते. जर ती ८० मि.ग्रॅ. पेक्षा खाली असेल तर काही तरी खाऊन व्यायामाला जावे. संधिवाताच्या रुग्णांनी व्यायाम करण्यापूर्वी, शक्यतो गरम पाण्याने आंघोळ करावी किंवा दुखरे सांधे शेकून घ्यावेत.

ज्यांनी आयुष्यात कधीही व्यायाम केलेला नसतो, अशांनी डॉक्टरांच्या सल्ल्याने सुरुवातीला कमी वेगाने, कमी वेळ व्यायाम करावा. त्यानंतर वाढलेल्या स्टॅमिन्यानुसार परंतु आपल्या वयाच्या आणि आजाराच्या मर्यादेत तो हळूहळू आपल्याला सहन होईपर्यंत वाढवत न्यावा. आजारी व्यक्ती व्यायाम करताना बहुतेक वेळा तो आपल्यावर लादला आहे, अशा भावनेने करतात. त्याऐवजी त्यात थोडीशी मौजमजा आली तर तो हमखास अधिक आनंदाने होतो. व्यायामाने इतरांच्या तब्येतीत आणि आजारात पडलेला फरक पाहून त्या रुग्णांचे मनोधैर्यही उंचावते आणि एक प्रकारचे उत्तेजन, प्रेरणा मिळते. त्यासाठी मित्रांबरोबर व्यायाम करणे, व्यायामापूर्वी आणि नंतर गप्पागोष्टी करणे, व्यायामाच्या ग्रुपने सहलीला जाणे असे प्रकार केल्यास व्यायाम म्हटल्यावर कपाळावर आठ्यांचे जाळे न पसरता, गालांवर हास्य विराजू शकते.

करताना हे व्यायाम त्याला समजावून सांगून त्याच्याकडून नियमाने करवून घ्यायला हवेत.

- **व्यायामांचे प्रकार आणि उपयुक्तता** : कुठल्याही रुग्णाला त्याला असलेल्या जुन्या आजारांनुसार विशिष्ट व्यायामांचा उपयोग होतो.
- **एरोबिक व्यायाम** : यामध्ये धावणे, जॉगिंग, सायकलिंग, पोहणे असे व्यायाम येतात. या व्यायामात हृदयाचे ठोके वाढतात, रुधिराभिसरणाची गती वाढते, श्वासोच्छ्वासाचा वेग वाढतो. याचा परिणाम म्हणून हृदय आणि फुफ्फुसांची क्षमता वाढते.
- **क्षमतावर्धक व्यायाम** : यात जोर, बैठका, वजने उचलणे, जिममधील विशेष उपकरणे वापरणे हे प्रकार येतात. यात स्नायू, स्नायुबंध, सांधे आणि हाडे यांची ताकद जोपासली जाते.
- **लवचीकतावर्धक व्यायाम** : यात पीटीचे प्रकार, हातापायांच्या हालचालींनी केले जाणारे वॉर्मिंगअप व्यायाम, योगासने वगैरे प्रकार येतात. यामुळे सांध्यांच्या संदर्भातील हातापायांच्या हालचाली मोकळेपणाने होतात.
- **स्थैर्यदायी व्यायाम** : यात शरीराचे स्थैर्य सांभाळले जाते. यात छाती, पोट, कंबर यांचे विशेष व्यायाम येतात. क्रन्चेस, एक्झरसाईझ बॉलवरील व्यायाम, लेग टक्स वगैरे गोष्टी येतात.

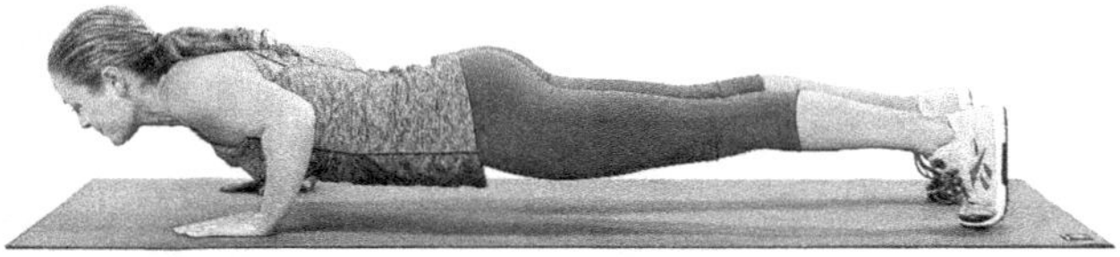

- **व्यायामाची उपयुक्तता :** शरीरस्वास्थ्यासाठी व्यायामाचा उपयोग मुख्यत्वे तीन प्रकारांनी होतो. यामध्ये प्राथमिक प्रतिबंध म्हणजे कुठलाही आजार नसताना, आजार होऊ नये म्हणून व्यायाम करणे. यामध्ये कुठल्याही व्यक्तीला व्यायामाच्या अभावाने वजनवाढ आणि तदनुषंगाने होणारे आजार होण्याची शक्यता असते. व्यायाम केल्याने ते होत नाहीत.

दुसरा प्रकार म्हणजे एखाद्या आजाराच्या सुरुवातीस व्यायाम घेतल्याने आजाराची तीव्रता कमी होते आणि औषधोपचार करण्याची गरज भासत नाही. उदाहरणार्थ, रक्तातल्या साखरेची पातळी थोडीशी वाढलेली असली, किंवा रक्तदाब अगदी किंचितसा वाढलेला राहत असेल, तर नियमित व्यायाम सुरू केल्यास आणि जीवनशैली बदलल्यास त्यांच्यावर औषधाविना नियंत्रण आणता येते. हीच गोष्ट सांधे दुखण्याबाबत होऊ शकते.

तिसरा प्रकार म्हणजे आजार वाढल्यावर त्याची गुंतागुंत वाढू नये म्हणून केले जाणारे व्यायाम. यात हृदयाची शस्त्रक्रिया झाल्यावर किंवा सांध्यांचे आरोपण झाल्यावर, ते आजार वाढू नयेत किंवा पुन्हा उद्भवू नयेत, म्हणून केले जाणारे विशेष व्यायाम.

वजन कमी करणे ? का व कसे ?

सव्वा अब्ज लोकसंख्येच्या भारतात जर २७ कोटी लोक दारिद्र्यरेषेखाली जीवन जगतात, त्यामुळे भारतीयांना वजन कमी करण्याची गरज फारशी वाटण्याची गरज नाही, असे सहज वाटू शकेल. पण २०१४ मध्ये प्रसिद्ध झालेल्या 'लॅन्सेट' या जागतिक दर्जाच्या वैद्यकीय मासिकाच्या एका पाहणीच्या निष्कर्षानुसार, दर पाच भारतीयांमधली एक व्यक्ती स्थूल किंवा लठ्ठ असते. याचा अर्थ आपल्या भारतातली २० टक्के जनता, म्हणजे त्यात लहान मुले, स्त्रिया, पुरुष सारे धरले, तर २५ कोटी लोकांना अतिरिक्त वजनवाढीचा प्रश्न सतावतोय.

आपले वय आणि उंचीनुसार प्रत्येकाला एक आदर्श आणि प्रमाणभूत वजनाची मर्यादा असते. त्यापेक्षा जास्त असलेल्या प्रत्येक किलोमागे आजारांचा एक गठ्ठा आपल्या आयुष्याला वेढून टाकत असतो. यामध्ये शरीरावर चहूबाजूने जमा होणाऱ्या चरबीबरोबर रक्तातील चरबीची म्हणजे कोलेस्टेरॉलची पातळी वाढते, त्यामुळे रक्तदाब वाढायला लागतो, त्याची परिणिती हृदयविकारात होते, किंवा त्यामुळे अर्धांगवायूचा झटका येऊ शकतो. शरीरात वाढलेल्या चरबीमुळे शरीरातील नैसर्गिक इन्सुलिनचा परिणाम कमी होऊन टाईप-२ मधुमेह होतो. मानेभोवती आणि गळ्याभोवती वाढलेल्या चरबीमुळे झोपेत श्वास बंद पडण्याचा विकार होतो. याशिवाय कर्करोग, सांधेदुखी, पित्ताशयातील खडे असे अनेक गंभीर व त्रासदायक आजार वाढत्या चरबीबरोबर आपल्या शरीरावर आक्रमण करायला सज्ज असतात.

स्थूलपणाचे निकष : एखादी व्यक्ती स्थूल आहे किंवा नाही हे फक्त वजनकाट्यावर उभे केल्यावर लक्षात येत नसते. ते ठरवण्याचे काही शास्त्रीय मापदंड आहेत.

१. **बॉडी मास इंडेक्स - (बी.एम.आय.) :** आपल्या किलोग्रॅममधील वजनाला मीटरमधील उंचीच्या वर्गाने भागायचे आणि येणाऱ्या भागाकाराला १०० ने गुणायचे, म्हणजे जे उत्तर येईल त्याला बीएमआय म्हणतात.

बीएमआय = वजन (किलोग्रॅममध्ये) / उंची (मीटरमध्ये)चा वर्ग X १००

हा आकडा साधारणतः १८.५ ते २४.९ पर्यंत असेल तर त्या व्यक्तीचे वजन योग्य मर्यादेत आहे असे समजले जाते. पण तो आकडा जर २५ ते २९.९ असेल तर त्या व्यक्तीचे वजन जास्त प्रमाणात समजावे आणि जर ही संख्या ३० पेक्षा जास्त असेल तर ती व्यक्ती स्थूल समजली जाते.

२. **शरीरातील चरबी :** बीएमआयद्वारे फक्त वजनाची आदर्श पातळी कळते. पण कित्येकदा अत्यंत उच्च दर्जाचे व्यायामपटू या व्याख्येत बसत नाहीत. व्यायामामुळे त्यांच्या शरीरातील स्नायूंचे आकारमान वाढलेले असते आणि पर्यायाने त्यांचे वजन जास्त भरते. त्यामुळे शरीरातील चरबीचे मापन करून, ती जास्त भरल्यास सदर व्यक्ती स्थूल आहे का, हे ठरवले जाते. शरीरातील चरबी मोजण्यासाठी अनेक पर्याय वापरले जातात.

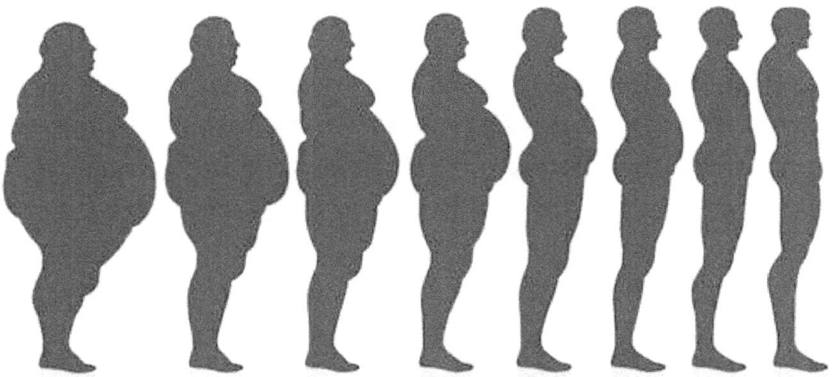

- **कॅलिपर :** चिमट्यासारख्या उपकरणाने शरीरातील चामडी पकडून त्याची मापे घेतली जातात. आणि आदर्श तक्त्याबरोबर त्याची तुलना करून चरबीचे प्रमाण काढले जाते. चामडीचा हा चिमटा पोटावर एका ठिकाणी वापरला जातो किंवा निरनिराळ्या ७ ते १२ ठिकाणीदेखील वापरता येतो. या तत्त्वाचा वापर असणारी काही इलेक्ट्रॉनिक उपकरणेसुद्धा आजकाल मिळतात.
- **बायोइलेक्ट्रिक इम्पिडन्स** : यामध्ये एका उपकरणाद्वारे शरीरात सौम्य विजेचा प्रवाह सोडला जातो. स्नायू आणि चरबी या प्रवाहाला अडवतात. पण अडवण्याचे हे प्रमाण वेगवेगळे असते. त्याचे परिशीलन यंत्रामध्ये केले जाते आणि चरबीच्या प्रमाणाचा निष्कर्ष काढला जातो.
- **शरीराची मापे** : पोटाचा घेर, कमरेचा घेर, मनगटाचे आणि कोपराच्या पुढच्या हाताचे माप शिंप्याच्या साध्या टेपने घेऊन गणिती सूत्राच्या साहाय्याने चरबीचे प्रमाण मोजले जाते.
- **पाण्यात बुडवणे** : पाण्यात बुडवल्यावर वस्तू आपल्या आकारमानानुसार पाणी बाजूला सरते, या आर्किमिडीजच्या तत्त्वापासून प्रेरणा घेऊन ही पद्धत उदयाला आली. व्यक्तीला पाण्यात पूर्ण बुडवून त्याच्या चरबीचे मोजमाप केले जाते. ही पद्धत खूप महत्त्वाच्या ठिकाणी, विशेषतः परदेशातल्या क्रीडावैद्यकात वापरली जाते. यामध्ये व्यक्तीने आपल्या आकाराने बाजूला सारलेल्या हवेचे असेच मूल्यमापन करून चरबीचे प्रमाण निश्चित करण्याचीदेखील एक पद्धत आहे.
- **डेक्सा स्कॅन** : वैद्यकीय निदानासाठी वापरल्या जाणाऱ्या या यंत्रायोगे शरीरातील चरबीचे वजन निश्चित करता येते.
- **वजन कुणी कमी करावे** : जागतिक वैद्यकीय संकेतांनुसार ज्यांचा बीएमआय २५ किंवा त्यापेक्षा जास्त आहे, त्यांनी वजन कमी करणे आवश्यकच असते. कारण त्यामुळे त्यांच्या आरोग्याला बाधा आणणारे अनेक आजार होऊ शकतात. अतिरिक्त वजनवाढीसोबत बैठी कार्यशैली, धूम्रपान आणि चरबीयुक्त तसेच शर्करायुक्त आहार जर असेल तर अनेक आजारांना ते वैयक्तिक निमंत्रण असते. ज्यांचा बीएमआय १८.५ ते २५ आहे, त्यांनी आपले वजन आहे तेवढेच ठेवण्याचा प्रयत्न करावा. ते कमी करण्याचा हव्यास धरू नये, कारण त्यामुळे त्यांना काहीही फायदा होत नाही. मात्र वजन खूपच कमी झाले, तर त्यामुळे त्यांनाही आणखीन वेगळेच आजार भेटीस येण्याची दाट शक्यता असते. वजन कमी करण्यापेक्षा ते कायम तेवढेच ठेवणे हे उद्दिष्ट त्यांनी ठेवावे.
- **किती कमी करावे ?** : स्थूल व्यक्तींनी, म्हणजे ज्यांचा बीएमआय ३०पेक्षा जास्त आहे अशांनी, आपले

कसे कमी होईल?

वजन कमी करण्याचा कुठलाही जादुई फॉर्म्युला नसतो. जे अशा विस्मयकारक परिणामांची खात्री देतात, त्यांना वैद्यकशास्त्रीय आधार नसतो. वजन कमी करण्याची औषधेसुद्धा फारशी योग्य नसतात. साहजिकच योग्य आहार, नियमित व्यायाम, उचित विश्रांती यांनीच वजन कमी होते. यात सोप्या आणि साध्या गोष्टी असतात, त्यांनी वजन हळूहळू पण नक्की कमी होते आणि विशेष म्हणजे आरोग्यावर विपरीत परिणाम होत नाहीत.

प्रत्येकाचा आहार, वय, आपल्याला असलेले काही आजार आणि रोजच्या कामाची धावपळ याप्रमाणे वेगळा असेल. पण त्यात साखर आणि गोड पदार्थ कमी हवेत. तेल, मीठ, मसाले यांचे प्रमाण चवीपुरतेच हवे. रोज २-३ लिटर पाणी प्यायलाच हवे. ३००-३५० कॅलरीजचा थोडा थोडा आहार दिवसातून ४-५ वेळा घ्यावा. यासाठी प्रशिक्षित आणि मान्यताप्रत आहारतज्ज्ञांचा सल्ला घ्यावा.

व्यायामामध्येदेखील वय, आजार आणि काम यांच्याप्रमाणे ते आखावे लागतात. साधारणतः एक तास जलद गतीने ५-६ किलोमीटर चालणे, काही शरीराच्या सांध्यांचे वॉर्मिंग अप व्यायाम, आठवड्यातून कमीत कमी तीन दिवस थोडे वजन उचलण्याचे व्यायाम यांनी वजन कमी होऊ शकते. मात्र हे नियमितपणे, कायम स्वरूपी करावेत. परिणाम दिसायला वेळ लागू शकतो; पण नक्की उपयोग होतो. योगासने, प्राणायाम यांचे इतर उपयोग नक्की असतील; पण स्थूल व्यक्तींना वजन कमी करायला त्यांचा प्रत्यक्ष उपयोग होत नाही.

शरीराची झीज भरून येण्यासाठी पुरेशा विश्रांतीची गरज असतेच, पण सततच्या जागरणामुळे, आवश्यक तितकी झोप न मिळाल्यास, वजनवाढ होत राहते. साहजिकच व्यायाम आणि आहार यांच्या जोडीने ठरावीक वेळी आणि ठरावीक तास झोप घेतल्यास वजनातील घट दिसून येते. मात्र रात्रीचे जेवण आणि झोप यात ३ तासांचे अंतर हवे आणि दुपारी जेवल्यावर लगेच आडवे होऊ नये. दुपारी २० मिनिटांपेक्षा जास्त वेळ डुलकी घेतल्यास वजनवाढ होते. एकंदरीत पाहता आज भारतीयांना आपले वजन हटवून स्थूलतेच्या जागतिक क्रमवारीत आपला क्रमांक खाली नेण्याची गरज आहे.

वजन दर सहा महिन्यांच्या कालावधीत, ५ टक्क्यांनी कमी करण्याचे उद्दिष्ट ठेवावे. कारण संशोधनाने असे सिद्ध झाले आहे की ५ टक्के वजन कमी झाले तर रक्तदाब ५ अंशाने कमी होतो आणि १० टक्के कमी झाले तर तो १० अंशानेसुद्धा कमी होऊ शकतो. तज्ज्ञांच्या मतानुसार स्थूल व्यक्तींनी आहार आणि व्यायाम यांची योग्य सांगड घालून दर आठवड्याला १ किलोग्रॅमपर्यंत वजन कमी करावे. त्यापेक्षा जास्त प्रमाणात वजन कमी होणे आरोग्याच्या दृष्टीने फारसे योग्य नसते. साधारणतः रोजच्या आहारातल्या १००० कॅलरीज कमी केल्या, तर वजन याप्रमाणे कमी होऊ शकते.

आहारातल्या कॅलरीजचाच विचार करायचा झाला, तर पुरुषांनी जास्तीत जास्त १५०० ते १८०० आणि स्त्रियांनी १२०० ते १५०० कॅलरीज, रोजच्या आहारातून मिळतील याची दक्षता ठेवणे गरजेचे असते. आणि हे सर्व ४ किंवा ५ समभागात विभागलेल्या खाण्यांमधून. म्हणजे सकाळचा नाश्ता, दुपारचे जेवण, संध्याकाळचे खाणे आणि रात्रीचे जेवण यांच्यात ३-४ तासांचेच अंतर हवे आणि प्रत्येक वेळा साधारणतः ३०० ते ३५० कॅलरीज शरीराला मिळाव्यात.

आपली उंची, आपली आनुवंशिकता, शरीराची ठेवण आणि आपण करत असलेले काम याप्रमाणे आपल्या आहारात आपण किती कॅलरीज घ्याव्यात हे तज्ज्ञांकडून ठरवून घेणे योग्य असते. त्याचप्रमाणे 'पूर्वीची जाड

बाई किंवा बाबा आणि आताची सडपातळ झालेले ते' अशा दिलखेचक जाहिराती पाहून भुरळून जाऊ नये. तीन महिन्यात ३० किलो कमी करणाऱ्या जाहिराती एकतर तद्दन खोट्या असतात, नाहीतर अशास्त्रीय असतात. कारण जागतिक पातळीवर झालेल्या अभ्यासपूर्ण चाचण्यांमध्ये हे सिद्ध झाले आहे की, खूप वेगाने आणि जास्त प्रमाणात कमी झालेले वजन हे आरोग्याला हितकारक तर नसतेच; पण काही काळात ते पुन्हा पूर्ववत होऊन व्यक्ती परत स्थूल होते. याचे उत्कृष्ट उदाहरण म्हणजे अमेरिकन टेलिव्हिजनवर कार्यक्रम सादर करणारी, ऑप्रा विनफ्रे. तिने एका डाएटच्या साहाय्याने आपले वजन ६ महिन्यांत ६७ किलोने कमी केले खरे, पण काही महिन्यांतच हरदासाची कथा मूळपदावर आली.

वजन कमी करणे : समज आणि गैरसमज

'३० दिवसांत १५ किलो वजन कमी करा. सडपातळ व्हा!'
'कितीही खा, काहीही खा ...... आमच्या उपायांनी बारीक व्हा?'
'आमचे उपकरण वापरा, पोट कमी करा!'

अशा जाहिरातींचा आज काल सुकाळ झालाय. वजन कमी करण्यासाठी आजकाल शेकड्याने डाएट्स आणि फॉर्म्युले सर्वत्र दिसून येतात. नक्की काय करायचे? हा प्रश्न सर्वसामान्य व्यक्तीला नेहमीच पडतो. म्हणूनच याबाबत काही वैद्यकशास्त्रीय वस्तुस्थितींचा मूलभूत विचार करणे आवश्यक ठरते.

- **गैरसमज** : काही विशिष्ट खाद्यपदार्थ खाल्ले तर तुमच्या शरीरातील चरबी नष्ट होते आणि वजन घटते. उदा. ग्रीन टी, ब्लॅक टी, कॉफी, मध पाणी, लिंबू पाणी, मिरच्या, आले, जवस अशा पदार्थांनी वजन कमी होते असे सांगितले जाते. काही जाहिरातीवर भर देणाऱ्या आणि मल्टीलेव्हल मार्केटिंग करणाऱ्या संस्था, त्यांच्या ठरावीक पावडरी घेतल्यास वजन कमी होते असे ठसवतात.
- **वस्तुस्थिती** : यामध्ये गमतीची गोष्ट अशी आहे की हे पदार्थ शरीराला घातक नसतात आणि मर्यादित प्रमाणात वापरले तर आरोग्यालाही बाधक नसतात. विशेष म्हणजे त्यांच्यामुळे सुरुवातीला वजनही काहीसे कमी होते; पण अगदी काहीसे. या पदार्थांचा शरीरातल्या चरबीवर जो काही अल्पसा परिणाम होतो, तेवढ्यापुरतेच वजन कमी होते. पण हे पदार्थ वापरून तुम्ही तुमचे अतिरिक्त वजन पूर्ण घटवू इच्छित असाल, तर ते अजिबात शक्य होत नाही.

या पदार्थांबाबत दोन आक्षेपार्ह गोष्टी असतात. पहिली म्हणजे या पदार्थांच्या काही तथाकथित शास्त्रीय चाचण्या घेतल्या असे सांगितले जाते. त्या चाचण्यांचेच परिशीलन केले तर त्यातील निष्कर्ष उगाचच खूप वाढवून सांगितले आहेत हे लक्षात येते. त्यामुळे या चाचण्या आणि त्यांचे फलित शास्त्रीय निष्कर्षांवर अजिबात उतरत नाहीत.

दुसरी महत्त्वाची गोष्ट म्हणजे या पदार्थांच्या नादी लागून वजनवाढ रोखणे आणि वजन घटवणे यासाठी आवश्यक असलेल्या मूलभूत गोष्टींकडे सर्वसामान्यांचे दुर्लक्ष होते. आपण ग्रीन टी घेतला किंवा मधपाणी घेतले किंवा ठरावीक शरीरशास्त्राच्या नियमानुसार तीन-चार गोष्टी महत्त्वाच्या असतात.

१. तुम्ही दैनंदिन आयुष्यात रोज जेवढ्या कॅलरीज खर्च करता त्यापेक्षा जास्त कॅलरीज देणारा आहार घेतलात तर वजन वाढत राहते.
२. तुम्ही घेत असलेल्या आहारापेक्षा जास्त कॅलरीज, जर व्यायाम करून खर्च केल्यात तर वजन निश्चित कमी होते.
३. रोजचा आहार समतोल हवा. त्यात सर्व अन्नघटकांचा समावेश हवा.
४. आहारात स्निग्ध पदार्थ अगदी मर्यादित हवेत. साखर, पिष्टमय पदार्थ कमी हवेत, मात्र प्रथिनांचा समावेश

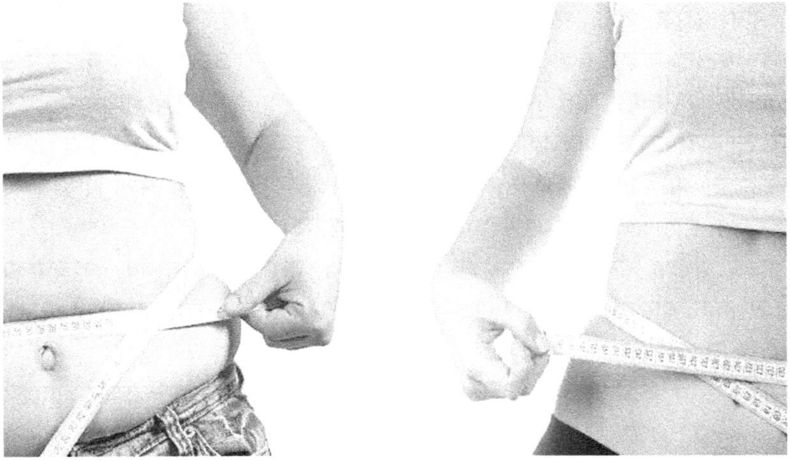

सर्वात जास्त हवा.

- **गैरसमज** : 'फॅड डाएट्स' किंवा वजन कमी करण्याचे काही तथाकथित आहार घेतल्याने वजन भराभर कमी होते.
- **वस्तुस्थिती** : यामध्ये रोजच्या आहारात लागणाऱ्या कॅलरीज कमालीच्या कमी केलेल्या असतात. म्हणजे सर्वसामान्यपणे रोज १८००-२४०० कॅलरीजपर्यंत लागणारा आहार अगदी ८०० ते १००० कॅलरीजपर्यंत कमी केलेला असतो. यामध्ये अमुक पदार्थ अजिबात खाऊ नका, तमुक पदार्थ पूर्ण वर्ज्य करा आणि एवढेच खा, अशा प्रकारचा कडक पथ्याचा कडकडीत सल्ला असतो.

यामुळे सुरुवातीला वजन मोठ्या प्रमाणात घटते. पण नंतर साहजिकच खायला चटावलेली जीभ आणि रिकाम्या पोटातील कावळे बंड करून उठतात आणि वजन घटवण्याच्या मोहिमेचा हमखास बोजवारा उडतो.

दुसरी महत्त्वाची गोष्ट म्हणजे ही 'फॅड डाएट्स' पूर्णपणे अशास्त्रीय असतात. वर उल्लेख केलेल्या चारही शास्त्रीय गरजांचा त्यामध्ये पूर्ण अभाव असतो. त्यामुळे या आहाराने वजन कमी जरी झाले तरी त्याचा आरोग्यावर विपरीत परिणाम दिसून येतो. या लोकांची शारीरिक ठेवण, 'हातपाय काड्या आणि पोट-वाढ्या' अशी दिसते. त्यांच्यात जीवनसत्त्वांचा, खनिजांचा आणि पोषक मूल्यांचा अभाव निर्माण होऊन असंख्य विकार दिसून येतात. त्यांना रोजच्या कामात खूप थकवा वाटू लागतो. अनेक व्यक्तींमध्ये पित्ताशयात खडे निर्माण होतात. ८०० कॅलरीजपेक्षा कमी उष्मांकांचा आहार सतत घेत राहिल्यास हृदयाच्या आणि रक्ताभिसरणाच्या कार्यात दोष निर्माण होऊ लागतात.

या फॅड डाएट्समुळे वजनात जी झटपट घट होते, ती आठवड्याला ३-४ किलोग्रॅमपर्यंत होऊ शकते. मात्र इतकी वेगवान घट आणि तीसुद्धा नुसत्या आहाराच्या बळावर होणे हे मुळीच आरोग्यदायी नसते. साधारणपणे सर्व अन्नघटकांचा योग्य समावेश असलेला, परंतु आवश्यक असलेल्या किमान कॅलरीज देणारा आहार आणि शरीराला पेलवेल एवढा रोज २५ ते ४५ मिनिटे गतिमान पद्धतीचा व्यायाम यांची सांगड घातली, तर ते आरोग्यदायी ठरते. या पद्धतीने आठवड्याला २५० ग्रॅम ते १ किलोग्रॅम वजन कमी होऊ शकते आणि आरोग्यावर दुष्परिणाम होत नाहीत. मात्र नंतर ही घट हळूहळू कमी होत जाऊन आवश्यक तितके वजन कायम राहते. नियमित व्यायाम आणि योग्य आहाराची शिस्त कायमस्वरूपी अंगी बाणवली, तर हृदयविकार, मधुमेह, उच्च रक्तदाब, सांधेदुखी, पाठदुखी अशा जीवनशैलीशी संबंधित आजारांपासून दूर राहता येते.

- **गैरसमज** : भात, बटाटा, पोळी, भाकरी, ब्रेड अशा पिष्टमय पदार्थांनी वजन वाढते.
- **वस्तुस्थिती** : बटाटा सोडता हे सर्व खाद्यपदार्थ गहू, तांदूळ, ज्वारी अशा तृणधान्यांपासून अथवा त्यांच्या पिठापासून बनलेले असतात. यात पुन्हा एक बारकावा असतो. पीठ बनवण्याआधी या तृणधान्यांवर काही प्रक्रिया होते. त्यात टरफल आणि आतील गर्भ नष्ट केला जातो. त्यामुळे ही पॉलिश केलेली धान्ये फक्त पिष्टमय पदार्थयुक्त राहतात आणि त्यातील जीवनसत्त्वे, तसेच खनिजांचा नाश होतो. अशा पिष्टमय पदार्थांमुळे फक्त कॅलरीज मिळतात. साहजिकच त्या जास्त प्रमाणात खाल्ल्यावर वजन वाढते.

अशी पॉलिश किंवा प्रक्रिया केलेली तृणधान्ये खाण्याऐवजी जर ती तृणधान्यावरच्या कवचासकट वापरली तर जास्त आरोग्यदायी असतात. यालाच 'होलग्रेन' म्हणतात. अशा प्रकारे बनवलेले पाव, चपाती, हातसडीच्या तांदळाचा भात हे जास्त आरोग्यकारी असतात.

बटाट्यामध्ये मात्र पिष्टमय पदार्थ असतात. तो उकडून आणि शिजवून खाल्ल्यावर त्यातील आवश्यक जीवनसत्त्वे कमी होतात. खिचडी, वडा, चिप्स, वेफर्स अशा प्रकारे तो तळून खाल्ल्यावर त्यात अनावश्यक स्निग्ध पदार्थ जमा होतात. या दोन्हीचे मिश्रण वजनवाढ करू शकते. त्यामुळे बटाटा वर्ज्य करण्याऐवजी तो मर्यादित स्वरूपात वापरल्यास हरकत नसते.

- **गैरसमज** : काही लोकांनी काहीही खाल्ले तरी त्यांचे वजन वाढत नाही, इतरांचे मात्र पाणी पिऊन राहिले तरी वजन वाढते.
- **वस्तुस्थिती** : हा समाज होण्याचे कारण प्रत्येकाच्या शरीरात आहारातून मिळणाऱ्या कॅलरीज वापरण्याच्या गतीमध्ये, चयापचय क्रियेमध्ये फरक असतो. ज्यांच्या शरीरात ही गती जास्त असते, त्यांच्या आहारातील उष्मांक तितक्याच प्रमाणात वापरले जाऊन त्यांचे वजन वाढत नाही. मात्र या आहारातून मिळणाऱ्या या कॅलरीज ज्यांच्या शरीरात खूपच धीम्यागतीने वापरल्या जातात, त्यांना वजनवाढीचा प्रश्न भेडसावतो.

आपले वय, उंची, व्यायाम आणि शरीरातील थायरॉइडसारख्या ग्रंथीतून निर्माण होणारी संप्रेरके यांच्यावर ही चयापचय क्रियेची गती अवलंबून असते. साहजिकच व्यायाम केल्यास प्रत्येकाची ही गती वाढून वजन नियंत्रित राहते.

- **गैरसमज** : दिवसातून फक्त एकदाच जेवल्याने वजन कमी होते.
- **वस्तुस्थिती** : आहारातील कॅलरीज कमी करण्याचा हा सर्वात जास्त जोखला जाणारा अशास्त्रीय उपाय आहे. आपल्याला दैनदिन कामासाठी आणि हृदय, मेंदू, यकृत, पचनसंस्था अशा सर्व शरीरांतर्गत क्रियांसाठी ठरावीक ऊर्जेची गरज असते. ही गरज सातत्याने २४ तास पुरवत राहावी लागते. त्यासाठी दिवसातून चार वेळा म्हणजे सकाळी नाश्ता, दुपारी जेवण, सायंकालीन आहार आणि रात्रीचे भोजन घेणे आवश्यक असते. यामध्ये दिवसभर काम करत राहायचे असल्याने नाश्ता भरपूर असावा लागतो. दुपारी आणि संध्याकाळी थोडे कमी खाल्ले तरी चालते. मात्र रात्री आपण झोप काढत असल्याने रात्री ऊर्जेची गरज तुलनेने कमी भासते. त्यासाठी फारतर रात्रीचे जेवण मर्यादित प्रमाणात कमी करावे किंवा थोडे लवकर जेवावे.

मात्र या चारपैकी दोन किंवा तीन वेळा चुकवल्या तर एका वेळेस भरपूर उष्मांक आणि इतर वेळेस काहीही नाही अशी परिस्थिती निर्माण होते. अशा वेळेस शरीर लागणारी ऊर्जा प्रथम चरबी वितळवून निर्माण करते, त्यामुळे सुरुवातीला वजन कमी होते. मात्र नंतर शरीरातील मांसल भागातील स्नायूंमधील प्रथिने वापरली जातात आणि एकूणच अशक्तपणा निर्माण होतो.

आपल्याला आवश्यक असलेले उष्मांक देणारा आहार हा प्रत्येकाने घ्यायलाच हवा. साधारणतः आपल्या वजनाला ३०ने गुणले, तर येणाऱ्या गुणाकाराइतक्या कॅलरीज आवश्यक असतात. उदाहरणार्थ, ७० किलो वजन असेल

तर २१०० कॅलरीज. या आवश्यकतेनुसार आपला आहार चार समभागात विभागून तो दर चार तासांनी घ्यावा. यामध्ये काय खावे आणि किती खावे यासाठी मान्यताप्राप्त आहारतज्ज्ञांचा सल्ला घ्यावा. आपल्याला कुठला व्यायाम किती वेळ करण्याची गरज आहे यासाठी डॉक्टरांची मदत घ्यावी. उत्तम आरोग्यासाठी आपले वजन अवश्य कमी करावे, पण त्यासाठी चुकीच्या मार्गांचा अवलंब आणि जाहिराती तशाच सांगोपांगी गोष्टींवर आधारित बदल आपल्या निरामय जीवनाला नक्कीच धोकादायक ठरू शकतात.

व्यायाम का नकोसा ?

व्यायाम करायला पाहिजे, हे दहातल्या आठ व्यक्तींना पटते; पण तो करायचा मनस्वी कंटाळा येतो. कळते पण वळत नाही, अशा मनःस्थितीशी ते रोजच झगडत असतात. कारणांचे जेव्हा जागतिक स्वरूपात एकत्रीकरण केले गेले, तेव्हा असे लक्षात आले की शरीराला व्यायामाचे कष्ट न देणाऱ्या या वर्गाची कारणे सर्वत्र तीच आहेत. आणि ती मोजून फक्त दहाच आहेत.

१. **वेळ मिळत नाही** : ही तक्रार जवळपास सगळेच करतात.
   उपाय : तसे पाहता मध्यमवयीन व्यक्तींना आठवड्याला एकूण १५० मिनिटे व्यायाम करण्याची गरज असते. सलग ३० मिनिटे वेळ देता येत नसेल, तर दिवसातून १०-१० मिनिटे तीन वेळा व्यायाम केला तरी हरकत नसते. संशोधनामध्ये असेही दिसून आले आहे की या प्रकारे वेळा विभागून केलेला व्यायाम तितकाच उपयुक्त ठरू शकतो. दिवसाच्या कामात दहा मिनिटांपेक्षा जास्त वेळ हॉटेल, गप्पा, टीव्ही बघण्यात तसाही घालवला जातोच. त्यात १०-१० मिनिटांचे व्यायामाचे तीन स्लॉट बसवायला काहीच कठीण नसते.

२. **उत्साहच उरत नाही** : दिवसभराचे कामाचे श्रम, ऑफिसला जाण्यायेण्याचा प्रवास यामुळे वेळ असला तरी व्यायामासाठी उत्साह आणि एनर्जीच राहत नाही अशी कुरबूर बरेच जण करतात.
   उपाय : अशा लोकांनी आपल्याला जेव्हा उत्साह असतो, अशा वेळा शोधणे आवश्यक ठरते. विशेष म्हणजे अशा निरुत्साही मनाला आणि शरीराला ताजेतवाने करायला व्यायामाचा खरोखरी उपयोग होतो. कारण व्यायाम केल्याने एंडॉर्फिन्स प्रकारातली संप्रेरके शरीरात निर्माण होतात. त्यामुळे हा सगळा शिणवटा दूर पळतो आणि मन खूप प्रफुल्लित होते.

३. **इतर गोष्टीत वेळ जातो :** अनेकांच्या दिवसभराच्या कामात, अनुत्पादक गोष्टीत खूप वेळ जातो. यामध्ये फोनवर बोलत फिरण्याचा व्यायाम करणे अनेकांना जमू शकते. सध्याच्या जीवनशैलीत, जिथे भरपूर चालायला लागते अशा मॉलमध्ये खरेदीला गेल्यास थोडा व्यायाम नक्कीच होईल.

४. **मला व्यायामाची सवयच नाही :** हे तसे पाहता खूपच बनावट कारण असते. अशा लोकांमध्ये आपल्याला व्यायाम करायचाय याची जिद्द निर्माण व्हायला लागते. त्यासाठी त्यांनी अगदी कागद पेन्सिल घेऊन बसावे आणि त्यावर आपल्याला व्यायामापासून काय साध्य करायचेय त्याचे मुद्दे लिहून काढावेत. ही उद्दिष्टे ठरल्यावर त्यांची दर महिन्याच्या उद्दिष्टात विभागणी करावी. अशाने आपले ध्येय आणि त्याकडे पडणारी यशस्वी पावले यांचे गणित बरोबर जमून जाते. कुठलीही सवय पक्की व्हायला किमान सहा आठवडे लागतात.

५. **कंटाळा येतो :** ही तक्रार बैठ्या आयुष्याची, ऐशोआरामाची सवय लागलेल्या व्यक्तींमध्ये आढळून येते. अशा व्यक्तींनी आपल्याला आवडणारी एखादी क्रियाशील गोष्ट केल्यास हा कंटाळा विरून जाऊन व्यायामात आनंद मिळतो. उदाहरणार्थ, बागकाम करणे, नृत्य शिकणे किंवा नृत्याच्या ग्रुपमध्ये सामील होणे. तसेच स्केटिंग, ट्रेकिंग किंवा बागेत आपल्या मित्र-मैत्रिणींबरोबर फिरण्याचा गट तयार करणे.

६. **त्रास होतो :** आयुष्यात ज्यांनी कधीच व्यायाम केलेला नसतो अशांना सुरुवातीला व्यायामाने जे पाय दुखतात, किंवा अंग मोडून येते त्याचा त्रास वाटून व्यायाम नकोसा वाटतो. पण हे काही दिवसातच जाऊ शकते. या व्यक्तींनी सुरुवातील दिवसाआड १०-१५ मिनिटे व्यायाम करावा आणि हळूहळू ती वेळ वाढवत न्यावी.

७. **व्यायामाने खूप थकवा येतो, दिवसभर मग कामाचा कंटाळा येतो :** अशा व्यक्तींनीसुद्धा व्यायाम सुरुवातीला थोडा थोडा करावा आणि मग तो वाढवत न्यावा. त्यामुळे व्यायामाबरोबर आपला आहार योग्य ठेवावा. त्यात साखरेसारखे गोड पदार्थ, फास्ट फूड खाऊ नये. त्याऐवजी फळे, भाज्या, होलग्रेनचे पदार्थ, अंडी यावर भर द्यावा. मुख्य म्हणजे पाण्याचे प्रमाण तीन लिटरपर्यंत ठेवावे. यामुळे तजेलदारपणा वाढतो, मन आणि शरीर जास्त तल्लख बनते.

८. **शारीरिक आजार :** आपल्याला असलेल्या शारीरिक आजाराचे भांडवल करून व्यायाम टाळणे ही अनेकांची खासियत असते. यात स्थूलत्व, सांधे दुखणे, विशेषतः गुडघे आणि कंबर हे त्रास हमखास असतात. काहींना हृदयविकाराचा झटका येऊन गेलेला असतो, ते जरा जास्तच जपायचं म्हणून व्यायाम टाळतात. मात्र यात विरोधाभास असा आहे की हे सर्व आजार व्यायाम न केल्याने होतात आणि व्यायाम करणे हा त्यावरचा एक महत्त्वाचा इलाज असतो.

९. **व्यायामाला जागाच नाही :** कित्येकांचं घर खूप लहान असतं, जिम जवळ नसते, वाढत्या बांधकामांमुळे मोकळ्या जागा व्यापलेल्या असतात, शाळांना क्रीडांगण नसते, बागा जवळ नसतात अशा अनेक कारणांनी व्यायाम न करण्यामागची मनोभूमिका तयार होत असते.

उपाय : या सर्वांवर मात करता येते. गाव छोटे असेल तर गावाबाहेर मोकळी जागा असते. शहरात सोसायटीमध्ये घरांभोवती जी मोकळी जागा असते ती वापरता येते. पोहण्यासाठी तलाव, विहिरी असू शकतात.

१०. मी व्यायाम केला पण काही उपयोग झाला नाही. माझे वजन कमी झालेच नाही. अशी कुरबूर खूपदा ऐकू येते.

उपाय

नियमित व्यायाम करूनही वजनकाटा ढिम्म हलत नाही, गुडघे दुखायचे थांबत नाहीत. त्यामुळे हे लोक निरुत्साही

होतात. त्यांची उमेद मावळते आणि ते व्यायाम करायचे टाळतात. असे अनेकदा होते खरे; पण त्याचे कारणही शोधता येते. कधी व्यायाम कमी पडत असतो तर कधी खाण्यामध्ये काही दोष असतात. यांचे निराकरण करून घ्यावे लागते. दुसरी गोष्ट म्हणजे व्यायामाने वजन कमी होणे हा एकच फायदा नसतो. शरीरांतर्गत प्रक्रिया म्हणजे रक्ताभिसरण, श्वसन, पचन, स्नायूंचे चलनवलन या कार्यांमध्ये नक्कीच सुधारणा होत असते. हे फायदे लगेच दिसत नाहीत; पण हळूहळू यांच्यातील सुधारणांमुळे तुमची रोगप्रतिकारशक्ती वाढत असते, तुमचे आरोग्य निरामय होत असते.

याला म्हणतात फिजिकल फिटनेस !

आपल्या आयुष्यात कुठल्याही आजाराने आपल्याला कधीही पछाडले नाही, म्हणजे आपले जीवन आरोग्यसंपन्न आहे असे अनेकांना वाटत असते. पण कुठलाही आजार नसणे म्हणजेच आपल्या अंगणात आरोग्य नाचू लागले, असे समजणे सर्वथैव चुकीचे असते. कारण कोणताही शारीरिक, मानसिक किंवा सामाजिक आजार आपल्याकडे फिरकूसुद्धा नव्हे यासाठी शरीराचा प्रत्येक अवयव आणि शरीरक्रियेची प्रत्येक संस्था मजबूत असणे, म्हणजे आपले जीवन आरोग्यमय असणे.

पण या आरोग्यसंपन्नतेच्या पुढेही एक पायरी असते, त्याला शारीरिक धडधाकटपणा किंवा फिजिकल फिटनेस म्हणतात. अशा फिजिकली फिट व्यक्ती निरोगी तर असतातच, पण दैनंदिन जीवनातील छोट्या-मोठ्या हालचाली ते अतिशय जोमदारपणे आणि दीर्घकाळ न दमता करू शकतात. त्यांच्या या शारीरिक तंदुरुस्तीच्या सक्षमतेलाच फिजिकल फिटनेस म्हणतात.

फिटनेसच्या दोन पायऱ्या

अशा शारीरिक तंदुरुस्तीच्या दोन पायऱ्या असतात. यातली प्राथमिक पातळी ही सर्वसामान्य व्यक्तींसाठी असते. म्हणजे आपला व्यवसाय, नोकरी किंवा धंदा सांभाळण्यासाठी ज्यांना दिवसभर काम करावे लागते अशांसाठी. आपले घर सांभाळणाऱ्या गृहिणीसुद्धा यात येतात.

फिजिकल फिटनेसचा हा प्राथमिक दर्जा प्राप्त करण्यासाठी प्रथम बैठ्या जीवनशैलीला सोडचिठ्ठी द्यावी लागते. दैनंदिन जीवनात वेगाने चालणे, सायकल चालवणे, लिफ्ट न वापरता जिने वापरणे, घरातील रोजची साफसफाईचे काम करणे, बागकाम करणे, त्याचबरोबर घरासंबंधी असलेली काही प्राथमिक दुरुस्तीची कामे स्वतः करणे आवश्यक असते. नृत्य किंवा ट्रेकिंगसारखे काही छंद, लहान मुलांबरोबर मस्ती करणे किंवा बॅडमिंटन, टेनिस, फुटबॉल, व्हॉलीबॉलसारखे खेळ खेळणे, योगासने, सूर्यनमस्कार, जोर-बैठका, पोहणे, कमी वजने वापरून केले जाणारे वेट ट्रेनिंग अशासारख्या गोष्टीही त्यात येतात.

मात्र दुसऱ्या पातळीवरील धडधाकटपणा प्राप्त करण्यासाठी विशेष प्रयत्न करावे लागतात. उच्च दर्जाच्या राष्ट्रीय तसेच आंतरराष्ट्रीय पातळीवर खेळ खेळणारे खेळाडू, ॲथलीट्स, कमालीच्या शारीरिक मेहनतीचे कार्य करणारे कामगार, वायुदल, भूदल आणि नौदलातील सैनिक, कमांडो, खास दलातील पोलीस यांच्यासाठी ही उच्च पातळी अत्यावश्यक असते. मात्र ज्यांना फिटनेस फ्रीक म्हटले जाते अशा शारीरिक तंदुरुस्तीचा वसा घेतलेल्या काही आग्रही व्यक्तींना हा उच्च स्तर प्राप्त करण्यासाठी विशेष मेहनत घ्यावी लागते.

शारीरिक तंदुरुस्तीचे घटक

फिजिकल फिटनेसची पातळी ठरवणारे काही घटक असतात. यात-

विशेष सूचना

कुठल्याही वयात व्यायामाची सवय लावून घेणे हे हितकारकच असते. आपले आरोग्य आणि शारीरिक तंदुरुस्ती उत्तम ठेवल्यास हृदयविकार, उच्च रक्तदाब, मधुमेह, स्थूलत्व, सांधेदुखी असे आजार दूर पळतात. आणि एखाद्याला ते असले तरी त्याची तीव्रता कमी होते. नियमित व्यायामाने फिजिकल फिटनेस वाढवला तर मधुमेह किंवा रक्तदाबाच्या औषधांची मात्रा कमी लागू शकते.

मात्र चाळिशीपर्यंत व्यायामाची सवय नसेल तर वैद्यकीय सल्ला घेऊनच तो सुरू करावा. तुम्हांला काही आजार असेल तर डॉक्टर सांगतील तो व्यायाम, सांगितलेल्या वेळ मर्यादेतच करावा. अशा व्यक्तींनी व्यायाम करण्याचे आपले उद्दिष्ट काय आहे, हे जरूर ठरवावे. आपल्या रोजच्या कामातला उत्साह आणि जोम वाढवा आणि आपले आरोग्य निरामय राहावे हाच हेतू बाळगावा. उगीचच इतरांशी तुलना करून आत्माभिमानाने कुठल्याही वयात अचानक व्यायाम वाढावू नये, तसेच शक्तीपेक्षा जास्त व्यायाम करू नये. अशा वेळेस हृदयावर, स्नायूंवर, पाठीच्या कण्यावर, सांध्यांवर अतिरिक्त दबाव येऊन गंभीर घटना घडण्याची शक्यता असते.

जिममध्ये व्यायाम करताना काही चुका होतात, चुकीच्या पद्धतीमुळे चमक भरणे, स्नायूंना दुखापत होणे, स्नायुबंध दुखावणे किंवा फाटणे (लिगामेंट टेअर) अशा दुर्घटना घडू शकतात. त्यामुळे जिम इन्स्ट्रक्टरची मदत घेणे चांगले. आपली शारीरिक क्षमता नसताना मॅरॅथॉन पळणे, जास्त वजने उचलणे यामुळे हाडांवर दबाव येऊन हाडांना इजा (स्ट्रेस फ्रॅक्चर) होऊ शकते. व्यायाम करताना छातीत दुखणे, तो थांबवला की दुखणे थांबणे, व्यायाम करताना अंधारी किंवा डोके गरगरणे, चक्कर येणे, बेशुद्ध होणे; थोडा व्यायाम केल्यावर खूप दम लागणे, व्यायामाला सुरुवात केल्यावर पाठ किंवा कंबर खूप दुखणे असे त्रास असल्यास डॉक्टरांचा सल्ला त्वरित घेणे आवश्यक असते.

शारीरिक दुर्बलतेपासून धडधाकट बनण्याचा प्रवास म्हणजे निरामय आरोग्याकडे होणारी वाटचाल असते. ती अधिक डोळसपणे केली तर जीवन आरोग्यसंपन्नतेने लखलखून निघेल.

१. **शरीरातील चरबी :** प्रत्येक व्यक्तीचे वजन आणि उंची यानुसार त्याच्या शरीरातील चरबीचे प्रमाण जितके कमी तितकी ती व्यक्ती जास्त तंदुरुस्त समजावी. साहजिकच शरीरातील चरबी जास्त असणाऱ्या स्थूल व्यक्तींच्या शारीरिक तंदुरुस्तीसमोर मोठे प्रश्नचिन्ह येते.

२. **हृदय आणि श्वसनाची क्षमता** : वेगाने चालताना, पळताना किंवा कुठलीही वेगवान शारीरिक हालचाल करताना किती अंतरानंतर आणि किती वेळाने त्या व्यक्तीला दम लागतो हे यात ठरवले जाते. यात मुख्यतः हृदयाचे ठोके, श्वसनाची गती महत्त्वाची असते. या दोन्ही गोष्टींमुळे प्राणवायू किती वेगाने वापरला जातो हे जोखले जाते. थोडक्यात चालताना, पळताना, जिन्यांची चढउतार करताना लवकर दमणाऱ्या व्यक्ती शारीरिकदृष्ट्या कमकुवत ठरतात, तर जास्त वेळ आणि जास्त अंतर कापूनही श्वास न लागणाऱ्या आणि अजिबात न दमणाऱ्या व्यक्ती या अधिक फिट मानल्या जातात. ट्रेडमिलद्वारे किंवा स्ट्रेस टेस्ट या वैद्यकीय चाचणीच्या योगे हा फिटनेस समजू शकतो.

ज्या व्यक्तींमध्ये ही हृदयाची आणि श्वसनाची क्षमता कमी असते, अशांना हृदयविकाराचा झटका येण्याची शक्यता जास्त असते. मात्र नियमित व्यायामाने हा फिटनेस वाढवल्यास त्यांच्या तंदुरुस्तीची पातळी उंचावून त्यांचे

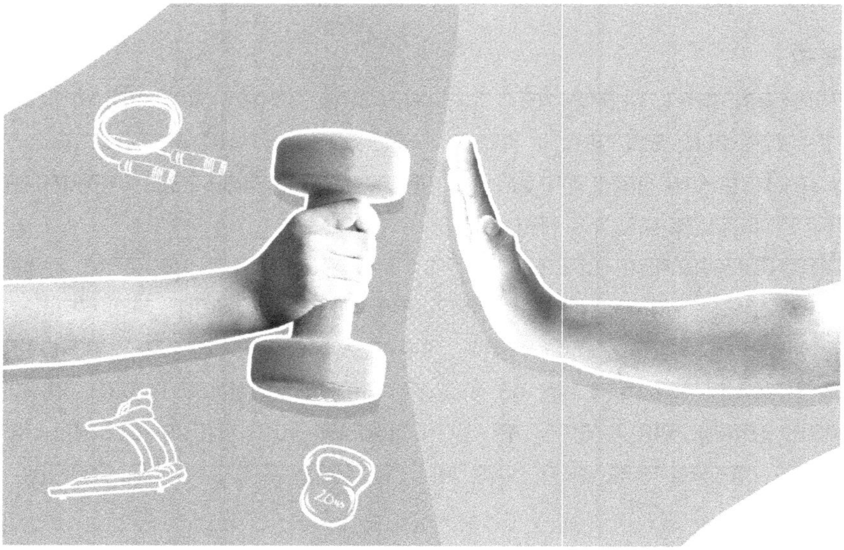

आयुर्मान नक्की वाढू शकते. उच्च पातळीची क्षमता असणाऱ्या व्यक्तींना हे धोके खूप अल्प प्रमाणात उद्भवतात.

३. **स्नायूंची ताकद आणि सहनशक्ती** : कमीत कमी वेळात, जास्तीत जास्त वजन उचलता येणे म्हणजे स्नायूची ताकद होय, आणि हे वजन उचलणे किंवा ताकद पणाला लावण्याचे काम, न थकता, पुनःपुन्हा किती वेळा उचलता येते, याला स्नायूंची सहनशक्ती किंवा एन्ड्युरन्स म्हणतात. जिममधल्या वजन उचलण्याच्या विशेष यांत्रिकी व्यायामांनी स्नायूंची ही ताकद आणि सहनशक्ती वाढवता येते. मात्र वजन उचलण्याचा व्यायाम साध्या पद्धतीने पण नियमितपणे केला तरी तो प्राप्त होऊ शकतो. या दोन्ही घटकांमुळे शरीरातील स्नायूच नव्हे तर हाडेसुद्धा बळकट होतात. त्याचप्रमाणे शरीराची चयापचय क्रिया उत्तम होऊन चरबीचे प्रमाण घटते.

४. **लवचीकपणा** : नुसते शरीरातील स्नायू बळकट झाले आणि शारीरिक स्टॅमिना वाढला म्हणजे मनुष्य तंदुरुस्त झाला असे समजू नये. शारीरिक हालचालींमधला लवचीकपणादेखील तितकाच महत्त्वाचा असतो. यात सांध्यांची हालचाल पटकन होणे, तोल सांभाळणे या गोष्टींचा समावेश होतो. एका पायावर उभे राहणे, एका पायाची टाच आणि दुसऱ्या पायाचा अंगठा जोडून सरळ रेषेत चालणे याने शारीरिक तोल प्राप्त होतो. तर स्ट्रेचिंग, पीटीचे व्यायाम अशा शारीरिक व्यायामांनी सांध्यांना आणि स्नायूंना लवचीकपणा मिळतो. योगासनांद्वारे या दोहोंचा उत्कृष्ट मिलाफ प्राप्त होतो.

वय आणि व्यायामाचे गणित

व्यायाम ही सर्वंकष आरोग्याची गुरुकिल्ली असते. परंतु त्या चावीचा आकार आणि प्रकार वयानुसार वेगळा असतो. तारुण्याने मुसमुसलेल्या विशीतल्या जवान मुलाचा व्यायाम आणि साठी उलटलेल्या ज्येष्ठ नागरिकांचा व्यायाम नक्कीच वेगळा असतो. चिरंतन तरुण राहण्यासाठी कुठलेही औषध नसते. मात्र व्यायाम ही औषधाची अशी गोळी असते की ती कितीही कडू लागली, तरी ती नियमितपणे घेतल्यास मनुष्य वाढत्या वयामुळे होणाऱ्या शरीराच्या दैनंदिन ऱ्हासावर विजय मिळवू शकतो.

नियमित केलेल्या व्यायामामुळे वजन कमी होते, स्थूलपणा तुम्हाला स्पर्शही करत नाही आणि विशेष म्हणजे ताणतणाव सुसह्य होतो. साहजिकच मधुमेह, उच्च रक्तदाब, कोलेस्टेरॉल वाढणे आणि हृदयविकार असे त्रास तुमच्यापासून चार हात लांब राहतात. थोडक्यात, तुम्ही तंदुरुस्त राहता. एखादी व्यक्ती कितीही फिट असली तरी व्यायाम करताना त्याच्या वयाचा विचार करायलाच लागतो. कारण २० वर्षांच्या तरुणाच्या आणि साठीतल्या ज्येष्ठाच्या शरीरामध्ये जमीन-अस्मानाचा फरक असणारच. साहजिकच तंदुरुस्त किंवा फिट राहण्यासाठी वयोमानाप्रमाणे व्यायामाचे आयाम वेगळेच असतात. वयाची चौकट पाळून व्यायाम केले, तर आरोग्याचा नंदादीप आयुष्यात सदोदित उजळत राहील. वयाची पहिली दोन वर्षे सोडली, तर प्रत्येक वयात शारीरिक हालचाली आणि व्यायामाचे महत्त्व अनन्यसाधारण आहे.

२ ते ५ वर्षे

या वयात मुलांचा विकास तीव्र गतीने होतो. याच काळात मुले आपल्या शरीराचा तोल सांभाळण्यास शिकतात. एका संशोधनानुसार, गुडघ्यावर चालणारी मुले शारीरिक हालचाली करताना आपल्या स्नायूंच्या समूहाचा सर्वाधिक उपयोग करतात.तज्ज्ञांच्या मते या गटातील मुलांना स्वाभाविकरीत्या धावणे, उड्या मारणे किंवा कुठेही चढण्याचा प्रयत्न करणे या सवयी असतात. अशा वेळी मुलांना सक्रिय ठेवण्यासाठी प्रोत्साहन द्यावे. कारण तोच त्यांचा व्यायाम असतो. आई-वडिलांनी जास्तीत जास्त मैदानी खेळ खेळण्यासाठी मुलांना प्रोत्साहन द्यावे.

५ ते १० वर्षे

या वयोगटातील मुलांच्या शरीराचा वेगाने विकास होत असला तरी या हाडांची वाढ पूर्ण होत नसते. अशा वेळी वजने उचलण्याचा व्यायाम करण्याऐवजी धावणे, पोहणे, सायकल चालवणे असे सोपे व्यायाम करावेत. शाळेत मैदानी खेळ खेळण्यात प्रोत्साहन द्यावे. सर्व मुलांनी शालेय क्रीडा स्पर्धेत सहभाग घेणे गरजेचे आहे.

१० ते २० वर्षे

किशोरावस्थेपर्यंत मुलांची उंची दरवर्षी सरासरी ९ सेंटीमीटर आणि मुलींची उंची ८ सेंटीमीटर वाढायला लागते. १२-

१३ वर्षे वयापासून मुलींचा विकास व्हायला सुरुवात होते. तो १८ वर्षांपर्यंत पूर्ण होतो. मुलांचा विकास पूर्ण होण्यास दोन वर्षे अधिक लागतात. म्हणजेच त्यांचा विकास २० वर्षांपर्यंत पूर्ण होतो. या वयात व्यायाम केल्याने शरीराचा नैसर्गिक विकास वेगाने होतो आणि चरबी वाढत नाही.

शरीराचे योग्य वजन कायम ठेवण्यासाठी हा वयोगट उपयुक्त ठरतो. या वयात चयापचयाचा वेग (मेटाबॉलिक रेट) तीव्र असतो. त्यामुळेच शारीरिक हालचाली दरम्यानच नव्हे, तर विश्रांती घेतानासुद्धा कॅलरीजचे ज्वलन होत असते. १६ ते २० वर्षे वयात स्नायू बळकट होऊ लागतात. त्यामुळे एरोबिक्स, धावणे, पोहणे, जलद चालणे, सायकल चालवणे हे व्यायाम करणे उत्तम. स्नायूंमधील लवचीकता व्यवस्थित राहण्यासाठी योगासने फायदेशीर असतात.

विशीमध्ये फिटनेससाठी

१. आठवड्यात सहा दिवस व्यायाम करावा.

२. सोमवार, बुधवार, शुक्रवार असा दिवसाआड ३० मिनिटे वेट ट्रेनिंग + ३० मिनिटे कार्डिओ व्यायाम करावेत.

३. मंगळवार, गुरुवार, शनिवार अशा उरलेल्या तीन दिवसांत, ४५ ते ६० मिनिटे कार्डिओ व्यायाम करावेत.

या वयाचा दोष असा की मूळचे शरीर भक्कम असते, पण आजूबाजूच्या आकर्षणांचा परिणाम लगेच होत असतो. जागरणे, बाहेरचे खाणे, फास्टफूड जंकफूडचा नाद, धूम्रपान-मद्यपानासारखी व्यसने, चिंता, ताणतणाव आणि व्यायामाचा आळस यामुळे शरीर पोखरले जाऊ लागते.

याच काळात व्यायाम करणाऱ्या बहुसंख्य युवकांना 'सिक्स-ॲब्स'चा आणि युवतींना 'झीरो फिगर'चा शौक निर्माण होतो. त्यामुळे अति व्यायाम आणि फॅड डाएट केली जातात. दीर्घकाळात दोहोंचा शारीरिक तंदुरुस्तीवर विपरीत परिणाम होत असतो.

वेट ट्रेनिंगमध्ये फक्त ५ किंवा १० किलो वजन दहा-दहाच्या सेटमध्ये उचलायचे असते. सुरुवातीला एक सेट करून नंतर ते ४-५ पर्यंत वाढवावेत. यामुळे स्नायू दणकट आणि पीळदार बनतात, तसेच हाडे भरभक्कम होतात. असा व्यायाम पुढील आयुष्यात करत राहिल्यास हाडांचे, मणक्यांचे आणि स्नायूंचे आजार लांब राहतात. पण खूप जास्त प्रमाणात ५०, ६०, ७० किलो वजन उचलण्याने स्नायूवर दबाव येऊन त्यांना दुखापत होऊ शकते.

अनेक तरुण-तरुणी वजन कमी व्हावे, पोट कमी व्हावे म्हणून तासतास ट्रेडमिलवर पळतात, वारेमाप क्रन्चेस करतात. पण याने काही फायदा होण्यापेक्षा ते या व्यायामाने थकून जातात आणि शरीराची झीजच होते. त्याऐवजी त्यांनी आहारामध्ये तेल-तूप-गोड कमी करावे आणि प्रथिने, पालेभाज्या, फळे यावर भर द्यावा. पोट कमी करण्यासाठी 'प्लॅन्क' हा उतरत्या फळीवरील व्यायाम करावा.

तिशीतला व्यायाम

या वयात चयापचय क्रिया थोडी मंदावते. स्नायूंचे आकारमान थोडे कमी होऊन ते शिथिल व्हायला सुरुवात होते. शरीरातील चरबीचे प्रमाण वाढून वजन वाढू लागते. बेसल मेटाबोलिक रेट कमी होतो, त्यामुळे शरीराला लागणारे उष्मांक कमी लागू लागतात, पण आहार तेवढाच राहतो. बऱ्याचदा या काळात आर्थिक आणि व्यावसायिक स्थैर्य येऊन व्यायाम बंद होतो किंवा अनियमित होतो. परिणामतः वजन वाढू लागते. या करिता...

१. सहा दिवस दर आठवड्यात व्यायामासाठी द्यावेत.

२. चार दिवस ओळीने रोज अर्धा तास वेट ट्रेनिंग आणि अर्धा तास कार्डिओ व्यायाम करावेत. यामध्ये जास्त वजन घेऊ नये. ५ ते १० किलो असे मध्यम वजन घेऊन वेट ट्रेनिंग करावे. आपल्याला सोसवेल एवढेच सेट्स करावेत. जर व्यायामाचा प्रशिक्षक असेल तर कमरेवरील भागाच्या स्नायूंचे व्यायाम दोन दिवस

आणि नंतर कमरेखालील भागांच्या स्नायूंचे व्यायाम दोन दिवस करावेत.

३. उरलेले दोन दिवस साधारणतः ४५ मिनिटे ते ६० मिनिटे कार्डिओ व्यायाम करावेत.

स्त्रियांच्या बाबतीत या वयोगटात विशेष काळजी घ्यावी लागते. या वयोगटातील अनेक स्त्रिया माता बनतात. त्यामुळे प्रसूतिपश्चात विशेष व्यायाम त्यांनी घेणे आवश्यक असते. त्यासाठी विशेष योगासने तसेच पोटाचे, नितंबाचे आणि पूर्ण शरीराचे व्यायाम करावे लागतात. हे व्यायाम न केल्यास वजनवाढ आणि त्यातून निर्माण होणारे मधुमेह, उच्च रक्तदाब, हृदयविकार असे आजार टळू शकतात. या काळात प्रसूतीमुळे आणि स्तनपानामुळे होणारी हाडांची झीज रोखणे महत्त्वाचे असते. सूर्यनमस्कार, सौम्य वेट-ट्रेनिंग अशा व्यायामांनी हाडांची ही झीज कमी होते आणि उत्तरायुष्यात होणारा 'ऑस्टीओपोरोसिस'सारख्या आजाराला दोन हात दूर ठेवता येते.

प्रसूती पश्चात सहा ते आठ महिन्यांनी या स्त्रिया नियमितपणे वेट-ट्रेनिंग आणि कार्डिओ व्यायाम करू शकतात.

चाळिशीतले व्यायाम

या वयात चयापचय क्रिया अधिक मंद होते, स्नायूंचे आकारमान घटू लागते आणि चरबीचे प्रमाण वाढू लागते. त्याच्या जोडीला शरीरातील लैंगिक आणि इतर हार्मोन्स कमी होऊन वजन वाढू लागते. स्त्रियांमध्ये हा रजोनिवृत्तीचा काळ असल्याने त्यांच्या वजनात वाढ होते, रक्ताभिसरण संस्थेबाबतचे संरक्षण कमी होते, हाडांची झीज वाढू लागते. त्यामुळे व्यायामाची रचना त्या पद्धतीने करावी लागते.

१. आठवड्यातील सहा दिवस व्यायाम, एक दिवस विश्रांती
२. दिवसाआड कमी प्रमाणातले वजन वापरून मर्यादित सेट्सचे वेट ट्रेनिंग एक तास
३. उरलेल्या तीन दिवसात दररोज ४५ मिनिटे मर्यादित गतीने कार्डिओ व्यायाम करावेत.
४. जर आधीपासून व्यायामाची सवय असल्यास चार दिवस वरीलप्रमाणे अर्धा तास दररोज वेट ट्रेनिंग आणि पाच दिवस दररोज ४५ मिनिटे कमी गतीचे कार्डिओ व्यायाम करावेत.

या गटातील स्त्रियांनी वेटट्रेनिंगचे व्यायाम घेण्यास मुळीच कचरू नये; कारण या काळात त्यांच्या हाडांची झीज वेगाने होत राहते. ती थांबविण्यासाठी वेट ट्रेनिंगच्या व्यायामांची मदत होते. काही आजार असल्यास, हृदयविकार, उच्च रक्तदाब असल्यास आपल्या डॉक्टरांचा सल्ला घेऊन या परिशिष्टात त्याप्रमाणे बदल करावेत. या वयोगटातील स्त्रियांनी पोट, दंड, पाठ, कंबर, मांड्या यावरील चरबी कमी होण्याच्या दृष्टीने काही विशेष प्रकारचे फ्लोअर एक्झरसाईझेस किंवा योगासने तज्ज्ञांच्या मार्गदर्शनाखाली करावीत.

चाळिशीत नव्याने व्यायाम सुरू करायचा असेल, आणि खालील गोष्टी जर तुमच्यात आढळत असतील, तर डॉक्टरांच्या सल्ल्याने संपूर्ण वैद्यकीय तपासणी करून घ्यावी.

१. बरीच वर्षे व्यायाम केला नसेल आणि एकुणात बैठी जीवनशैली असेल.
२. स्थूलत्व असेल
३. मधुमेह, उच्च रक्तदाब, हृदयविकार, फिट्स, हृदयविकाराच्या झटक्याचा कौटुंबिक इतिहास, संधिवात, अति धूम्रपान, अतिरिक्त मद्यसेवन असेल.

आयुष्याच्या सुवर्णमहोत्सवानंतर

आयुष्याच्या या उत्तरार्धात चयापचय क्रिया चांगलीच मंदावलेली असते, त्यामुळे वजनवाढ, पोट जास्त सुटणे हे प्रकार हमखास आढळून येतात. शिवाय खांदे गळाल्यासारखे दिसू लागतात. या वयासाठी-

१. आठवड्यातून ४ ते ६ दिवस व्यायाम करावा.
२. दररोज २० ते ४० मिनिटे धीम्या गतीने कार्डिओ व्यायाम करावेत. हा व्यायाम करताना फार दम लागता कामा नये. म्हणजे कुणी मध्ये प्रश्न विचारला तर एक वाक्य सलग बोलता येईल इतपत दम लागावा.
३. आठवड्यातून २ दिवस १० किलो वजन वापरून वेट-ट्रेनिंग करावे. यामध्ये ८ ते १२ सेट्स करावेत. उत्साहापोटी जास्त व्यायाम टाळावा. एखाद्याला जिममधील व्यायामाची सवय नसली तरी या काळात वेट-ट्रेनिंग जरूर करावे. साधारणतः ८ ते ९ आठवड्यात शरीरात कमालीचा सकारात्मक बदल नक्की दिसून येतो.

या शिवाय योगासने, दहा हजार पावले चालणे, शरीराचे स्ट्रेचिंग व्यायाम करणे, पीटीचे व्यायाम या गोष्टींवर भर द्यावा.

षष्ट्यब्दीपूर्तीनंतर

१. आठवड्यातील तीन दिवस अतिशय सौम्य गतीने कार्डिओ व्यायाम करावेत. त्यामुळे पळण्याऐवजी अगदी मंदगतीने जॉगिंग करणे, पोहण्याच्या तलावात चालणे, स्टेशनरी सायकल चालवणे असे व्यायाम करावेत. पाठीचे दुखणे असणाऱ्या व्यक्तींनी टेकून बसण्यासारखी तिरकी पाठ असलेली, रिकंबन्ट सायकल वापरून व्यायाम करू शकतात. अगदी काही जमले नाही तर एक तासात पाच किलोमीटर चालण्याचा शिरस्ता ठेवावा.
२. बाकीचे तीन दिवस पाच किलो वजन वापरून हळूहळू पण व्यवस्थितपणे वेट ट्रेनिंगचे ३ ते ५ सेट्स करावेत. साठी उलटली की सांधे दुखणे, गुडघे सुजणे, कंबरेच्या मणक्यांचे आजार यामुळे ज्येष्ठ नागरिक जर्जर होऊन जातात. पण याचे एक कारण या सांध्यांना योग्य व्यायाम मिळालेला नसतो. त्यामुळे असा व्यायाम हाडांच्या वेदना कमी करून त्यांच्यात काहीशी बळकटी आणू शकतो. स्नायूंची शक्ती वाढवू शकतो.

३. साठीनंतर उड्या मारण्याचे एरोबिक व्यायाम टाळावेत. यामध्ये व्यक्तींचा तोल जाऊ शकतो शिवाय गुडघे आणि घोटयांवरील ताण वाढण्याची शक्यता असते. त्याऐवजी स्ट्रेचिंगचे व्यायाम करावेत. योगासनेदेखील मर्यादित स्वरूपात करावी.

सत्तर आणि पुढे निरंतर

आज आयुर्मर्यादा सत्तरीच्या पुढे झेपावली आहे. त्यामुळे या वयोगटाचा विचार करायलाच हवा. व्यायामामुळे या वयात शरीर सुदृढ राहण्याबरोबर हालचाल आणि बौद्धिक, मानसिक कार्यक्षमता शाबूत राहते. जर अंथरुणाला खिळवून ठेवणारा कोणताही आजार नसेल, तर शरीराच्या प्रत्येक सांध्याच्या हालचाली होण्यासाठी व्यायामाची आवश्यकता असते. धीम्या गतीने चालणे, जमेल तेवढी योगासने करणे, जर अगोदरपासून वजनांचा व्यायाम करण्याची सवय असेल तर अगदी माफक प्रमाणातील वजने उचलण्याचाही व्यायाम करावा. मात्र त्याचे एखाद-दुसरा सेट केला तरी हरकत नाही.उतारवयातदेखील व्यायाम करणाऱ्या व्यक्तींना अल्झायमर्ससारखे आजार होण्याची शक्यता कमी असते.

निरोगी राहण्यासाठी जसा आहार आवश्यक असतो, तसाच व्यायामसुद्धा. तो जितक्या कमी वयात सुरू केला जाईल, तितका दीर्घकाळ आरोग्य पाठीशी राहते. मात्र वयानुसार आहाराप्रमाणेच व्यायामातसुद्धा परिवर्तन होणे नितांत गरजेचे असते.

सडपातळ तरीही स्थूल भारतीय

आपल्या भारताला आज 'जगातल्या मधुमेहाची राजधानी' समजली जाते. मधुमेहाने पीडित जगभरातल्या रुग्णांपैकी ४९ टक्के रुग्ण भारतीय आहेत. आजमितीला सव्वासात कोटी भारतीयांना मधुमेह आहे आणि तज्ज्ञांच्या अनुमानानुसार २०२५ साली ही संख्या तब्बल साडेतेरा कोटींवर जाणार आहे.

इंडियन कौन्सिल ऑफ मेडिकल रिसर्च (आय.सी.एम.आर.) इन्स्टिटयूट ऑफ हेल्थ मेट्रिक्स अ‍ॅण्ड इव्हॅल्युशन आणि पब्लिक हेल्थ फाउंडेशन ऑफ इंडिया या संस्थांनी २०१७मध्ये केलेल्या अभ्यासपूर्ण सर्वेक्षणात अनेक धक्कादायक निष्कर्ष समोर आले आहेत. त्यानुसार १९९२ ते २०१७ या पंचवीस वर्षाच्या कालावधीत भारतीयांना मधुमेह होण्याची शक्यता ६४ टक्क्यांनी वाढली.

भारतीयांतील वाढत्या मधुमेहाची कारणे

- **आर्थिक सुबत्ता :** भारतीयांना वाढत्या प्रमाणात मधुमेह होण्याचे कारण म्हणजे गेल्या पंचवीस वर्षात वाढत गेलेली सुबत्ता असे मानले जाते.

आकडेवारीचा विचार करायचा झाला, तर वर्ल्ड बँकेच्या अहवालानुसार १९९० साली भारतीयांचे दरडोई उत्पन्न रु.२४,८६७/- होते. २०१६साली ते ३४० टक्क्यांनी वाढून रु. १,०९,०००/- झाले. या वाढत्या उत्पन्नाबरोबर मधुमेही रुग्णांची संख्येत १२३ टक्क्यांनी वाढ झाली. या काळात अर्थव्यवस्थेतल्या प्रगतीसोबत बैठी कामे करण्याची प्रवृत्ती वाढली, यांत्रिकीकरण, संगणकीकरण, वाहनांची वाढती संख्या आणि विविध ऐषोरामाच्या साधनांची सहजतेने होणारी उपलब्धता यामुळे शारीरिक कष्ट खूपच कमी झाले. नेमके त्याचवेळेस जास्त प्रमाणात कॅलरीज असलेली जंकफूड्स आणि फास्टफूड्स मोठ्या प्रमाणात उपलब्ध झाली. आर्थिक सुबत्तेसोबत आलेली ही सुखासीनता आणि नवी खाद्यसंस्कृती आधी वजनवाढीत आणि त्यातून येणाऱ्या मधुमेहात परिवर्तित झाली.

केंद्रीय आरोग्य खात्यांतर्गत २०१५-१६ मध्ये झालेल्या 'राष्ट्रीय कौटुंबिक आरोग्य सर्वेक्षणात' कमी उत्पन्न असलेल्या नागरिकात ०.८ टक्के स्त्रिया आणि १ टक्का पुरुषांना मधुमेह असल्याचे निष्पन्न झाले. पण त्याच काळातल्या उच्च उत्पन्न गटात मधुमेहाने आपले बस्तान याच्या तिपटीने वाढवल्याचे म्हणजे पुरुषांत २.७ टक्के आणि स्त्रियांत २.९ टक्के असल्याचे निष्पन्न झाले.

आय.सी.एम.आर.ने २०१७मध्ये केलेल्या भारतातील राज्यवार सर्वेक्षणात, चंदीगड या केंद्रशासित प्रदेशामध्ये दरडोई उत्पन्न सर्वात जास्त म्हणजे ३,४४४ डॉलर्स आहे, तिथे मधुमेहाचे प्रमाण सर्वात अधिक म्हणजे १३.६ टक्के आहे. या उलट बिहार राज्यामध्ये दरडोई उत्पन्न सर्वात कमी म्हणजे ६८२ डॉलर्स आहे. तिथे मधुमेहाचे प्रमाणही सर्वात कमी म्हणजे ६ टक्के आहे. याचाच अर्थ पैशाची आवक वाढली आणि सुबत्तेची माधुरी चाखायला सुरुवात झाली की त्या गोडव्याने मधुमेह होण्याची शक्यताही तितकीच वाढते.

पण भारतातील शहरी भागात राहणाऱ्या, दारिद्र्यरेषेखालील व्यक्तींमध्येसुद्धा मधुमेह होण्याची तेवढीच शक्यता असते, असे 'लॅन्सेट डायबेटीस अँण्ड एंडोक्रायनॉलॉजी जर्नल'च्या ऑगस्ट २०१७मध्ये प्रसिद्ध झालेल्या एका अहवालात नमूद केलेले आहे.

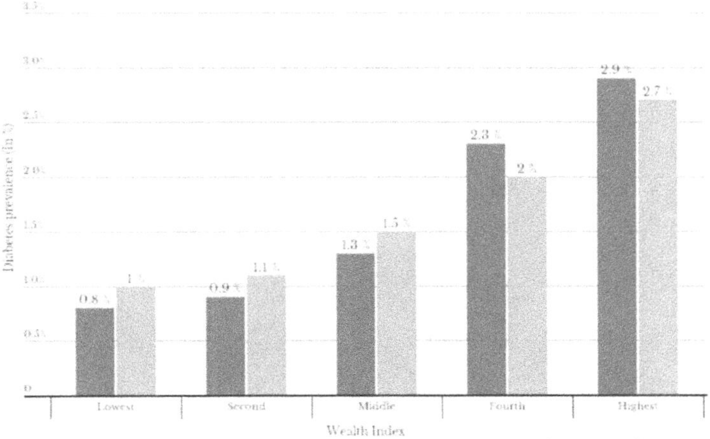

(संदर्भ- आय.सी.एम.आर. सर्व्हे २०१७)

- **वाढते वजन** : आपले वजन आदर्श असल्यास स्थूलत्वामुळे होणारे आजार होत नाहीत. पण आदर्श वजन म्हणजे तरी काय असते?

त्यासाठी 'बॉडी मास इंडेक्स' (बी.एम.आय.) ही संकल्पना समजून घ्यायला हवी. आपले किलोग्रॅममधल्या वजनाला मीटरमधील उंचीचा वर्ग करून भागले की जो भागाकार येतो, त्याला बीएमआय म्हणतात.

बॉडी मास इंडेक्स = (वजनाचे किलोग्रॅम) ÷ (मीटरमधील उंची)

सर्वसाधारणपणे या फॉर्म्युलामधून येणाऱ्या उत्तराचे वर्गीकरण खालील तक्त्याप्रमाणे करतात.

बी.एम.आय.	निष्कर्ष
१५ पेक्षा कमी	कमालीची कृशता
१५ ते १६	खूप कृश
१६ ते १८.५	कमी वजन
१८.५ ते २५	योग्य वजन
२५ ते ३०	अतिरिक्त वजनवाढ
३० ते ३५	जाड
३५ ते ४०	स्थूलत्व
४० पेक्षा जास्त	कमालीचे स्थूलत्व

- **चरबीचे प्रमाण** : वरील तक्त्यात दिल्याप्रमाणे एखाद्या व्यक्तीचा बीएमआय २३.५ असेल, तर तो आपले वजन आदर्श आहे असे समजेल. पण प्रत्यक्षात-

१. एखाद्या व्यक्तीचे वजन तक्त्यानुसार बरेच जास्त असेल; पण त्याच्या शरीरात स्नायूंचे प्रमाण भरपूर पण चरबीचा थर अगदी अल्प असेल, तर ती व्यक्ती स्थूल समजली जात नाही. आणि त्याला मधुमेह

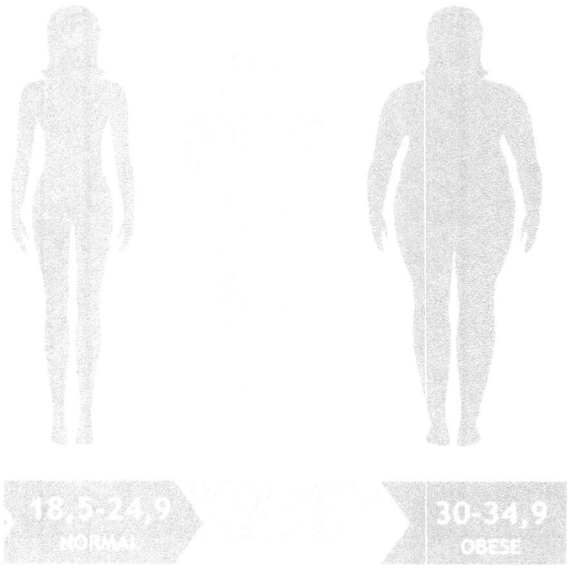

होण्याचा धोका कमी असतो.

२. एखाद्या व्यक्तीचे वजन जरी तक्त्याप्रमाणे आदर्श असेल, पण त्याच्या शरीरात चरबीचे प्रमाण जास्त आणि स्नायूंचे प्रमाण अत्यल्प असेल, तर तो बी.एम.आय. योग्य असूनही स्थूल समजला जातो. आणि त्याला मधुमेह होण्याची शक्यता पहिल्या प्रकारापेक्षा जास्त असते.

दुर्दैवाने आपण सारे भारतीय या दुसऱ्या प्रकारात मोडतो. म्हणजे दिसायला सडपातळ पण प्रत्यक्षात स्थूल. या विरोधाभासाला मधुमेहाबाबतचे जागतिक दर्जाचे संशोधक आणि तज्ज्ञ असलेले डॉ. चित्तरंजन याज्ञिक 'थिन फॅट इंडियन' म्हणतात.

थोडक्यात आपण वरवर भारतीय सडपातळ दिसत असलो तरी आपल्यामध्ये चरबीचे प्रमाण जास्त असल्याने आपण स्थूल असू शकतो. आणि त्याचवेळेस आपल्यापेक्षा जाडजूड दिसणारा युरोपियन, अमेरिकन किंवा आफ्रिकन माणूस प्रत्यक्षात चरबीचे प्रमाण कमी असल्याने सडपातळ असतो. त्यामुळेच भारतीयांना मधुमेह होण्याची शक्यता या 'श्वेत आणि कृष्णवर्णीय माणसांपेक्षा' कित्येक पटीने जास्त असते. आपली ही प्रवृत्ती एकप्रकारे आपल्या जनुकातच असते. याबाबत झालेल्या प्रदीर्घ संशोधनात आढळून आले की-

१. भारतीय वंशाच्या व्यक्तींमध्ये अतिरिक्त चरबी पोटावर आणि नितंबावर जमा होते,
२. भारतीयांच्या कंबरेचा घेर जन्मतः कमी असतो आणि पाश्चात्त्यांच्या तुलनेत कंबरेपासून पायांची लांबी कमी असते.
३. या गोष्टींचा परिणाम म्हणून भारतीयांमध्ये
   - शरीरातील नैसर्गिक इन्सुलिनच्या कार्याला होणारा अवरोध जात असतो आणि त्यामुळे इन्सुलिन खूप जास्त प्रमाणात स्त्रवते.
   - सी-रीॲक्टिव्ह प्रथिनांची पातळी जास्त राहते.
   - ॲडिपोनेक्टिनची पातळी खालावलेली राहते.
   - शरीरातील कोलेस्टेरॉलची पातळी अधिक राहते. त्यातील एचडीएलची पातळी कमी आणि एलडीएल

तसेच ट्रायग्लिसेराइडसची पातळी ओसंडून वाहते.

- आणि या साऱ्याचा एकत्रित परिणाम म्हणून भारतीय नागरिकांत मधुमेह आणि हृदयविकाराचे प्रमाण खूपच जास्त आहे.

- **जनुकीय कारणे** : डॉ. जेम्स नील या अमेरिकन आनुवंशिक शास्त्राच्या संशोधकाने १९६२मध्ये केलेल्या संशोधनात याबाबतची काही ऐतिहासिक जनुकीय कारणे मांडण्यात आली. यानुसार मध्ययुगीन काळात भारतात असलेला अन्नाचा दुष्काळ यासाठी कारणीभूत आहे असे मत त्यांनी मांडले. त्या काळात अन्नाचे दुर्भिक्ष्य मोठ्या प्रमाणात असायचे. सबब जेव्हा अन्न जास्त मिळेल, ते लगेच चरबीत रूपांतरित करायचे आणि पोटावरील आणि कंबरेवरील भागात जमा करून ठेवायचे गुणधर्म भारतीयांच्या जनुकात मुरले असावेत, असा कयास त्यांनी केला आहे. याला 'थ्रिफ्टी जीन हायपोथेसिस' म्हणतात.

- **जन्मजात वस्तुस्थिती** : २००३मध्ये प्रसिद्ध झालेल्या डॉ. याज्ञिक आणि इतर यांनी केलेल्या एका मूलभूत संशोधनात गर्भवती मातेचे आरोग्य आणि जन्मलेल्या बाळांची शारीरिक स्थिती याबाबत एक व्यापक अभ्यास केला गेला. यात पुणे परिसरातील ग्रामीण भागात राहणाऱ्या ६३१ गर्भवती महिलांची आणि त्यांच्या बाळांची काळजीपूर्वक तपासणी केली गेली. त्याच वेळेस इंग्लंडमधील प्रतिष्ठित आणि आर्थिकदृष्ट्या उच्चवर्गातील घटक असलेल्या साऊदॅम्प्टनमधील प्रिन्सेस ॲन हॉस्पिटलमधल्या ३३८ गर्भवती आणि त्यांच्या नवजात अर्भकांचीसुद्धा तशीच तपासणी करून निरीक्षणे नोंदवण्यात आली.

या सर्वेक्षणामध्ये सहभागी झालेल्या स्त्रियांच्या आणि त्यांच्या नवजात अर्भकाच्या नोंदी अशा होत्या-

क्र.	तपशील	पुणे	साउदॅम्प्टन
१	मातेचे वय	२१.४ वर्षे	२६.८ वर्षे
२	मातेची उंची	१.५२ मीटर	१.६३ मीटर
३	मातेचे वजन	४४.६ कि.ग्रॅम	६३.६ कि.ग्रॅम
४	बी.एम.आय.	१८.२	२३.४
५	बाळाचे जन्मतः वजन	२.७ कि.ग्रॅम	३.५ कि.ग्रॅम
६	बाळाचा पोटाचा घेर	सरासरीच्या ९५ टक्के	१०० टक्के
७	बाळाच्या दंडाचा घेर	सरासरीच्या ९५ टक्के	१०० टक्के
८	बाळाच्या खवाटयावरील त्वचेची जाडी	सरासरीच्या ९५ टक्के	१०० टक्के

(संदर्भ- डॉ. याज्ञिक आणि इतर- 'पुणे मॅटर्नल न्युट्रिशन स्टडी'- इंटरनॅशनल जर्नल ऑफ ओबेसिटी-२००३)

या बालकांमधील चरबीचे प्रमाण पाहण्यासाठी बेंबीपाशी असलेला पोटाचा घेर, दंडाच्या मध्यभागाचा घेर आणि पाठीवरच्या खवट्यावरील त्वचेची जाडी यांची मापे घेतली गेली. त्यामध्ये भारतीय बाळांच्या पोटातील अवयवांचे आकारमान लहान असते, शरीरातील स्नायूंचे प्रमाण कमी असते, पण आईच्या गर्भात असताना त्यांच्या शरीरातील चरबीचे प्रमाण व्यवस्थित राखले जाते.

म्हणजेच शरीराचे आकारमान सडपातळ पण चरबीचे प्रमाण जास्त हे 'थिन फॅट इंडियन' नावाने प्रसिद्ध झालेले

सूत्र आईच्या उदरात असल्यापासून जन्माला आल्यानंतरही कायम राखले जाते. त्यामुळेच भारतीयांमध्ये शरीरातील नैसर्गिक इन्सुलीनला अवरोध (इन्सुलिन रेझिस्टन्स) निर्माण होतो, असा निष्कर्ष काढला गेला.

थोडक्यात, आपण भारतीय कितीही सडपातळ राहिलो तरी स्थूल असतो आणि आपल्याला मधुमेह होण्याची शक्यता असतेच. मधुमेह तज्ज्ञांच्या मते जगात मधुमेह होण्याचे जे सरासरी वय आहे, त्यापेक्षा कमी वयातच भारतीयांना मधुमेह होतो.

- **उपाय :** जनुकीय आणि आर्थिक कारणांमुळे भारतातील मधुमेहाचे प्रमाण जरी वाढत असले तरी भारतीयांनी नियमितपणे शारीरिक व्यायाम करून आपले वजन आणि पोटाचा-कंबरेचा घेर प्रमाणात ठेवला पाहिजे. आपला बी.एम.आय.साधारणपणे २३.५ एवढा राखायला हवा, पोटाच्या आणि कंबरेच्या घेराचे गुणोत्तर १ एवढे हवे आणि शरीरातील चरबीचे प्रमाण पुरुषांनी १४ ते २० टक्के आणि महिलांनी २० ते २७ टक्के राखावे.

यामध्ये व्यायाम म्हणजे चालणे, धावणे, पोहणे, सायकलिंग असे एरोबिक व्यायाम रोज किमान अर्धा तास करावेत. याने शरीरातील अतिरिक्त चरबी उष्मांक निर्माण करण्यासाठी वापरली जाऊन ती कमी होते. आणि त्याचबरोबर व्यायामशाळेतील वजने वापरणे किंवा जोर, बैठका, पुशअप्स, डम्बेल्स अशा प्रकारचे व्यायाम किमान अर्धा तास करावेत. यामुळे शरीरातील मांसल स्नायूंचे आकारमान वाढेल.

आहाराबाबत कोणत्याही प्रचलित 'फॅड डाएट'च्या नादी न लागता, आपल्या शरीराला आवश्यक असलेल्या एकूण कॅलरीजप्रमाणे 'मान्यताप्राप्त आहारतज्ज्ञाकडून' आपला आहार आखून घ्यावा. आणि दिवसातून दर ४ तासांनी त्याप्रमाणे ४-५ वेळा खावे.

तज्ज्ञांच्या मते, जनुकीय कारणांनी जरी मधुमेह होण्याची शक्यता असेल तरी व्यायाम करून उपरनिर्दिष्ट सर्व 'मापे आणि आकडे' व्यवस्थित राखले, तर मधुमेह कदाचित होईलही, पण तो उतारवयात होईल आणि त्यामध्ये विशेष गुंतागुंत (कॉम्प्लिकेशन्स) नसेल, असेही सप्रमाण सिद्ध झाले आहे.

भारतीयांचा सडपातळ स्थूलपणा हा जन्मजात असल्याने लहान मुलांच्या आहाराबाबत आणि वजनाबाबतही अशीच काळजी घ्यावी. या वयातील मुलांचे जंकफूड आणि फास्टफूडबाबत असलेले आकर्षण लक्षात घेता त्यात समतोल साधावा. मुलांना बाळसेदार आणि गुटगुटीत बनवण्याऐवजी शारीरिकदृष्ट्या चपळ ठेवण्याचे प्रयत्न करावेत.

'साहसी पर्यटन' आणि फिटनेस

आपले नेहमीचे धकाधकीचे पण चाकोरीतले जगणे काही काळ विसरून नव्या ठिकाणी जाणे म्हणजे पर्यटन. निसर्गाच्या सहवासात आनंदाचे क्षण घालविण्याची आणि नवनवीन कला, संस्कृतीविषयी जाणून घेण्याची माणसाची मूलभूत प्रवृत्तीच त्याला पर्यटनासाठी उद्युक्त करते. पर्यटन करताना मौजमजा करणे हाच बहुतेकांचा उद्देश असतो. मात्र सारेच जण अशा विचारांचे नसतात. त्यांची मौजमजेची व्याख्या थोडी हटके असते.

काही तरी जगावेगळे करावे, सर्वसामान्यांना ज्यात भीती वाटते असेच काहीतरी करावे असे या काही मोजक्या व्यक्तींना वाटत असते. प्रसंगी जीव धोक्यात घालून अशी काही देदीप्यमान गोष्ट करावी की ज्या सर्वसामान्य व्यक्ती टाळत असतात, अशी विजिगिषु वृत्ती काही जणांच्या रक्तात सळसळत असते. साहस, साहस म्हणतात ते हेच असते. या साहसी वृत्तीतून विशेष प्रकारच्या स्थळांना भेट देणे आणि तिथे शरीराला कष्ट देऊन आणखी काही अतिविशेष उपक्रम करणे म्हणजे साहसी पर्यटन. किंबहुना युवकांमधील साहसी वृत्ती अशा पर्यटनातूनच विकसित होऊ शकते.

'साहसी पर्यटन'म्हणजे एखाद्या दूरस्थ, अज्ञात आणि अवघड ठिकाणाचा प्रवासी दौरा असतो. त्यात कमालीचे शारीरिक श्रम असतात. या पर्यटनात शरीराच्या तंदुरुस्तीची एक प्रकारची परीक्षाच घेतली जात असते. या पर्यटन प्रकारात गिर्यारोहण, खोल दऱ्यांमध्ये उतरणे, उभ्या कातळावर प्रस्तरारोहण करणे, ज्यांचा थांगही लागत नाही अशा गुहांमध्ये फिरणे, खूप उंचावरून 'बंजी जम्पिंग' करणे, डोंगर-दऱ्यांमध्ये, खडतर प्रदेशात सायकल किंवा वाहन चालवणे, पांढऱ्या शुभ्र पण बर्फासारख्या थंड आणि कमालीचा वेग असलेल्या जलप्रवाहात राफ्टिंग करणे, उंच शिखरांना जोडलेल्या धातूच्या तारांना लटकून पलीकडे दूरवर जाणे (झिप लायनिंग), उंच प्रदेशातून उड्डाण करून मोठ्या कापडी पतंगाद्वारे पॅराग्लायडिंग करणे, समुद्रात खोलवर जाऊन दीर्घ डुबकी मारणे असे अनेकविध प्रकार येतात.

खूप कमी लोकांना माहिती असलेल्या एखाद्या अनोख्या ठिकाणी प्रवास करून, अशा साहसी खेळांचा मनसोक्त आनंद घेत, शारीरिक कुवतींना आव्हान देणारे हे साहसी पर्यटन झपाट्याने लोकप्रिय होत आहेत. मात्र अशा पर्यटनामध्ये सामील होणाऱ्या युयुत्सु पर्यटकांच्या आरोग्याला आणि सुरक्षिततेला अनेक धोके संभवतात. त्यामुळे या धोक्यांची जाणीव आधीच करून घेतल्यास आणि त्यादृष्टीने उपाय योजना आखल्यास हे पर्यटन सुरक्षित होते आणि तुमच्या सुटीचा आनंद द्विगुणित होतो.

साहसी पर्यटनातील धोके

- **दुखापती :** साहसी पर्यटनात बहुधा दुर्गम भाग असतात. आपल्या देशात असो किंवा परदेशात असो, अशा ठिकाणी चालताना, चढता-उतरताना, सायकल किंवा वाहन चालवताना पडणे, लागणे, हाड फ्रॅक्चर होणे,

सांधे निखळणे अशा दुखापती होऊ शकतात. सहलीची ही ठिकाणे शहरी वस्तीपासून आणि वैद्यकीय सोयी सुविधांपासून अनेकदा इतकी दूर असतात की या दुखापतींवर त्वरित इलाज होणे दुरापास्त असते.

- **प्रथमोपचार** : अशा प्रदेशात जरी उपचार मिळाले तरी ते खूप प्राथमिक स्वरूपाचे असू शकतात. एखादे महत्त्वाचे औषध मिळणे, गंभीर दुखापतीवर किंवा त्रासावर तातडीचे उपचार होणे किंवा शस्त्रक्रियेची सोय असणे शक्य होत नाही.
- **प्रतिकूल हवामान** : या प्रदेशात खूप पाऊस, हिमवर्षाव आणि हवामानातील अतिरेकी बदल घडत असतात. त्यामुळे मदत पथके तिथे पोचणे अनेकदा दुष्प्राप्य असते.

कीटकदंश, सर्पदंश, वनस्पतींची तीव्र ॲलर्जी येणे, कडक उन्हाने शरीरावर फोड येणे किंवा अतिबर्फाच्छादित प्रदेशात हिमदंश (फ्रॉस्ट बाईट) होणे हे घातक ठरू शकतात. शारीरिक कष्ट सहन न झाल्याने दम्याचा त्रास होणे, हृदयविकाराचा झटका येणे, भोवळ येणे, सांधे सुजणे असे त्रासदायक आणि गंभीर आजार होऊ शकतात.

दुर्गम भागातील अन्न न पचल्यास किंवा दूषित अन्न आणि पाणी घेतले गेल्यास उलट्या, जुलाब, पोट दुखणे, कावीळ, टायफॉईड हे आजार होतात. जर त्या प्रदेशात डास असतील तर डेंग्यू, मलेरिया, काला आजार, चिकुनगुन्या असे आजार संभवतात.

काय काळजी घ्यावी

१. **वैद्यकीय सल्ला** : केवळ एखाद्याची इच्छा आहे म्हणून त्याला अशा पर्यटनात भाग घेता येत नाही. देशा-परदेशातील अनेक साहसी पर्यटनामध्ये बहुतेकदा शारीरिक फिटनेसची तपासणी केली जाते. काही ठिकाणी तुमच्या फिटनेसबाबत केवळ एक फॉर्म भरून घेतला जातो किंवा वैद्यकीय प्रमाणपत्र मागितले जाते. मात्र या प्रमाणपत्राला फक्त औपचारिकता समजून तो वरवर भरल्यास पर्यटकामधील शारीरिक त्रुटीकडे दुर्लक्ष होऊन प्रवासामध्ये गंभीर प्रसंग उद्भवू शकतात.

याकरिता अशा प्रवासाच्या साधारणतः दीड महिना अगोदर डॉक्टरांची वेळ घेऊन संपूर्ण वैद्यकीय तपासणी आणि आवश्यक त्या चाचण्या करून घ्याव्यात. यामध्ये आपण या पर्यटनासाठी शारीरिकदृष्टद्धा फिट किंवा योग्य आहोत का हे समजून घ्यावे. उदाहरणार्थ, हृदयविकार असेल तर फार शारीरिक कष्ट पडतील असे उपक्रम करता येणार नाहीत. किंवा फुफ्फुसांची क्षमता जास्त असेल, दमा, सीओपीडी असे विकार असतील तर अतिउंचावरील व विरळ हवामानाच्या प्रदेशात जाऊ नये.

- **प्रथमोपचार** : अशा सफरीत भाग घेताना प्रथमोपचार येणे आवश्यक असते. त्यासाठी व्यवस्थित प्रशिक्षण घेणे आणि अत्यावश्यक औषधे आणि उपकरणे यांचा समावेश असलेले प्रथमोपचाराचे किट प्रवासात नेणे अत्यावश्यक असते.

२. **लसीकरण** : ज्या भागात जायचे आहे, तेथे प्रचलित असलेल्या आजारांच्या लसी घ्याव्यात. या शिवाय कावीळ, टायफॉईड अशा आवश्यक आजारांच्या लसी जरूर घ्याव्यात.

३. **विशेष काळजी** : आपल्याला असलेल्या त्रासांमधून काही गंभीर आजार होऊ नये म्हणून काय टाळावे आणि काय करावे याबाबतच्या सूचना घ्याव्यात.

४. **प्रवासी आरोग्यविमा** : आपल्या साहसी पर्यटनात होणाऱ्या अपघातांसाठी किंवा आजारपणासाठी विशेष प्रकारचा विमा उतरवणे आवश्यक असते. त्यामुळे उपचारादरम्यान आर्थिक कुचंबणा होत नाही.

शारीरिक फिटनेससाठी- साहसी पर्यटन प्रकारामधील सफरी म्हणजे त्या व्यक्तीच्या शरीराची सर्वांगीण कसोटी असते. यात-

- **स्टॅमिना** : खूप शारीरिक कष्ट केल्यावरही दम न लागणे,
- दीर्घकाळ काम करण्याची स्नायूंची शारीरिक कुवत,
- सांधे आणि पाठीचा कणा किती जास्तीत जास्त तणाव झेलू शकतो,
- प्रतिकूल परिस्थिती, भीती, निराशा, सांघिक ऐक्याची भावना.

या साऱ्याबाबतीत मानसिकदृष्टद्धा ती व्यक्ती किती ताण सहन करू शकतो याची परीक्षा असते.

या गोष्टी साध्य करायच्या असतील, तर किमान दोन ते अडीच महिने सुनियोजितपणे शारीरिक तयारी करावी लागते. या पूर्वतयारी टप्प्याटप्प्याने करावी. साहसी पर्यटन खूप उच्च पातळीचे असेल, तर वर उल्लेखलेल्या सर्व गोष्टी नितांत गरजेच्या असतात. साहजिकच शक्य असल्यास अनुभवी व्यक्तींच्या मार्गदर्शनाखाली किंवा यामध्ये पारंगत असलेल्या प्रशिक्षकांकडून त्यासाठी परिपूर्ण तयारी करून घ्यावी. पण केवळ मौज आणि साहस या दोन्हीचे मिश्रण असलेल्या साहसी सहलीत वैयक्तिक पातळीवरदेखील या गोष्टी काही प्रमाणात आवश्यक ठरतात.

१. **चालणे** : यात दीर्घकाळ भरभर चालणे आवश्यक असते. केवळ सपाटीवर नव्हे तर उंचसखल रस्ते, टेकड्या, डोंगर, खडकाळ प्रदेश, दगडधोंड्यानी, चिखलाने भरलेले माळरान किंवा टेकडया, समुद्राचा वालुकामय किनारा अशा विविध प्रकारच्या जमिनीवर चालण्याची सवय करणे आवश्यक असते. कमी अंतरापासून सुरुवात करून हळूहळू ते अंतर आपल्या प्रवासातील अंतराइतके न दमता कसे कापता येईल याकडे लक्ष द्यावे. पर्यटनाला निघेपर्यंत किमान ४ ते ६ तास अखंडितपणे चालता यायला हवे.

चालताना दुर्गम प्रदेशात वापरण्यासाठी काही काठ्या मिळतात, त्यांचा वापर करण्याची सवय करणे योग्य ठरते. उंचावर चढताना पाठीवर जड वजनाच्या सॅक्स बांधून चढणे उपयुक्त ठरते. नेहमीच्या हॅवरसॅकमध्ये दगडी गोटे भरून चालण्याची सवय करणे हा या तयारीचा महत्त्वाचा भाग असतो.

२. **पायांची क्षमता** : केवळ चालणेच नव्हे, तर इतर व्यायामपद्धतीने पायांची ताकद आणि क्षमता वाढवणारे

व्यायाम करणे योग्य ठरते. यामध्ये वेगाने धावणे, मध्यम गतीने दीर्घकाळ पळणे, ट्रेडमिलवर व्यायाम करणे आवश्यक असते. पण त्याबरोबरच बैठका, जिम वर्क-आउट्स, वजने उचलून पायांच्या स्नायूंची शक्ती वाढवणे, अधूनमधून फुटबॉल, स्क्वॉश खेळणे, तसेच पोहणे, सायकलिंग करणे, स्पिन सायकलवरील व्यायाम यांचा समावेश करावा.

३. **श्वसनक्षमता वाढवणे** : पळणे, पोहणे, ट्रेडमिल अशा व्यायामाबरोबर प्राणायाम, दीर्घ श्वसन, योगासने, भस्त्रिका यांच्या साहाय्याने श्वसनसंस्थेची क्षमता वाढते. यामुळे शारीरिक श्रमानंतर दम लागणे कमी होते तसेच प्रत्येक श्वासाबरोबर जास्त हवा फुफ्फुसात घेतली जाते. या हवेतून प्राणवायू अधिक प्रमाणात मिळतो आणि रक्ताभिसरणात सुधारणा होते.

श्वसनक्षमता वाढवण्याचा एक सोपा व्यायाम म्हणजे नियमितपणे टेकडी चढणे आणि इमारतीचे अधिकाधिक जिने एका दमात चढणे. उंच प्रदेशातील पर्यटनातील सफरीत श्वसनाची क्षमता वाढवण्यासाठी याचा चांगला उपयोग होतो.

४. **बदलत्या हवामानातील क्षमता** : आपल्या राहत्या प्रदेशापेक्षा वेगळे हवामान असलेल्या प्रदेशातील सफर असेल, तर त्याप्रमाणे आपल्याला त्या हवामानाशी जुळवून घ्यावे लागते. साहसी सफरीचे प्रदेश बहुधा अतिथंड, बर्फमय किंवा खूप वेगवान वारे वाहणारे असू शकतात. काही प्रसंगी खूप उष्ण किंवा अतिशय दमट, प्रचंड पर्जन्यवृष्टी, खूप विरळ वातावरण अशा हवामानातही सफर असते. त्या वातावरणाची सवय करून घ्यावी लागते. त्यासाठी त्या सफरी आधी तत्सम हवामान असलेल्या प्रदेशात काही काळ जाऊन तिथे व्यायाम करणे किंवा ही सफर सुरू होण्यापूर्वी २-३ दिवस तिथे जाऊन राहण्याचा प्रघात असतो. याला 'ॲक्लामायटिझेशन' म्हणतात.

५. **मानसिक तयारी** : मनातील उद्दिष्ट गाठण्यासाठी खंबीरता आणि निर्णयक्षमता असावी लागते. साहसी पर्यटनात विपरीत वातावरण, छोट्या दुखापती, काही विवंचना, अचानक उद्भवणारी भीती किंवा तणाव यामुळे ती सफर अर्धवट सोडण्याचे असंख्य प्रकार घडत असतात. यामध्ये आवश्यकता नसताना केवळ चिंता निर्माण झाल्यामुळे अशी सफर सोडू नये यासाठी थोडी मानसिक सक्षमता लागते. इतरांशी चर्चा, इतरांचे अनुभव शेअर करणे याबरोबरच मेडीटेशन आणि रीलॅक्सेशन पद्धती वापरून मनाची तणाव सहन करण्याची सक्षमता निर्माण करण्याची आवश्यक असते.

तणावपूर्ण आणि चिंतेच्या प्रसंगात स्वतःला कसे सावरावे यासाठी काही विशेष सवयी लावून घ्याव्या लागतात. मनोविकार तज्ज्ञ आणि समुपदेशक यांचा सल्ला याबाबत उपयुक्त ठरतो.

६. **आहार** : रोजच्या आहारामध्ये बदल करून स्नायूंची क्षमता वाढवायला प्रथिने, हाडांसाठी कॅल्शियम, ऊर्जेसाठी पिष्टमय पदार्थ आणि स्निग्ध पदार्थ यांचा आहारात योग्य वापर करावा लागतो. साहसी पर्यटनात क्षार आणि पाणी यांचे प्रमाण आवश्यक तेवढे राखण्यासाठी नियमितपणे ३ लिटर पाणी, फळे, सरबते घेण्याची सवय हवी. पर्यटनात या गोष्टी मिळतीलच याची खात्री नसते, पण त्यासाठी ओआरएस आणि पाणी यांचा वापर करावा लागतो.

७. **विश्रांती** : साहसमय सफरीची तयारी करताना रोज किमान ७ तास झोपेची सवय हवी. त्यामुळे शरीराची होणारी झीज भरून निघण्यास वाव मिळतो. अशा सफरींचे दैनंदिन वेळापत्रक ठरलेले असते. त्याकडे नजर टाकून जर झोपेची आणि विश्रांतीची वेळ कमी असेल तर तेवढ्या वेळेच्या विश्रांतीची सवय लावून घ्यावी. कित्येकदा अशा सफरीत अचानक उद्भवणाऱ्या दुर्धर प्रसंगात विश्रांती बिलकूल न मिळण्याची शक्यता

असते, अशाही प्रसंगांसाठी तयारी हवी.

८. **कौशल्ये** : प्रत्येक प्रकारच्या साहसी सफरीत वेगळ्या कौशल्याची गरज असते. उदाहरणार्थ, समुद्रात पाण्याखाली डीप सी डायव्हिंग, स्कूबा डायव्हिंग, स्नॉर्कलिंग यामध्ये वेगळ्या क्षमता आणि कौशल्ये लागतात. गिर्यारोहणात, बंजी जम्पिंग, हाय टेरेन ड्रायव्हिंग, रॉक क्लायम्बिंग अशा प्रकारांत आणखी वेगळ्या गोष्टी येणे गरजेचे असते. ही कौशल्ये आत्मसात करण्यासाठी काही विशेष उपक्रम किंवा प्रशिक्षण घ्यावे लागते.

९. **कपडे आणि इतर** : थंड प्रदेशात, बर्फाळ प्रदेशात, पावसाळी किंवा दमट, उष्ण हवामानात ही सफर असेल तर त्यासाठी योग्य असे कपडे वापरावे लागतात. प्रवासाआधीच त्यांचा वापर करायची पद्धत शिकून त्याची सवय करावी. बर्फाळ प्रदेश, डोंगराळ प्रदेश, खडकाळ किंवा चिखलयुक्त प्रदेश, वाळवंट या प्रकारच्या प्रत्येक प्रदेशात वापरण्यासाठी वेगवेगळी पादत्राणे लागतात. त्यांचाही वापर करण्याची सवय करावी लागते.

थोडक्यात सांगायचे झाले तर साहसी पर्यटन तुमच्या शरीराला आणि मनाला वेगळी खुमारी देऊन जाते. या प्रकारच्या सहलीत शरीराची क्षमता पराकोटीने वाढते. मनोमन तुम्ही पाच-सात वर्षांनी नक्की तरुण होता. पण त्यासाठी त्या सफरीला आवश्यक असलेली शारीरिक मानसिक क्षमता आणि कौशल्ये यांचा विचार करून सजगतेने नियोजन केल्यास या सहली नक्कीच संस्मरणीय होतील.

स्पोर्ट्स इंज्युरीज : एक नवे आव्हान

क्रिकेट हा साऱ्या भारतीयांचा आवडता खेळ. आय.पी.एल.सारखी देशांतर्गत स्पर्धा असो किंवा ऑस्ट्रेलिया, इंग्लंडबरोबर आंतरराष्ट्रीय एक दिवसीय सामना असो, त्यातील बारीक सारीक घटनांवर सर्वांचे चांगलेच लक्ष असते. टेलिव्हिजनवरचे लाइव्ह सामने, सामन्यादरम्यान आणि नंतर त्यांचे विश्लेषण, क्रीडाविषयक बातम्या नेहमीच कान देऊन ऐकल्या जातात. अशा बातमीपत्रात डोक्यावर चेंडू बसून क्रिकेटपटूचा अंत, दोन खेळाडूंच्या टकरीत युवा क्रिकेटपटूचे निधन, फॉर्म्युला वन शर्यतीचा सम्राट मायकेल शूमाकर अपघातात कायमचा जायबंदी, अमुक अमुक खेळाडू जखमी झाल्यामुळे पुढच्या सामन्याला मुकणार...! अशा अनेक बातम्या आपण ऐकतो.

काय असतात या क्रीडा दुखापती? संघाला गरज असताना या खेळाडूला का बरे तंबूत बसवतात? या साऱ्या गोष्टींचा समावेश असलेले क्रीडावैद्यक आणि क्रीडाक्षेत्रातील जखमा हे एक आता मोठे शास्त्र झाले आहे.

एकीकडे बैठी जीवनशैली प्रचलित होत असताना, भारताचे क्रीडाक्षेत्रही चांगलेच विकसित होत आहे. केवळ व्यायाम किंवा विरंगुळा म्हणून नव्हे, तर एक करिअर म्हणून आज अनेक युवक या क्षेत्राकडे आकर्षित होत आहेत. क्रिकेट, टेनिस, बॅडमिंटन, टेबल टेनिस, कबड्डी, फुटबॉल, कुस्ती, शरीरसौष्ठव असे अनेक क्रीडाप्रकार युवकांना उपजीविकेचे साधन म्हणून उपलब्ध होत आहेत. त्यामुळे या क्षेत्रात नाव कमावण्यासाठी सर्वस्व झोकून देऊन हिरीरीने प्रयत्न करणाऱ्या तरुणाईचे दर्शन घडू लागले आहे.

या युवकांना मार्गदर्शन करून त्यांच्यातील क्रीडागुणांना मूर्तरूप करण्यासाठी असंख्य स्पोर्ट्स अकादमीदेखील उदयाला आल्या आहेत. दिवसरात्र मेहनत करून राष्ट्रीय आणि आंतरराष्ट्रीय क्षितिजावर चमकू इच्छिणारे अनेक तारे आज चमकू लागले आहेत. आपले ईप्सित जिद्दीने साकार करण्यासाठी शरीराच्या क्षमता अमर्याद ताणल्यामुळे शरीरातील हाडामांसाला इजा पोचवणाऱ्या 'स्पोर्ट्स इंज्युरीज' मोठ्या प्रमाणावर आढळून येऊ लागल्या आहेत. या दुखापतींचा उपचार करणारे क्रीडावैद्यकशास्त्रसुध्दा आज चांगलेच प्रगत होते आहे.

क्रीडा क्षेत्रातील दुखापती

खेळ खेळताना किंवा व्यायाम करताना शरीरातील स्नायू, हाडे, कुर्चा, त्वचा, स्नायुबंध (लिगामेंटस, टेन्डॉन्स), किंवा शरीरातील कोणत्याही अवयवांना होणाऱ्या इजा, दुखापती, जखमा म्हणजे स्पोर्ट्स इंज्युरीज.

फुटबॉल, हॉकीसारख्या खेळांमध्ये खेळाडूंच्या होणाऱ्या धडका, घसरून पडणे, क्रिकेटमध्ये चेंडू लागणे, झेल घेताना किंवा क्षेत्ररक्षण करताना पडणे अशा कारणांनी प्रामुख्याने या इजा होतात. वजन उचलण्याच्या व्यायामात किंवा धावण्याच्या स्पर्धेतील चुकीच्या तंत्रामुळे, क्वचितप्रसंगी खेळासाठी किंवा व्यायामासाठी वापरण्यात येणारी साधने सदोष असल्यास अशा इजा होतात. शरीराच्या कार्यशक्तीमध्ये दोष असेल, किंवा व्यायामापूर्वी योग्य ते वॉर्मिंग अप आणि व्यायामानंतर शरीर सैलावण्यासाठी रिलॅक्सेशन न केल्याने अशा इजा होतात.

इजांचे प्रकार

सर्वसाधारणपणे क्रीडाक्षेत्रात खालील प्रकारच्या इजा नेहमी आढळून येतात.

१. त्वचेवर होणाऱ्या साध्या आणि खोल जखमा,

२. सांधे निखळणे (डिसलोकेशन)

३. स्नायू किंवा स्नायूबंध खूप वेगाने आणि तीव्रतेने ताणले गेल्यामुळे स्नायू मुरगळणे, लचक किंवा चमक भरणे (स्प्रेन)

४. हाडांना मार लागून अस्थिभंग (हाडे फ्रॅक्चर होणे),

५. मेंदूला मुका मार लागणे

निरनिराळ्या खेळात घडणाऱ्या घटनांमुळे होणाऱ्या इजा पाहता, त्यात बऱ्याचदा काही तत्कालीन घटनेमुळे होणाऱ्या तीव्र प्रकारच्या इजा (ॲक्युट इंज्युरीज) असतात. उदाहरणार्थ,

१. दोन खेळाडूंची धडक होणे,

२. एखाद्या जड वस्तूचा मार लागणे : म्हणजे क्रिकेटचा किंवा फुटबॉलचा चेंडू लागणे, स्टंप, बॅट, हॉकी स्टिक लागणे इत्यादी

३. वेगाने पडणे : म्हणजे क्रिकेटमध्ये क्षेत्ररक्षण करताना, धावणे, फुटबॉल किंवा तत्सम खेळात घसरून पडणे

तर काही खेळ खेळताना किंवा व्यायाम करताना स्नायूंच्या पुनःपुन्हा होणाऱ्या अतिवेगवान आणि शक्तिशाली हालचाली होत राहतात. या हालचालींमुळे शरीरावर वरकरणी लक्षात न येणाऱ्या सूक्ष्म इजा सतत होत राहतात. कालांतराने या सूक्ष्म इजा आजाराचे रूप धारण करतात. यांना दीर्घकालीन इजा (क्रॉनिक इंज्युरीज) म्हणतात. उदाहरणार्थ,

१. टेनिसमध्ये हातांच्या कोपरांवर पडणाऱ्या सततच्या ताणामुळे होणारा टेनिस एल्बो

२. बॉक्सिंगमध्ये मनगटे आणि खांद्यांवर पडणारा ताण

३. क्रिकेटमध्ये गोलंदाजांच्या खांद्यावर, पाठीवर पडणाऱ्या ताणामुळे होणारी खांदेदुखी किंवा पाठदुखी

४. विश्रांती न घेता सतत खेळाचा अतिसराव किंवा आवश्यकतेपेक्षा खूप जास्त वेळ आणि जास्त शक्तीचे व्यायाम करत राहण्यामुळे स्नायूंची किंवा हाडांची झीज होऊन निर्माण होणारे त्रास

५. स्नायूंमधील चमक, हाडांना मार लागणे असे साधे त्रास पूर्ण बरे व्हायच्या आधीच खेळ सुरू करणे

६. धावपटूंनी चुकीचे बूट वापरण्यामुळे होणारे घोट्याचे, नडगीचे, पोटरीचे त्रास

७. काही वेगवान खेळांमध्ये तसेच व्यायामांमध्ये अशास्त्रीय किंवा चुकीचे तंत्र वापरल्यामुळे स्नायूंना सतत सूक्ष्म इजा होत ती दीर्घकालीन स्वरूप धारण करते.

- **विशेष प्रकार** : क्रीडाक्षेत्रात घडणाऱ्या इजांचे सर्वेक्षण केल्यास...

१. त्वचा, स्नायू, लिगामेंट, स्नायूबंध अशा मांसल भागांच्या इजा आणि

२. हातापायांची हाडे, कवटी अशा टणक किंवा कठीण भागाला होणाऱ्या इजा हे दोन मुख्य आणि विशेष प्रकार आढळून येतात.

१. मांसल भागांच्या इजा : यात खुल्या जखमा आणि वरून जखम न होता कातडीच्या आतील मांसल भागाला इजा होणाऱ्या अंतर्गत इजा असे उपप्रकार असतात.

खुल्या जखमांत, खरचटणे, खोक पडणे, त्वचा कापली जाऊन जखम होणे आणि त्यातून रक्तस्राव होणे, हातापायांची कातडी घासली जाऊन तळहाताला किंवा तळपायांना फोड येणे, अशा गोष्टी असतात.

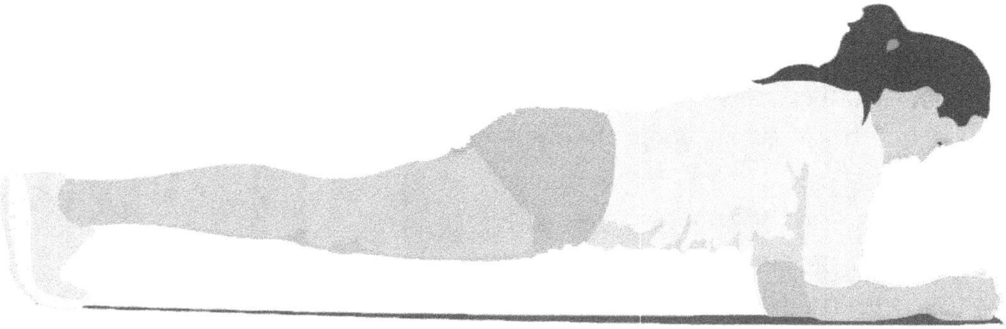

तर अंतर्गत दुखापतीत स्नायूंना तणाव पडणे, मुका मार लागणे, रक्त साकळणे, सांधा मुरगळणे, स्नायूंवर किंवा स्नायूबंधांवर अतिरिक्त ताण पडून चमक किंवा लचक भरणे असे प्रकार येतात. क्वचित प्रसंगी स्नायूबंध फाटणे (लिगामेंट टेअर) अशी इजाही होते. या प्रकारामध्ये आंतस्थ रक्तस्राव किंवा जखमासुध्दा होतात. खेळताना एखादा सांधा पिरगाळला जाऊन तो निखळणे हीदेखील अंतस्थ दुखापतच असते.

विशेष महत्त्वाची गोष्ट म्हणजे बहिस्थ इजा अंतस्थ इजांपेक्षा तशा कमी धोकादायक असतात. मात्र बहिस्थ इजांनी तीव्र वेदना होतात. त्यामुळे त्यांच्याकडे जास्त लक्ष दिले जाते आणि बहुधा अंतस्थ इजांकडे थोडा कानाडोळा होतो.

२. **हाडांच्या इजा**
   - डोक्याला मार लागून येणारे टेंगूळ
   - सांध्याला दुखापत होऊन सांध्यात रक्त साकळणे किंवा पाणी होणे
   - मार लागून मज्जातंतूंना दुखापत होणे
   - हाडांना इजा होऊन तडा जाणे (क्रॅक फ्रॅक्चर)
   - हाडांना इजा होऊन त्यांचा आकार बदलणे (बोन डीफॉर्मिटी)
   - हाता-पायांच्या हाडांना मार लागून हाडांचे तुकडे पडणे (फ्रॅक्चर)

३. **मज्जासंस्थेच्या इजा** : अनेकदा काही खेळांमध्ये मेंदूला किंवा मज्जासंस्थेला दुखापती होतात. यामध्ये चक्कर येऊन पडणे, डोक्यावर आघात होऊन मेंदूला मुका मार लागणे, अतिशय तीव्र उन्हात खेळल्याने डीहायड्रेशन होऊन उष्माघात होणे, श्वास कोंडला जाऊन मेंदूला मिळणारा प्राणवायू कमी होणे, खेळताना हृदयविकाराचा झटका येऊन किंवा रक्तदाब कमी होऊन मेंदूचा रक्तपुरवठा बंद होणे, खेळताना मेंदूत रक्तस्राव होऊन किंवा रक्ताची गुठळी होऊन मेंदूचा रक्तपुरवठा खंडित होणे असे अनेकविध प्रकार येतात.

४. **डीहायड्रेशन** : कोणताही खेळ खेळताना शरीरातील पाण्याचे प्रमाण कमी होत असते. त्यात खेळताना येणाऱ्या घामामुळे क्षार आणि पाणी कमी होत जाते. अशा वेळेस खेळाडूने शरीराला आवश्यक त्या प्रमाणात पाणी आणि क्षार न घेतल्यास शरीरात निर्जलीकरण होऊन रक्तदाब कमी होणे, मेंदूला प्राणवायू, क्षार, रक्तपुरवठा कमी होतो.

निदान

क्रीडाक्षेत्रातल्या या इजांमुळे होणाऱ्या आजारांचे निदान आणि उपचार प्रशिक्षित आणि मान्यताप्रत डॉक्टरांकडून करावे लागते. निदान करताना खेळाडूशी त्याच्या खेळण्याबाबतची माहिती आणि वैयक्तिक तंत्राबाबत चर्चा करावी लागते. त्याच्या इजेचे काळजीपूर्वक निरीक्षण करून आधी जखमांची चाचपणी करावी लागते. त्यानंतर त्याच्या दुखावलेल्या भागाच्या सहज होणाऱ्या आणि जोर देऊन होणाऱ्या हालचाली पाहाव्या लागतात. यात काही विशेष प्रकारच्या कौशल्यपूर्ण हालचाली करताना होणाऱ्या त्रासांची तपासणी करावी लागते. यावरून प्राथमिक निदान झाल्यावर रक्त तपासणी, एक्सरे, एमआरआय अशा विशेष तपासण्या करून घ्याव्या लागतात.

प्राथमिक उपचार

क्रीडावैद्यक तज्ज्ञाला दाखवून इलाज करण्याआधी काही प्राथमिक उपचार करणे आवश्यक असते. विशेषतः खेळादरम्यान ज्या इजा होतात, त्यावेळेस विशेषतः शालेय विद्यार्थ्यांच्या तसेच अव्यावसायिक खेळांदरम्यान एखाद्या खेळाडूला काही इजा झाल्यास काही प्राथमिक उपचारांची माहिती प्रत्येकाला असावी लागते. या उपचारात

१. इजा झालेल्या अवयवाला आराम देणे,
२. मार लागला असल्यास बर्फाने किंवा आईसपॅकने शेकणे,
३. हातपायांना किंवा सांध्याला मार लागून सूज आल्यास कॉम्प्रेशन बॅण्डेज बांधणे
४. इजा झालेला पाय किंवा हात उंचावून ठेवणे या प्रमुख गोष्टी असतात.
५. फ्रॅक्चर असल्यास तो अवयव निश्चल करणे गरजेचे असते. त्यासाठी एखादी फळी किंवा प्लॅस्टर ऑफ पॅरिसची स्लॅब तात्पुरत्या स्वरूपात वापरावी लागते.
६. खेळाडू बेशुद्ध झाल्यास किंवा त्याचे एकाएकी हृदय बंद पडल्यास, कार्डीओ-पल्मनरी-रीसासायटेशन (सीपीआर) हे विशेष तंत्र मैदानावरच ताबडतोब वापरण्याची गरज असते. यामध्ये श्वासोच्छ्वास सुरळीत करणे आणि हृदयक्रिया पूर्ववत आणणे या गोष्टी महत्त्वाच्या असतात.

टाळायच्या गोष्टी

आरोग्यविषयक काही गैरसमजांमुळे अनेकदा चुकीच्या गोष्टी प्रथमोपचार म्हणून केल्या जातात. त्या टाळणे आवश्यक असते. यामध्ये खेळाडू पळताना पडल्यास त्याला पळायला लावणे, त्याच्या सांध्याला मसाज करणे, गरम पाण्याने शेकणे, सांध्यावर काही वेदनाशामक मलमे किंवा मद्य चोळणे अशा गोष्टी येतात. त्या मुळीच करू नयेत.

उपचार

खेळाडूला झालेल्या दुखापतीनुसार त्याच्या इजांचे उपचार करावे लागतात.

१. खुल्या जखमा : जखम स्वच्छ करणे, आवश्यकतेनुसार टाके घालणे, ड्रेसिंग करणे
२. मुका मार : अवयवांना विश्रांती, औषधे
३. सांध्यात रक्तस्राव, पाणी जमा होणे : औषधे, शस्त्रक्रिया
४. लिगामेंट टेअर : शस्त्रक्रिया
५. चमक,सांधा मुरगळणे : विश्रांती, औषधे
५. हाडांच्या दुखापती : प्लास्टर, विश्रांती, नंतर विशेष व्यायाम- फिजिओथेरपी
६. ब्लिस्टर्स : औषधे, पादत्राणांमध्ये सुधारणा
७. डीहायड्रेशन : पाणी, ओआरएस, सलाईन

८. मेंदूचा मार आणि दुखापती : मज्जासंस्थेचे विशेष उपचार, शस्त्रक्रिया

याशिवाय टेनिस एल्बो, पाठ दुखणे, मणक्यांचे त्रास, सांधे निखळणे, सांध्यांचे इतर त्रास, खेळताना विशेष कौशल्यपूर्ण हालचाल करताना होणाऱ्या वेदना किंवा अडथळे यासाठी क्रीडावैद्यक शास्त्रानुसार विशेष शस्त्रक्रिया केल्या जातात.

प्रतिबंधक उपाय

- खेळण्यासाठी, व्यायामासाठी, स्पर्धांसाठी, क्रीडा प्रशिक्षणासाठी वापरली जाणारी मैदाने, धावपट्ट्या, हिरवळी, स्टेजेस, कोर्ट योग्य त्या दर्जाची असावीत.
- खेळाडूंनी आपली वस्त्रे, पादत्राणे, गरजेनुसार प्रतिबंधक शिरस्त्राणे, ग्लोव्ह्ज, मोजे, पॅड्स, खेळण्याची उपकरणे, खेळताना वापरली जाणारी क्रीडासामग्री दर्जेदार, प्रमाणित आणि त्या त्या खेळाडूच्या शरीराप्रमाणे योग्य स्वरूपाची असावी.
- उच्च पातळीवरील स्पर्धात्मक क्रीडाप्रकारांमध्ये खेळाचे तंत्र आणि त्यातील बायोमेकॅनिकल बारकावे कटाक्षाने पाळावेत.
- प्रत्येक खेळाडूने आणि गांभीर्याने व्यायाम करणाऱ्या व्यक्तीने आपला आहार योग्य उष्मांकांचा आहे ना, त्यात प्रथिनांचे, कर्बोदकांचे, स्निग्ध पदार्थांचे प्रमाण योग्य आहे ना याचा विचार करावा,
- आहारात दूध, अंडी, फळे, भाज्या, मांसाहार, डाळी आणि मोड आलेली धान्ये यांचा यथायोग्य समावेश असायलाच पाहिजे. यातून मिळणारी जीवनसत्त्वे, लोह आणि कॅल्शियमसारखी खनिजे खेळाडूंच्या सर्वांगीण कामगिरीसाठी आणि कौशल्यासाठी गरजेची असतात.
- खेळाडूंसाठी ३ ते ५ पाणी लिटर आवश्यक असते. वातावरणाचे तापमान, आर्द्रता याप्रमाणेच खेळाची गतिमानता आणि एकूण क्रीडांगणावर व्यतीत होणारा वेळ यावर ते अवलंबून असते.
- वैयक्तिक स्वरूपाचा असो किंवा स्पर्धात्मक असो, शालेय, महाविद्यालयीन किंवा प्रौढ व्यक्तींचा असो, व्यायाम करताना खालील गोष्टींचे पालन काटेकोरपणे करावे.

व्यायामाचा टप्पा	व्यायामातील क्रियाकलाप	वेळ
वॉर्मअप	मंदगतीने चालणे, स्नायूंच्या कॅलिस्थेनिक हालचाली- उठाबशा, पाय-कंबर हलवणे, हात फिरवणे, खाली वाकणे, उठणे, जागेवर पळणे	५ ते १० मिनिटे
स्ट्रेचिंग	वरपासून खालपर्यंत शरीर ताणणारे व्यायाम, पुशअप्स, पुलअप्स	५ ते २० मिनिटे
प्रत्यक्ष व्यायाम किंवा खेळ	सायकलिंग, रनिंग, नृत्य, खेळ	२० ते ६० मिनिटे
वॉर्म डाऊन	मंदगतीने चालणे, स्नायूंच्या कॅलिस्थेनिक हालचाली, जागेवर पळणे	५ ते १० मिनिटे
स्ट्रेचिंग	खालपासून वरपर्यंत शरीर ताणणे	५ ते १० मिनिटे

- प्रत्येक खेळाडूने आणि व्यायामपटूने निष्णात ट्रेनरचा सल्ला घेऊन आपल्या तंत्रातील योग्यायोग्यतेची खात्री करत राहावे.
- खेळताना होणाऱ्या बारीकसारीक दुखापतीबाबत ट्रेनर आणि क्रीडा वैद्यक तज्ज्ञाचा सल्ला घ्यावा.
- कोणत्याही खेळाचे किंवा विशेष व्यायामाचे प्रशिक्षण घेताना आधी आपल्या शारीरिक तंदुरुस्तीची तपासणी करून आपण त्या खेळाकरिता किंवा व्यायामासाठी योग्य प्रकारे समर्थ आहोत याची खात्री करून घ्यावी. किंचितशा शारीरिक असमर्थतेमुळे उच्च पातळीवरील क्रीडाप्रकारात दुखापती होऊ शकतात.
- क्रीडाक्षेत्रातल्या वाढत्या संधीमुळे खेळाडूंची संख्या जशी वाढते आहे, तशीच दुखापतींचीसुद्धा. दुखापती झाल्यानंतर त्यावर उपाय करण्याऐवजी या दुखापती कशा टाळता येतील याबाबत क्रीडावैद्यक तज्ज्ञांनी वेळोवेळी खेळाडू, पालक, प्रशिक्षक आणि संघटकांकरिता मार्गदर्शन शिबिरे घेतली पाहिजेत. त्याशिवाय खेळाडूंची कारकीर्द दुखापतीविरहित होणार नाही. खेळाडूंनीही सातत्याने स्पर्धा किंवा सामने खेळण्याऐवजी अधूनमधून विश्रांती घेणे आवश्यक आहे. तंदुरुस्ती राहिली तरच तुमची कारकीर्द प्रगतिशील राहील हे खेळाडूंनी, त्यांच्या संघटकांनी आणि कुटुंबीयांनी लक्षात ठेवले पाहिजे.

डॉ. अविनाश भोंडवे

एम.बी.बी.एस., १९८३ ए.सी.जी.पी. (HON), २०१६

१९८४ पासून शिवाजीनगर, पुणे येथे फॅमिली डॉक्टर म्हणून कार्यरत

लेखन

- विद्यार्थीदशेत १९७५ सालापासून वृत्तपत्रीय आणि ललित लेखन
- एकूण तेरा पुस्तके प्रकाशित, विविध वृत्तपत्रात, मासिकात आणि नियतकालिकात ५००० पेक्षा जास्त आरोग्यविषयक लेख प्रकाशित, आरोग्य विश्लेषक म्हणून मराठी आणि इंग्रजी वृत्तवाहिन्यांवर २००० पेक्षा जास्त मुलाखती, सुमारे २५०० पेक्षा जास्त आरोग्यविषयक भाषणे आणि कार्यशाळा, तारुण्यात पदार्पण करणाऱ्या किशोरवयीन मुलांसाठी सुमारे १५०० पेक्षा अधिक कार्यशाळा.
- विविध मासिकांमध्ये एकूण ७ एकांकिका आणि २० कथा प्रसिद्ध
- 'तारुण्याच्या उंबरठ्यावर' ही तारुण्यात पदार्पण करणाऱ्या किशोरवयीन मुलांसाठी दृकश्राव्य सीडी

सार्वजनिक संस्था

- डीन- आय.एम.ए. कॉलेज ऑफ जनरल प्रॅक्टिशनर्स- (२०२१-२०२२)-राष्ट्रीय
- इंडियन मेडिकल असोसिएशन, महाराष्ट्र राज्य- अध्यक्ष (२०१९-२०)
- युनेस्को इंटरनॅशनल चेअर फॉर बायोएथिक्स- (२०१९-२०)
- इंडियन मेडिकल असोसिएशन, महाराष्ट्र राज्य- ज्येष्ठ उपाध्यक्ष (२०१५-१६)
- इंडियन मेडिकल असोसिएशन, पुणे शाखा- अध्यक्ष (२००८-०९)
- जनरल प्रॅक्टिशनर्स असोसिएशन, पुणे, अध्यक्ष- (२००६-०७)
- असिस्टंट गव्हर्नर, रोटरी डिस्ट्रिक्ट ३१३१- (२०१५-१६)
- रोटरी क्लब ऑफ पुणे शनिवारवाडा, अध्यक्ष (२००४-०५)
- राज्य सचिव- इंडियन मेडिकल असोसिएशन-कॉलेज ऑफ जनरल प्रॅक्टिशनर्स (२००९-१०)

पुरस्कार

- 'डॉक्टर ऑफ द इयर' पुरस्कार, जी.पी.ए.,पुणे- २०१३
- राष्ट्रीय पातळीवर सर्वोत्तम राज्य अध्यक्ष- आयएमए नॅशनल- डिसेंबर २०२०
- राज्यस्तरीय 'डॉ.सुरेश नाडकर्णी मित्र मंडळ पुरस्कार'- आय.एम.ए. महाराष्ट्र -२०१५

'कोरोना वॉरिअर' पुरस्कार

- म.गांधी इंटरनॅशनल मिशन, नेपाळ; मे २०२०
- छत्रपती संभाजी राजे- शिवराज्याभिषेक सोहळा- ६ जून २०२०
- महाराष्ट्र राज्य राज्यपाल कोरोना सन्मान-१३ डिसेंबर २०२०
- सुसंगत प्रतिष्ठान- कोरोना योध्दा पुरस्कार- १६ जुलै २०२१
- पुणे मराठी ग्रंथालयातर्फे, 'ना.के.बेहेरे पुरस्कार-२०१५' 'आरोग्यातील अंधश्रद्धा' या पुस्तकासाठी
- मराठी विज्ञान परिषद, मुंबई- उत्कृष्ट लेखन पारितोषिक-२०१६- 'तारुण्यगान' या पुस्तकासाठी
- ग्रंथभारती, नागपूर- उत्कृष्ट लेखक पारितोषिक- २०१६
- उत्कृष्ट एकांकिका लेखक पुरस्कार – रोटरी क्लब एकांकिका स्पर्धा- २००३

www.ingramcontent.com/pod-product-compliance
Lightning Source LLC
LaVergne TN
LVHW062117171026
850499LV00045B/1949

* 9 7 8 9 3 9 5 1 3 9 1 4 4 *